ஃபாசிசத்தின் இலக்கணம்:
நாம் - அவர்கள்

ஃபாசிசத்தின் இலக்கணம்:
நாம் - அவர்கள்

ஜேசன் ஸ்டான்லி

தமிழில்: வி. நடராஜ்

தமிழ்

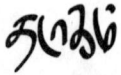

தடாகம்

ஃபாசிசத்தின் இலக்கணம்: நாம் - அவர்கள்

- ***ஆசிரியர்:*** ஜேசன் ஸ்டான்லி
- ***பிரஞ்சிலிருந்து தமிழில்:*** வி.நடராஜ்
- ***முதற்பதிப்பு:*** ஜனவரி *2023*
- ***பக்க வடிவமைப்பு:*** கி. ஆஷா
- ***அட்டை ஓவியம்:*** ரோஹிணி மணி
- ***அட்டை வடிவமைப்பு:*** வெ. பாலாஜி

Facisathin Ilakkanam: Naam - Avarkal a Tamil translation of ***How Facism Works: The Politics of Us and Them*** by ***Jason stanley*** in English, published by ***Random House*** on 2018, translated in Tamil by ***V.Nataraj.***

All rights reserved including the right of reproduction in whole or in part in any form.

This edition published by arrangement with Random House, an imprint and division of Penguin Random House LLC.

Tamil translation copyright © Thadagam, Chennai, 2022

Published by:

THADAGAM
No.112, First Floor, Thiruvalluvar Salai
Thiruvanmiyur, Chennai 600 041
Mob: +91-98400-70870
www.thadagam.com | info@thadagam.com

No part of this publication may be reproduced, transmitted, or stored in a retrieval system, in any form or by any means, without permission in writing from Thadagam.

ISBN: 978-93-93361-19-6

Published on January 2023

Price: ₹ 250

எமிலி, அலெய்ன், கலெவ், தாலியாவுக்கும்
அவர்களது தலைமுறைக்கும்

நூலாசிரியர் குறிப்பு

ஜேஸன் ஸ்டான்லி, யேல் பல்கலைக்கழகத்தில் தத்துவத்துக்கான ஜேகப் யூரோவ்ஸ்கி பேராசிரியராக இருக்கிறார். ஸ்டான்லி நோ ஹவ்: லேங்வேஜ் இன் கன்டெக்ஸ்ட்; நாலெட்ஜ் அன்ட் பிராக்டிக்கல் இன்டரெஸ்ட்ஸ் என்னும் நூலை எழுதியவர். இந்நூல் 2007இல் அமெரிக்கன் ஃபிலாசபிகல் அசோசியேசன் பரிசை வென்றது; இவரது இன்னொரு நூலான ஹவ் புரோப கன்டா ஒர்க்ஸ் அசோசியேசன் ஆஃப் அமெரிக்கன் பப்ளிசர்ஸ் அமைப்பிடமிருந்து தத்துவத்துக்கான 2016 புரோஸ் பரிசை வென்றது. வேறுபல வெளியீடுகளுக்கிடையில் அவர் த நியூயார்க் டைம்ஸ், த வாஷிங்டன் போஸ்ட் மற்றும் த குரோனிக்கிள் ஆஃப் ஹையர் எஜுகேசன் பத்திரிகைகளில் அடிக்கடி எழுதி வருகிறார். ஸ்டான்லி தனது குடும்பத்தினருடன் நியூ ஹேவன், கனக்டிகட்டில் வசித்து வருகிறார்.

மொழிபெயர்ப்பாளர் அறிமுகம்

வி. நடராஜ் 1952 – இல் பிறந்தவர்.

கோவையில் ஒரு பொறியியல் நிறுவனத்தில் தொழிலாளியாகப் பணிபுரிந்து, விருப்ப ஓய்வு பெற்றவர். தற்காலத் தமிழ் இலக்கியத் திலும் பிறமொழி இலக்கியங்களிலும் ஆழ்ந்த ஈடுபாடு கொண்டவர்.

மொழிபெயர்ப்புகள்

- ஒடுக்கப்பட்டவர்கள்: விடுதலையின் வடிவங்கள் - ஃப்ரான்ஸ் ஃபனான்
- வரலாறு: காலமும் கலையும் - வால்ட்டர் பெஞ்சமின்
- மச்சு பிச்சு - பாப்லோநெரூதா
- சிந்துவெளி எழுத்து - அஸ்கோ பர்போலா
- மரணதண்டனை என்றொரு குற்றம் - ஆல்பெர் காம்யூ
- இந்த உலகத்துக்கும் எனக்கும் இடையில் - த-நஹாஸி கோட்ஸ்

நூல் அறிமுகம்

ஊடுருவும் ஆற்றல்கொண்ட ஃபாசிசத் தந்திரங்கள் உலகெங்கும் எழுச்சிபெற்று வருகின்றன. அவற்றை ஒருங்கிணைக்கும் கட்டமைப்புகளான பத்துத் தூண்களைக் குறித்து இந்நூலாசிரியரும், புகழ்பெற்ற மெய்யியலாளரும், பரப்புரை குறித்த ஆய்வறிஞருமான ஜேசன் ஸ்டான்லி இந்நூலில் தனது கவனத்தை குவிக்கிறார். மக்களை "நாம்" மற்றும் "அவர்கள்" என்று பிரித்தாளும் மொழியையும், நமபிக்கைகளையும் சரியாகத் திட்டமிட்டு, பத்துத் தலைப்புகளில் ஒழுங்குப்படுத்தித் பகுப்பாய்வு செய்கிறார்.

சமகால ஹங்கேரி, போலந்து, இந்திய, மியான்மர் மற்றும் அமெரிக்காவில் நிகழ்ந்த சம்பவங்களோடு வரலாறு, மெய்யியல், சமூகவியல் மற்றும் விமர்சனப்பூர்வமான இனவியல் கோட்பாடு ஆகியவற்றைத் தொடர்புபடுத்தி ஆழ்ந்த கருத்துகளை இந்நூல் ஒன்றிணைக்கிறது. படிப்படியாகப் பெருகிவரும் ஃபாசிசத் தந்திரங்களின் தாக்கங்களைக் குறைத்து மதிப்பிடுவது மிகவும் ஆபத்தானது என்று இந்நூல் எச்சரிக்கிறது.

தேசத்தின் கடந்தகாலம் குறித்த கட்டுக்கதையின் வேறுபட்ட வடிவமொன்றை தனக்குச்சாதகமான விதத்தில் பயன்படுத்திக் கொள்வது; ஜனநாயகக் கருதுகோள்களின் மொழியை தனக்குத் தானே எதிரானதாகத் திசைதிருப்பும் பரப்புரையை மேற்கொள்வது; பல்கலைக்கழகங்களுக்கும், ஆய்வறிஞர்களுக்கும் எதிராகப் பொருத்தமற்ற வாதங்களை முன்வைப்பது; சிறுபான்மைக் குழுக்களின் உறுப்பினர்களைக் குற்றவாளிகள் என்ற ஊகத்தின் அடிப்படையில் சட்டம் – ஒழுங்கு குறித்த அரசியலை முன்மதிப்பீடு செய்வது; தொழிலாளர் குழுக்கள் மற்றும் நலத்திட்டங்கள்மீது கடுமையாகத் தாக்குதல் தொடுப்பது ஆகியவை உள்ளிட்டு இந்தப் பொறியமைவுகள் அனைத்தும் ஒன்றன்மீது ஒன்றாகக் கட்டியமைக்கப்படுகின்றன.

இவை பிரிவினைகளை உருவாக்கி உறுதிப்படுத்துகின்றன. ஆதிக்கப்போக்குகொண்ட தலைமையின் வேண்டுகோள்களுக்கு எளிதில் இணங்கிப்போகும் விதத்தில் சமூகத்தை வடிவமைக் கின்றன. அரசியல் ஆரவாரப்பேச்சின் மூலமும், கட்டுக்கதையின் மூலமும் ஊட்டம் பெற்றுள்ள அரசியல் விஷயம் விரைவிலேயே கொள்கையாகவும், யதார்த்தமாகவும் ஆகிவிட முடியும்.

இன்று மேலோங்கிவருவதும், ஆபத்தானதுமான இந்த வடி வமைப்புகளை இந்நூல் திரைவிலக்கிக் காட்டுகிறது. ஃபாசிச அரசியலை அடையாளம் கண்டுகொள்வதன் மூலமே அதன் தீங்குமிக்க பாதிப்புகளை எதிர்க்கவும், ஜனநாயகக் கருதுகோள் களுக்குத் திரும்பி வரவும் முடியும் என்றும் இந்நூல் வாதிடுகிறது.

உள்ளடக்கம்

	நன்றி	15
	முன்னுரை	19
1.	கட்டுக்கதை சார்ந்த கடந்தகாலம்	29
2.	பரப்புரை	51
3.	எதிர் - அறிவார்த்தவாதம்	63
4.	யதார்த்தமற்ற நிலை	84
5.	படிநிலை அமைப்பு	106
6.	பலியாகும் நிலை	121
7.	சட்டம் - ஒழுங்கு	138
8.	பாலியல் கவலை	157
9.	சோடோமும் கொமேராவும்	171
10.	அர்பெய்த் மாக்ட் ஃப்ரெய்	187
	பின்னுரை	218
	குறிப்புகள்	227

நன்றி

எனது தாய் சாரா ஸ்டேன்லியும், தந்தை மேன்ஃபிரட் ஸ்டான்லியும் அமெரிக்காவுக்கு அகதிகளாக வந்தவர்கள். அவர்கள் இருவருமே மேற்கு ஐரோப்பாவிலும், கிழக்கு ஐரோப்பாவிலும் யூத எதிர்ப்புப் பேரச்சங்களினூடாக வாழ்ந்தவர்கள். எனது தந்தை தனது ஆறாவது பிறந்த நாளுக்கு பத்து நாட்களுக்கு முன்னதாக கிறிஸ்டல் நாக்டினூடாக கண்ணாடிகள் உடைக்கப்பட்ட இரவுவாழ்ந்தவர். எனது தாய் கிழக்கு போலந்தைச் சேர்ந்தவர். 1945இல் சொந்த நாட்டிலுள்ள வார்ஸாவுக்குத் திருப்பியனுப்பப்படுவதற்கு முன் சைபீரிய உழைப்பு முகாம் ஒன்றிலிருந்து தப்பிப்பிழைத்தவர். வார்ஸாவில் அவரும் அவரது பெற்றோரும் போலந்தின், போருக்குப் பிந்தைய யூத எதிர்ப்புக் காட்டுமிராண்டித்தனத்தை அனுபவித்தவர்கள். என் பாட்டி இல்ஸா ஸ்டான்லியின் மரபுரிமையான பண்புகளோடு வளர்க்கப்பட்டவனாக நான் இருந்தேன். 1930களின் பெர்லின் குறித்த அவரது நினைவுக் குறிப்பான த அன்ஃபர்காட்டன் இந்நூலின் பக்கங்களுக்கான செய்திகளைக் கூறுவதாக இருந்தது. எனது குடும்பப் பின்னணி சிக்கலான உணர்வெழுச்சியை என் மேல் சுமத்தியிருந்தது. ஆனால் நான் இந்நூலை எழுதுவதற்கு தீர்மானகரமான விதத்தில் என்னை ஆயத்தப்படுத்தவும் செய்தது.

ஆனால், இந்நூல் ஐரோப்பாவில் மட்டுமே வேர்கொண்டிருக்கவில்லை. என்மீதான அறிவார்த்தச் செல்வாக்குகளின் மையத்தில் ஒருவராக இருந்தவர் எனது சிற்றன்னை மேரி ஸ்டான்லி. மேரி என் வாழ்க்கையில் முன்கூட்டியே வந்து என்னை அமெரிக்க வரலாற்றில் வேரூன்றச் செய்தவர். அவருடைய உதவியால் அடிமை முறை ஒழிப்பு, தொழிலாளர் இயக்கத்தின் வரலாறு, எல்லாவற்றுக்கும் மேலாக, அவர் கல்லூரி மாணவியாக இருந்து பங்கெடுத்துக்கொண்ட சிவில் உரிமைகள் இயக்கம் ஆகியவை குறித்து

என் வாழ்க்கையின் தொடக்க காலத்திலேயே அறிந்துகொண்டேன். என் தாய்தந்தையரின் வாழ்க்கைப் பார்வைகள் தோல்வி மனப்பான்மை சார்ந்தவையாக இருக்கின்றன என்று சொல்வது பெரிய மிகைப்படுத்தலாக இருக்காது. நான் தட்டுத்தடுமாறிப் பற்றிக்கொண்ட அந்த மரபுப்பண்பை அடுத்த தலைமுறைக்கும் கையளிப்பதற்கு இன்னும் நான் முயற்சிக்கவில்லை. பத்து சதவீத நம்பிக்கையையேனும் விட்டுவைக்க வேண்டும் என்று நினைவுறுத்துவதற்கு மேரி எப்போதும் அங்கு இருந்தார்; அத்தகைய தருணங்களில் இந்நூலின் பக்கங்களினூடாக அவரது குரல் உண்மையில் எதிரொலிக்கிறது. அவர் இந்நூலின் முந்தைய பல வரைவு வடிவங்களைக் கவனமாகப் படித்தவரும்கூட. குறிப்பிட்ட சில பகுதிகள் சாராம்சத்தில் அவரது கருத்துரைகளின் விளைவுகளாகும். என் வாழ்க்கையில் அவர் எனக்குக் கிடைத்தது எனது நல்வாய்ப்பாகும். அவருக்கு நான் மிகுந்த நன்றிக்கடன் பட்டுள்ளேன்.

அமெரிக்க வரலாற்றின் மையத்தன்மை ஃபாசிசத்துக்கானதாக இருப்பதைப் பார்ப்பதற்கு உதவியவர்களில் மேரியின் குரல் மட்டும் இருக்கவில்லை. அமெரிக்க வரலாற்றாளர் டோன்னாமர்ச் மற்றும் அமெரிக்க இனவாதம் ஐரோப்பிய ஃபாசிசத்தின் எழுச்சியைப் பாதித்த வழிகளைக் குறித்து என்னோடு பொறுமையாகப் பேசிய மெய்யியலாளர் கிறிஸ்டி டாட்சன் போன்றவர்களை நெருக்கமான நண்பர்களாகப் பெறும் நல்வாய்ப்பைப் பெற்றிருந்தேன். டாட்சனும், மர்ச்சும் தாராள மனப்பான்மை கொண்ட ஆய்வணி ஒன்றின் ஒரு பகுதியாக மட்டுமே இருந்தார்கள். அவர்களது நியூஹேவன் கிளை டிமோதி ஸ்னைடர் மற்றும் மார்சி ஷோரின் தலைமையில், ரெஜினால்ட் துவானி பெட்ஸ், ராபின் டெம்ப்ரோஃப், ஜோல்டன் ஜென்லர்-சாபோ, அந்துவான் ஜான்சன், பென் ஜஸ்டிஸ், டைட்டஸ் கபார், காத்ரின் லாப்டன், டிரேஸி மீரஸ், கிளாடியா ரான்கைன், ஜெனிபர் ரிச்சிசன் மற்றும் அன்சுல் வர்மா ஆகியோரை உறுப்பினர்களாகக் கொண்டிருந்தது (இது வருந்தத்தக்கவிதத்தில் முழுமையற்ற ஒரு பட்டியல்தான்). எனது படைப்பில் தாராள மனதோடு ஈடுபாடு காட்டியதற்காக எனது நியூ ஹேவன் நண்பர்கள் குழுவுக்கு நான் நன்றி செலுத்துகிறேன். எனது பரப்புரை, கருத்தியல், மற்றும் ஜனநாயகப்

பாடப்பயிற்சியில் பயின்ற இளநிலைப் பட்டதாரி மாணவர்களுக்கு எனது நன்றியைத் தெரிவிக்கக் கடமைப்பட்டுள்ளேன். வருடங் களின் போக்கில் அவர்களிடமிருந்து நான் நிறையக் கற்றுக் கொண்டேன். நியூ ஹேவனுக்கு வெளியே லூயிஸ் கார்டன், லோரி குரூயன், ஹோவார்ட் கான், சாரி கிஸிலெவ்ஸ்கி, மைக்கேல் லின்ச், கேட் மான்னி, சார்லஸ் மில்ஸ், லின்னே டிர்ரல், எலிசபெத் ஆன்டர்சன் மற்றும் பீட்டர் ரெய்ல்டன் உள்ளிட்ட எண்ணற்ற சிந்தனையாளர்கள் இந்நூலில் உள்ள தலைப்புகள் குறித்த என் சிந்தனையைப் பாதித்துள்ளனர்.

2015இல் வெளியான எனது நூலில் உள்ள பரப்புரை குறித்த கொள்கை எவ்வாறு ஃபாசிசக் கொள்கையோடு பொருத்தப்பாடு கொண்டுள்ளது என்று விளக்கும்படி சவால் விடுத்ததற்காக பிரியன் லெய்ட்டர் மற்றும் சாமுவேல் லெய்ட்டருக்கு நான் நன்றி தெரிவித்துக்கொள்கிறேன்.[1] பிரின்ஸ்டன் யூனிவர்சிட்டி பிரஸ்ஸுக் காக நான் எழுதிக்கொண்டிருக்கும் ஹஸ்ல்: த பாலிடிக்ஸ் ஆஃப் லாங்வேஜ் என்னும் இன்னொரு நூலை என்னுடன் சேர்ந்து எழுது பவரான மொழியியலாளர் டேவிட் பீவருக்கு நான் பெரிய அளவில் கடன்பட்டுள்ளேன். இந்தச் செயல்முறை முழுக்கவும் டேவிட் விலைமதிப்பற்ற இடையீட்டு உரையாடலாளராக இருந்தார்.

இந்நூல் எனது பிரின்ஸ்டன் யூனிவர்சிட்டி பிரஸ் பதிப்பாளர் ராப்டெம்போவின் ஆலோசனையின் பேரில் எனது 2015ஆம் ஆண்டு நூலான ஹவ் புரொபகன்டா ஒர்க்ஸ் நுலைப் பின்பற்றி ஃபாசிசம் குறித்த நூலாகப் பிறந்ததாகும். அவரது அறிவார்ந்த தாராளமனப் பான்மைக்கும், அரசியல்ரீதியாக முக்கியமான நூலை எழுதுவதற்கான எனது ஆற்றல்களின் மீதான நம்பிக்கைக்கும் நான் நன்றியுடையவனாக இருக்கிறேன். இதற்கு முன்பு நான் வணிகரீதியில் ஒரு நூலைக்கூட எழுதியதில்லை. நண்பர்களின் பரிந்துரையின்பேரில் நான் முகவர்களைத் தொடர்புகொண்டேன். எனது முகவராக ரிகல் ஹாப்மேன் அன்ட் அசோசியேட்ஸைச் சேர்ந்த ஸ்டெஃபானி ஸ்டிகரை அமர்த்திக்கொள்வதென்று முடிவு செய்தேன். 2017இன் கோடைக்காலத்தில் எங்கள் பணிசார்ந்த உறவை நாங்கள் துவங்கியபோது, இந்நூலின் இரண்டு பக்க அளவிலான சுருக்கமான கட்டுரை ஒன்று மட்டுமே என்னிடம் இருந்தது. செப்டம்பர் தொடக்கத்தில் நாங்கள் முதன்முறையாகச்

சந்தித்தோம். நான் கேட்டறியவேண்டிய தேவை இருந்த போது வெளிப்பூச்சற்ற உண்மையைச் சொல்லியும், (அதற்குச் சமமான அளவில் முக்கியமாக) மோசமான சேதத்தை ஏற்படுத்துவதாக இருக்கும்போது அதை என்னிடமிருந்து மறைத்தும், ஸ்டெஃபானி என்னை இடைவிடாமல் ஆதரித்து வந்தார். இந்நூலின் மிகத் தொடக்க நிலையிலான எண்ணற்ற வரைவு வடிவங்களை அவர் படித்தார். மீன் கூட்டங்களுக்கு அப்பால் திறந்த நீர்ப்பரப்பினுள் என்னைப் பலமுறை வழிப்படுத்திச் செலுத்தினார். இதற்கிணை யான மிகப் பெரிய நல்வாய்ப்பு ரேன்டம் ஹவுஸ் பதிப்பாளர் மோல்லி துர்பின்னின் உருவத்தில் வந்தது. 2017 நவம்பரில் இந்த நூலுக்கான உரிமைகளை விலைக்கு வாங்கிய பிறகு, அதன் அரை டஜன் வரைவு வடிவங்களைப் படித்து, அடிப்படையில் வரிக்கு வரி தொகுத்தமைத்து என்னிடம் வழங்கினார். இந்நூலிலுள்ள எழுத்து முனைப்பாக இருப்பதற்கான பெருமை அவரையே சாரும். ஸ்டெஃபானிக்கும் மோலிக்கும் நான் பெருமளவில் கடன்பட் டுள்ளேன்.

நியூ ஹேவனில் உள்ள எனது வாழ்விடத்தில் எனது மாமியார் கரன் அம்புஸ்தான்டே பலவழிகளிலும் தொடர்ந்து உதவுகிறவராக இருந்தார். உதாரணமாக, கருத்துகளைச் சோதித்தறிவதற்கான இன்றியமையாத வழிமுறையாக அவர் பணியாற்றினார். கறுப்பின அமெரிக்க மரபு தொடர்பான அவரது ஆழமான அறிவைப் பயன் படுத்தி இங்குள்ளதை நான் எழுதியுள்ளேன். என் குழந்தைகளான அலெய்னும், எமிலியும் என் மகத்தான மகிழ்ச்சியின் பிறப்பிடங்கள், அதுபோலவே இந்நூலுக்கான அவசியத்தின் வாழும் நினை வூட்டல்கள். அவர்களது மரபுப்பண்புகளிலிருந்து வரும் மேதை மையை மற்றவர்களுக்குக் கொடுக்கவும், அதேசமயம் அவர்களது மனப் பாரங்கள் மீது சுமை ஏற்றாதிருக்கவும் நான் கடுமையாகப் போராடி வந்திருக்கிறேன். அதை நான் சாதிப்பேனானால் அது என்னுடைய மகத்தான வெற்றியாக இருக்கும். இறுதியாக, எப் போதும்போல், எனது இணையர் என்ஜேரி தாண்டேவுக்கு நான் மகத்தான அளவில் கடன்பட்டுள்ளேன். வேறு யாருக்கும் நான் இவ்வளவு அதிகமாகக் கடன்பட்டிருக்கவில்லை. வேறு யார் மீதும் நான் இவ்வளவு உயர்வான நன்மதிப்பைக் கொண்டிருக்கவில்லை.

முன்னுரை

ஐரோப்பாவிலிருந்து அகதிகளாகத் தப்பியோடி வந்தவர்களான பெற்றோர்களுடன் வளர்ந்தவனான நான், ஹிட்லரின் படைகளைத் தோற்கடிக்க உதவிபுரிந்ததும், மேற்கில் முன்னெப்போதுமில்லாத ஒரு தாராளவாத ஜனநாயக யுகத்திற்கு வழிகோலியதுமான வீர நாயக தேசத்தின் கதைகளோடு வளர்க்கப்பட்டேன். தன் வாழ்வின் இறுதியை நெருங்கிய தறுவாயில், பார்கின்சன் நோயால் மோசமாக பாதிக்கப்பட்டிருந்த என் தந்தை நார்மாண்டி கடற்கரைப் பகுதியைப் போய்ப்பார்க்க வேண்டுமென்று அழுத்தமாக வலி யுறுத்தினார். ஃபாசிசத்துக்கு எதிரான யுத்தத்தில் பெரும் எண் ணிக்கையிலான, துணிவுமிக்க அமெரிக்க இளைஞர்கள் தங்கள் உயிரை இழந்த அந்த இடத்தில், என் மாற்றாந்தாயான தன் மனைவியின் தோளில் சாய்ந்தபடி நடந்தவாறு, தன் வாழ்நாள் கனவை அவர் நிறைவேற்றினார். ஆனால், அமெரிக்காவின் இந்த மரபுச் செல்வத்தை எனது குடும்பத்தினர் கொண்டாடி மரியாதை செலுத்தியபோதிலும், அமெரிக்காவின் வீரநாயகத்தன்மையும், சுதந்திரம் குறித்த கருத்துகளும் ஒரே விசயமாக இருந்திருக்க வில்லை என்பதையும் எனது பெற்றோர் அறிந்திருந்தார்கள்.

இரண்டாம் உலகப்போருக்கு முன், அட்லாண்டிக்கடலை தனி யொருவராகக் கடந்த துணிகர விமானப்பயணம் உள்ளிட்டு பல பயணங்களில் விமானத்தை இயக்கியதன் மூலமாகவும், புதிய தொழில்நுட்பம் குறித்த தனது கொண்டாட்டத்தின் மூலமாகவும் சார்லஸ் லிண்ட்பெர்க் அமெரிக்க வீரநாயகத் தன்மைக்கான எடுத்துக்காட்டாக விளங்கினார். நாஜி ஜெர்மனிக்கு எதிராக அமெரிக்கா போரில் நுழைவதை எதிர்த்த அவர், 'அமெரிக்காதான் முதலில்' இயக்கத்துக்கு ஒரு தலைமைப் பாத்திரத்தை வகிப்பதற் கானதாக, தனது புகழையும், வீரநாயக நிலையையும் அவர் சாதுர்ய மாகப் பயன்படுத்திக்கொண்டார். இதழ்களிலேயே மிகவும்

அமெரிக்கத் தன்மை கொண்ட ரீடர்ஸ் டைஜஸ்டில் 1939இல் வெளியான, 'விமானமோட்டுதல், புவியியல் மற்றும் இனம்' என்ற கட்டுரையில் அமெரிக்காவுக்கானதாக நாஜிசத்துக்கு நெருக்கமான ஏதோ ஒரு விசயத்தை அவர் விரும்பி ஏற்றுக்கொண்டிருந்தார்.

> நமது சச்சரவுகளிலிருந்து திரும்பி நமது வெள்ளைக் காவலரண்களை மீண்டும் கட்டியெழுப்புவதற்கான தருணமிது. அந்நிய இனங்களோடான இந்தக் கூட்டணியின் பொருள் நமது சாவு என்பதைத்தவிர வேறொன்றுமில்லை. எல்லையற்றதொரு அந்நியக் கடலால் சூழப்பட்டவர்களாக நாம் மாறுவதற்கு முன்னால், மங்கோலியர்களிடமிருந்தும், பாரசீகர்களிடமிருந்தும், மூர்களிடமிருந்தும் நமது பாரம்பரிய மரபைப் பாதுகாப்பதற்கான நமது முறை இது.[1]

1939ஆம் ஆண்டு என்பது, மாதக்கணக்கில் ஒளிந்திருந்து காலங் கழித்ததற்குப் பிறகு, அப்போது ஆறு வயதானவராக இருந்த என் தந்தை மேன்ஃபிரட் தனது தாய் இல்சேயுடன், நாஜி ஜெர்மனியிலிருந்து தப்பி, ஜூலை மாதம் பெர்லினில் உள்ள டெம்பெல் ஹாஃப் விமானநிலையத்தை விட்டுக் கிளம்பிய ஆண்டும் ஆகும். 1939 ஆகஸ்ட் 3 அன்று அவர் நியூயார்க் நகரத்திற்கு வந்து சேர்ந்தார். அவரது கப்பல் துறைமுகப் பகுதிக்குச் செல்லும் வழியில் சுதந்திரதேவியின் சிலையைக் கடந்துசென்றது. 1920கள் மற்றும் 1930களைச் சேர்ந்த எங்கள் குடும்பத்தின் புகைப்படத் தொகுப்பொன்று எங்களிடம் உள்ளது. அதன் கடைசிப்பக்கம் சுதந்திரதேவியின் சிலை படிப்படியாகப் பார்வைப் புலத்துக்குள் வருவது தொடர்பான ஆறு வெவ்வேறு படங்களைக் கொண்டிருக்கிறது.

இந்தக் காலகட்டத்தில் அமெரிக்காவில் ஃபாசிசத்துக்கு ஆதரவான உணர்வுநிலையின் பொதுமுகமாக 'அமெரிக்காதான் முதலில்' இயக்கம் இருந்தது.[2] இருபதுகளிலும், முப்பதுகளிலும் குடிவரவுக்கு எதிரான லிண்ட்பெர்க்கின் பார்வைகளை, குறிப்பாக ஐரோப்பிரல்லாதாரின் குடியேற்றத்துக்கு எதிரான பார்வைகளைப் பகிர்ந்துகொண்டவர்களாகப் பல அமெரிக்கர்கள் இருந்தனர். 1924ஆம் ஆண்டின் குடிவரவுச் சட்டம் நாட்டில் குடியேற வருபவர்களைக் கடுமையாகக் கட்டுப்படுத்துவதாக இருந்தது. அத்துடன்

அது குறிப்பாக, வெள்ளையரல்லாதவர்கள், யூதர்கள் ஆகிய இரு வகையானவர்களும் குடியேறுவதைக் கட்டுப்படுத்தும் நோக்கத்தோடு இருந்தது. 1939 அமெரிக்கா தனது எல்லைகளினூடாக வெகுசில அகதிகளை மட்டுமே அனுமதித்தது. அவர்களில் ஒருவராக என் தந்தை இருந்தது ஓர் அதிசயம்தான்.

2016இல், டொனால்ட் டிரம்ப் தன் கொள்கை முழக்கங்களில் ஒன்றான 'அமெரிக்காதான் முதலில்' என்பதற்குப் புத்துயிரூட்டினார். அவர் பதவியேற்ற முதல் வாரத்திலேயே அவரது நிர்வாகம் குறிப்பாக, அரபு நாடுகளை மட்டும் தனிமைப்படுத்தி, அகதிகள் உள்ளிட்ட குடிவரவு தொடர்பான பயணத் தடைகளை நடைமுறைக்குக் கொண்டுவந்தது. அமெரிக்காவில் உள்ள மத்திய மற்றும் தென்அமெரிக்காவைச் சேர்ந்த, இலட்சக்கணக்கான, வெள்ளையரல்லாத, ஆவணப்படுத்தப்படாத தொழிலாளர்களை நாடுகடத்தப்போவதாகவும், அவர்கள் தங்களோடு அழைத்து வந்திருக்கும் குழந்தைகளை நாடுகடத்தப்படுவதிலிருந்து பாது காக்கும் வகையில் இயற்றப்பட்டுள்ள சட்டங்களை முடிவுக்குக் கொண்டுவரப்போவதாகவும் டிரம்ப் வாக்குறுதியளித்தார். 2018இல் அமெரிக்காவுக்குள் அனுமதிக்கப்படப்போகும் அகதிகளின் எண்ணிக்கை நாற்பத்தைந்தாயிரம் பேராக மட்டுமே இருக்கும் என்று 2017 செப்டம்பரில் டிரம்ப் நிர்வாகம் ஒரு வரம்பை நிர்ணயித்தது. இத்தகைய வரம்புகளை அதிபர்கள் நிர்ணயிக்கத் தொடங்கியதிலிருந்து பார்த்தால் இது மிகவும் குறைவான எண்ணிக்கையாகும்.

டிரம்ப் குறிப்பாக, 'அமெரிக்காதான் முதலில்' என்பதோடு சேர்த்து லிண்ட்பெர்க்கையும் நினைவுகூர்ந்தார் என்றால், மீதியிருந்த அவரது தேர்தல் பரப்புரை—"அமெரிக்காவை மீண்டும் மகத்தானதாக ஆக்குவது"—என்பதாக வரலாற்றின் ஏதோவொரு தெளிவற்ற புள்ளிக்கான ஏக்கத்தைக் கொண்டிருந்தது. ஆனால், டிரம்ப்பின் பரப்புரையின் பார்வையில் மிகச்சரியாக, அமெரிக்கா எப்போது மகத்தானதாக இருந்தது? பத்தொன்பதாம் நூற்றாண்டுக் காலகட்டத்தில் கறுப்பின மக்களை அமெரிக்கா அடிமைப்படுத்திய போதா? ஜிம் குரோ காலகட்டத்தில், தெற்கில், கறுப்பின அமெரிக்கர்களை வாக்களிக்கவிடாமல் தடுத்தபோதா? 2016, நவம்பர் 18 அன்று, ஹாலிவுட் ரிப்போர்ட்டரில் வெளியான, அதிபரால்

தேர்ந்தெடுக்கப்பட்ட தலைமை தேர்தல் வியூக அமைப்பாளர் ஸ்டீவ் பேன்னனின் நேர்காணலில், டிரம்ப்பின் பரப்புரையில் மிக முக்கியமானதாக இருந்த அந்தப் பத்தாண்டுகள் குறித்த சூசகமான குறிப்பு வெளிப்பட்டது. அந்த நேர்காணலில், "அது மிகச் சரியாக 1930களைப் போலவே இருக்கும்" என்று வரவிருக்கும் காலம் குறித்து அவர் குறிப்பிடுகிறார். சுருக்கமாகச் சொன்னால், அந்தக்காலம் ஃபாசிசத்துக்கு அமெரிக்கா மிகுந்த அனுதாபம் காட்டிய காலமாகும்.

∞

சமீப ஆண்டுகளில், உலகெங்கும் உள்ள பல நாடுகள் குறிப்பிட்ட வகையானதொரு தீவிர வலதுசாரி தேசிய வாதத்தால் வென்றெடுக்கப்பட்டுள்ளன; இந்தப் பட்டியலில் ரஷ்யா,ஹங்கேரி, போலந்து, இந்தியா, துருக்கி, அமெரிக்கா ஆகியவை அடங்கும். ஒவ்வொரு நாட்டின் பின்புலமும் எப்போதும் தனித்துவமானதாக இருப்பதால், இத்தகைய நிகழ்வைப் பொதுமைப்படுத்துதல் என்னும் கடும்பணி எப்போதும் விரக்தியளிப்பதாகவே இருக்கும். ஆனால், இத்தகைய பொதுமைப்படுத்துதல் இந்தத் தருணத்தில் அவசியமானதாக இருக்கிறது. தனது தேசத்தின் பொருட்டுப் பேச வல்ல ஒரு சர்வாதிகாரத் தலைவரால் நேரடியாகப் பிரதிநிதித்துவம் செய்யப்படும் தேசத்துக்கும், (இனம் சார்ந்த, மதம் சார்ந்த, கலாச் சாரம் சார்ந்த) சிலவகையான அதிதீவிர தேசியவாதங்களுக்கும் 'ஃபாசிசம்' என்ற அடையாளச் சீட்டை நான் தேர்வுசெய்துள்ளேன். 2016 ஜூலையில் குடியரசுக் கட்சியின் தேசிய மாநாட்டில் ஆற்றிய உரையில் டொனால்ட் டிரம்ப் "நான்தான் உங்கள் குரல்," என்று அறிவித்தார்.

இந்தப் புத்தகத்தில் எனது ஆர்வத்துக்கு உரியதாக இருப்பது ஃபாசிச அரசியலாகும். குறிப்பாக, அதிகாரத்தை அடைவதற்கான ஒரு பொறிமுறை என்ற விதத்தில் ஃபாசிச தந்திரோபாயமே எனது ஆர்வத்துக்குரியதாகும். இத்தகைய தந்திரோபாயத்தைப் பயன் படுத்துகிறவர்கள் ஒருமுறை அதிகாரத்துக்கு வந்துவிட்டால், அவர்களால் நடத்தப்படும் ஆட்சி முறைகள் பெருமளவில் குறிப் பிட்ட வரலாற்று நிலைமைகளால் நிர்ணயிக்கப்படுபவையாக ஆகி விடுகின்றன. ஜெர்மனியில் என்ன நடந்ததோ அது, இத்தாலியில் நடந்ததிலிருந்து வேறுபட்டதாக இருந்தது. ஃபாசிச அரசியல்,

வெளிப்படையான ஃபாசிச அரசு ஒன்றுக்கு இட்டுச்செல்ல வேண்டும் என்ற அவசியம் இல்லை, ஆனால், அது எப்படியும் ஆபத்தானதாகவே இருக்கும்.

ஃபாசிச அரசியல் தனித்திறமான சூழ்ச்சித் திட்டங்களை உள் ளடக்கியதாகும்: கட்டுக்கதை சார்ந்த கடந்தகாலம், கருத்துப் பரப் புரை, எதிர் அறிவார்த்தவாதம், யதார்த்தமற்ற நிலை, படிநிலை அமைப்பு, பலியாகும் நிலை, சட்டம் ஒழுங்கு, பாலியல் பதற்றம், மையநிலத்துக்கான முறையீடுகள் மற்றும் பொதுநலத்தையும் ஒற்றுமையையும் உடைத்தெறிதல். தற்காப்புக்கான சில அடைப் படைக் கூறுகள் சட்டப்பூர்வமானதாகவும், உத்தரவாதம் அளிப்ப தாகவும் இருந்தபோதிலும் அவை ஒரு கட்சியாக அல்லது அரசியல் இயக்கமாக இணைந்து வருகின்ற காலங்களும் வரலாற்றில் இருக் கின்றன. இவை ஆபத்தானவையாக இருக்கின்றன. இன்றைய அமெரிக்காவில் குடியரசுக்கட்சி அரசியல்வாதிகள் சூழ்ச்சித் திட்டங்களை அடுத்தடுத்து அதிகளவில் பயன்படுத்தி வருகின்றனர். இத்தகைய அரசியலில் ஈடுபடுவதற்கான இவர்களின் அதிகரித்து வரும் மனப்போக்கு நேர்மையான பழமைவாதிகளுக்கு ஓர் இடை நிறுத்தத்தை வழங்குவதாக இருக்கும். ஃபாசிச அரசியலின் ஆபத்துகள் குறிப்பிட்ட வழிமுறையிலிருந்து வருகின்றன. அந்த வழிமுறையில் ஃபாசிச அரசியலானது மக்கள்கூட்டத்தின் சில பிரிவுகளை மனிதத் தன்மையை இழக்கச் செய்யும்படியானதாக இருக்கிறது. இந்தக் குழுக்களைச் சேர்ந்தவர்களை விலக்கிவைப் பதன் மூலம் மற்ற குடிமக்கள் இவர்கள்மீது அனுதாபப்படு வதற்கான உள்ளாற்றலை இது கட்டுப்படுத்துகிறது; இவர்கள் மனிதத் தன்மையற்ற விதத்தில் நடத்தப்படுவதையும், இவர்களது சுதந்திரத்தைக் கட்டுப்படுத்துவதையும், கூட்டமாகச் சிறையில் அடைக்கப்படுவதிலிருந்து வெளியேற்றப்படுவதுவரை, சில தீவிர மான நிகழ்வுகளில் ஒட்டுமொத்த அழித்தொழிப்பையும்கூட நியாயப்படுத்துவதற்கு இட்டுச்செல்கிறது.

இனப்படுகொலைகளும், இனச்சுத்திகரிப்புக்கான திட்டமிட்ட தாக்குதல்களும் இந்த அரசியல் தந்திரோபாய வகைமைகளால் சீராக முன்னெடுக்கப்படுவது இந்தப் புத்தகத்தில் விவரிக்கப்படுகிறது. நாஜி ஜெர்மனி, ருவாண்டா மற்றும் தற்கால மியான்மர் ஆகிய நாடுகளில் ஆட்சிமுறையானது இனப்படுகொலை செய்யும் ஆட்சி முறையாக மாறுவதற்கு பல மாதங்கள் அல்லது வருடங்களுக்கு

முன்னதாகவே இனச்சுத்திகரிப்புக்கு பலியாகப் போகிறவர்கள், தலைவர்களாலும், பத்திரிகைகளாலும் கேடுவிளைவிக்கும் உண்மைத் தன்மையற்ற தாக்குதல்களுக்கு உள்ளாக்கப்பட்டார்கள். இந்த முன்னுதாரணங்களோடு, வேட்பாளர் என்ற முறையிலும் அதிபர் என்ற முறையிலும் டொனால்ட் டிரம்ப் பொதுமக்க ளிடம் வெளிப்படையாக குடிவரவுக் குழுக்களைச் சேர்ந்தவர்களை அவமதித்தார் என்பதும் அனைத்து அமெரிக்கர்களின் அக்கறைக் குரியதாகவும் இருந்திருக்க வேண்டும்.

வெளிப்படையான ஃபாசிச அரசு உருவாகாதபோதும்கூட, சிறு பான்மைக் குழுக்களை ஃபாசிச அரசியல் மனிதத் தன்மையற்றதாக ஆக்க முடியும்.[3] சில நடவடிக்கைகளின் மூலம் மியான்மர் ஜன நாயகத்துக்கு மாறிக்கொண்டிருக்கிறது. ஆனால், ஐந்தாண்டு காலம் ரோஹிங்யா முஸ்லிம் மக்களுக்கு எதிராகச் செலுத்தப்பட்ட காட்டு மிராண்டித்தனமான, உண்மைக்குப் புறம்பான பேச்சும் எழுத்தும், எவ்வாறாயினும், இரண்டாம் உலகப்போருக்குப் பின்பான மிகவும் மோசமான இனச்சுத்திகரிப்புகளில் ஒன்றை விளைவிப்பதாக இருந்தது.

∞

பிரிவினை என்பதே ஃபாசிச அரசியலின் மிக வெளிப்படை யான அறிகுறியாகும். மக்கள்கூட்டம் ஒன்றை "நாம்" மற்றும் "அவர்கள்" என்று தனித்தனியாகப் பிரிப்பதே அதன் நோக்கம். பலவகையான அரசியல் இயக்கங்களும் இத்தகைய ஒரு பிரி வினையில் ஈடுபட்டுள்ளன. உதாரணமாக, கம்யூனிச அரசியல் வர்க்கப்பிரிவினைகளை ஆயுதமாக்கிக்கொண்டுள்ளது. ஃபாசிச அரசியலுக்கு விளக்கம் ஒன்றைத் தருவது என்பது, இனக்குழு சார்ந்த, மதம் சார்ந்த அல்லது இனம் சார்ந்த வேறுபாடுகளுக்கு ஆதரவளித்து, ஃபாசிச அரசியல் "நாம்" என்பதிலிருந்து "அவர்கள்" என்பதை தனிச்சிறப்பான வழியில் வேறுபடுத்துகிறது என்ப தையும், கருத்தியலை வடிவமைப்பதற்கும், இறுதியாக, கொள் கையை வடிவமைப்பதற்கும் இந்தப் பிரிவினையைப் பயன் படுத்துகிறது என்பதையும் விளக்குவதை உள்ளடக்கியதாகும். ஃபாசிச அரசியலின் ஒவ்வொரு பொறிமுறையும் இந்த வேறு பாட்டை உருவாக்கும் அல்லது வலிமைப்படுத்தும் வேலையைச் செய்கிறது.

தற்காலத்துக்கான தங்கள் பார்வையை ஆதரிப்பதற்காக ஒரு கட்டுக்கதை சார்ந்த கடந்தகாலத்தை உருவாக்குவதில், வரலாறு குறித்த ஒரு பொதுப்புத்தியை உடைத்தெறிவதன் மூலம் ஃபாசிச அரசியல்வாதிகள் தங்கள் கருத்துகளை நியாயப்படுத்துகிறார்கள். பரப்புரையினூடாக இலட்சியங்களின் மொழியைத் திருத்தி அமைப்பதன் மூலமாகவும், எதிர் அறிவார்த்த வாதத்தை ஊக்கு விப்பதன் மூலமாகவும், தங்கள் கருத்துகளுக்குச் சவாலாக இருக்கக்கூடிய பல்கலைக்கழகங்களையும் கல்வி அமைப்பு களையும் தாக்குவதன் மூலமாகவும், மக்கள் கூட்டத்தால் பகிர்ந்து கொள்ளப்பட்ட யதார்த்தம் குறித்த புரிதலை அவர்கள் திருத்தி எழுதுகிறார்கள். இறுதியாக, இந்தப் பொறிமுறைகளுடன் ஃபாசிச அரசியல் ஒரு யதார்த்தமற்ற நிலையை உருவாக்குகிறது. அதில் பகுத்தறிவு சார்ந்த விவாதத்தை சதிக் கோட்பாடுகளும் பொய்ச் செய்திகளும் மாற்றீடு செய்கின்றன.

யதார்த்தம் குறித்த பொதுவான புரிதல் அழிவுறும் நிலையில், ஃபாசிச அரசியல் ஆபத்தானதும், பொய்யானதுமான நம்பிக்கைகள் வேரூன்றுவதற்கு இடமளிக்கிறது. முதலாவதாக, ஃபாசிசக் கருத் தியல் குழு வித்தியாசத்தை மட்டுப்படுத்த முயல்கிறது. அதன் மூலமாக மனித மதிப்பின் படிநிலை ஒன்றுக்கான இயற்கை யானதும், அறிவியல்ரீதியானதுமான ஆதரவு இருப்பது போன்ற தோற்றத்தைத் தரச்செய்கிறது. சமூகத் தரப்படுத்துதல்களும், பிரிவினைகளும் இறுகும் போது, குழுக்களுக்கிடையிலான புரிதலை அச்சம் இட்டு நிரப்புகிறது. ஒரு சிறுபான்மைக் குழுவின் முன்னேற்றம், ஆதிக்கம் செலுத்தும் மக்கள் கூட்டத்தினிடையே தாங்கள் பலியாகும் குழு என்ற உணர்வைத் தூண்டுகிறது. சட்டம்-ஒழுங்கு அரசியலானது வெகுமக்களின் ஆதரவைப் பெற்று, "நம்மை" சட்டப்பூர்வமான குடிமக்கள் என்பதாகவும், மாறாக, "அவர்களை" சட்டவிரோதமான குற்றவாளிகள் என்பதாகவும், அவர்களது நடத்தை தேசத்தின் ஆண்மைக்கு ஓர் இருத்தலியல் அச்சுறுத்தலாக இருக்கிறது என்பதாகவும் உருப்படுத்திக் காட்டு கிறது. வளர்ந்துவரும் பாலியல் சமத்துவத்தின் காரணமாகத் தந்தை வழிப் படிநிலை அமைப்பு அச்சுறுத்தலுக்கு உள்ளாகியிருக்கும் நிலையில் பாலியல் பதற்றம் என்பதும்கூட ஃபாசிச அரசியலின் வகை மாதிரிதான்.

“அவர்கள்” குறித்த அச்சம் வளரும் நிலையில், “நாம்” நல்வழிப் பட்ட அனைத்து விசயங்களையும் பிரதிநிதித்துவம் செய்வதற்கு வருகிறோம். இந்த தேசத்தின் நகரங்களிலிருந்து வருவதும், இந்த நகரங்களில் வாழும் தாராளவாத சகிப்புத் தன்மையினால் துணிவு பெற்ற, சிறுபான்மையினரின் கூட்டத்துடன் சேர்ந்து வருவதுமான, பெருநகரமயமாதலின் அச்சுறுத்தலுக்கு மாறாக, இந்த தேசத்தின் தூய மதிப்பீடுகள் மற்றும் மரபுகள் இன்னும் உயிர்ப்போடிருக்கும் இடமான, கிராமப்புறத்தின் மையமான பகுதியில் “நாம்” வாழ்கி றோம். “நாம்” கடுமையாக உழைப்பவர்களாக இருக்கிறோம். போராட்டத்தின் மூலமாகவும், தகுதியின் மூலமாகவும் நமது பெருமைக்குரிய இடத்தை முயன்று பெறுகிறோம். “அவர்கள்” சோம்பேறிகளாக இருக்கிறார்கள்; நமது பொதுநல அமைப்பு களின் பெருந்தன்மையைச் சூழ்ச்சியாகப் பெறுவதன் மூலமாகவோ அல்லது நேர்மையாக கடின உழைப்பில் ஈடுபடும் குடி மக்களை அவர்களது சம்பளத்திலிருந்து விலக்கிவைக்க விரும்புகிற தொழிற்சங்கங்கள் போன்ற ஊழல் நிறுவனங்களைப் பயன் படுத்திக்கொள்வவதன் மூலமாகவோ நாம் உற்பத்தி செய்யும் பொருட்களைக்கொண்டு அவர்கள் பிழைக்கிறார்கள். “நாம்” உருவாக்குபவர்களாக இருக்கிறோம், “அவர்கள்” எடுத்துக்கொள் பவர்களாக இருக்கிறார்கள்.

ஃபாசிச அரசியலின் ஒவ்வொரு பொறிமுறையும் மற்றவ பொறி முறைகளின் துணை கொண்டு கட்டியமைக்கப்படுவதாக இருக்கிறது என்னும் ஃபாசிசக் கருத்தியல் கட்டமைப்போடு பெரும்பாலான மக்கள் பரிச்சயமற்றவர்களாக இருக்கிறார்கள். தாங்கள் திரும்பத்திரும்பச் சொல்லும்படி கேட்டுக்கொள்ளப் படும் அரசியல் முழக்கங்களின் இடைத் தொடர்பை அவர்கள் அடையாளம் கண்டுகொள்வதில்லை. ஒருபுறம் தாராளவாத ஜன நாயக அரசியலில் உள்ள நியாயப்பூர்வமான தந்திரோபாயங் களுக்கும் இன்னொருபுறம் ஃபாசிச அரசியலின் பகைமை பாராட்டும் தந்திரோபாயங்களுக்கும் இடையிலான வித்தியா சத்தை அடையாளம் காண்பதற்கான விமர்சனக் கருவிகளைக் குடி மக்களுக்கு வழங்கும் நம்பிக்கையில் இந்தப் புத்தகத்தை நான் எழுதியிருக்கிறேன்.

∞

தனது சொந்த வரலாற்றில் தாராளவாத ஜனநாயகத்தின் சிறப்பையும், அதுபோலவே ஃபாசிச சிந்தனையின் வேர்களையும் (உண்மையில், ஹிட்லர், அமெரிக்காவின் தென் மாநிலங்களின் கூட்டமைப்பு மற்றும் ஜிம் குரோ சட்டங்களால் உத்வேகம் பெற்றவராக இருந்தார்) ஒரு மரபுச் சொத்தாகப் பெற்றிருப்பதை அமெரிக்காவால் கண்டுகொள்ள முடியும். ஃபாசிச ஆட்சிமுறைகளின் கீழிருந்து அகதிகளைப் பெருங்கூட்டமாகத் தப்பியோடச் செய்த, இரண்டாம் உலகப் போரின் பேரச்சங்களைத் தொடர்ந்து, 1948ஆம் ஆண்டின் உலகளாவிய மனித உரிமைகளுக்கான பிரகடனம் ஒவ்வொரு மனிதனின் கண்ணியத்தையும் உறுதிசெய்தது. இந்த ஆவணம் வரையப்பட்டதும், ஏற்றுக்கொள்ளப்பட்டதும் முன்னாள் முதல் குடிமகளான எலினார் ரூஸ்வெல்ட்டின் முன்னிலையில் நடந்தன. அத்துடன், இது, அமெரிக்காவினதும், புதிய ஐக்கிய நாடுகள் சபையினதும் இலட்சியங்களுக்கு ஆதரவானதாக இருந்தது. இது உலக சமுதாயம் முழுவதையும் மெய்யாகவே உள்ளடக்குவதற்கான, துணிவானதொரு அறிக்கையாகவும், ஆற்றல் வாய்ந்ததொரு கூறியதுகூறலாகவும், தனிமனிதநிலை குறித்த தாராளவாத ஜனநாயகப்புரிதலின் விரிவாக்கமாகவும் இருந்தது. ஒவ்வொரு மனிதனின் சமத்துவத்தையும் மதிப்பதற்கான, பகிர்ந்துகொள்ளப்பட்ட ஓர் அர்ப்பணிப்புக்காக, அனைத்து தேசங்களையும் பண்பாடுகளையும் கட்டுப்படுத்துவதாக இருக்கிறது. காலனியாதிக்கம், இனப்படுகொலை, இனவாதம், உலகளாவிய போர் ஆகியவற்றாலும், அத்துடன், ஃபாசிசத்தாலும் ஏற்பட்ட அழிவை எதிர்கொண்டு உடைந்து நொறுங்கியிருக்கும் ஓர் உலகில் பல இலட்சக்கணக்கானோரின் பேரார்வத்தின் முழக்க ஒலிகளால் நிரம்பியிருக்கிறது. போருக்குப் பிறகு, கட்டளை 14 என்பது குறிப்பிடத்தக்க விதத்தில், அனுதாபத்தைத் தூண்டுவதாகவும், அடைக்கலம் கோருவதற்கான ஒவ்வொரு மனிதனின் உரிமையையும் அமைதியான விதத்தில் உறுதிப்படுத்துவதாகவும் இருந்தது. இந்தப் பிரகடனம், இரண்டாம் உலகப்போரில் அனுபவித்த துயரம் மீண்டும் நிகழாமல் தடுக்க முயல்வதாக இருக்கும் நிலையிலும்கூட, குறிப்பிட்ட வகையினத்தைச் சேர்ந்த மக்கள் ஒரு காலத்தில் எந்தக் கொடியின் கீழ் வாழ்ந்தார்களோ அந்தத் தேச அரசுகளிடமிருந்து மீண்டும் ஒருமுறை தப்பியோட வேண்டியிருக்கக்கூடும் என்பதை ஒப்புக்கொள்கிறது.

ஃபாசிசம் 1930களில் இருந்ததுபோல் இப்போது இருக்க வில்லை. ஆனால், ஒவ்வொரு சாலையிலும் மீண்டும் ஒரு முறை அகதிகள் காணப்படுகிறார்கள். பல நாடுகளிலும், நாடு முற்று கைக்கு உள்ளாகியிருக்கிறது என்றும், நாட்டுக்கு உள்ளேயும் வெளியேயும் என இருபுறங்களிலும் அந்நியர்கள் ஓர் அச்சுறுத் தலாக இருக்கிறார்கள் என்றும் ஃபாசிசவாதிகள் செய்யும் பரப் புரை அவர்களது இன்னலை மேன்மேலும் அதிகரிக்கச் செய் கிறது. அந்நியர்களின் துயரம் ஃபாசிசத்தின் கட்டமைப்பை உறுதிப்படுத்துவதாக இருக்கக்கூடும். ஆனால் ஒருமுறை இன் னொரு கண்ணாடிவில்லை உரிய இடத்தில் சட்டெனெ விழுந்து விட்டால் அது அனுதாபத்தைத் தூண்டுவதாகவும் இருக்கக்கூடும்.

●

1. கட்டுக்கதை சார்ந்த கடந்தகாலம்

மரபின் பெயரால்தான் யூத எதிர்ப்பாளர்கள் தங்கள் "பார்வைக் கோணத்துக்கான" அடிப்படையை வைத்திருக்கிறார்கள். மரபின் பெயரால்தான், நீண்டதும் வரலாற்றுரீதியானது மான கடந்தகாலமும், பாஸ்கால் மற்றும் தெக்கார்த்தே யுடனான இரத்த உறவுகளும் நீங்கள் எப்போதும் இந்த இடத்துக்குச் சொந்தமானவர்களாக இருக்கப்போவதில்லை என்று யூதர்களிடம் சொல்வதாக இருந்தன.

– ஃபிரான்ஸ் ஃபனான், கறுப்புத்தோல்,
வெள்ளை முகமூடிகள் (1952)

ஃபாசிசத்தின் தோற்றுவாயைக் கண்டுபிடித்த இடமாக, ஃபாசிச அரசியல் கோரிக்கொள்ளும் இடத்திலிருந்து, அதாவது கடந்த காலத்திலிருந்து இந்தப் புத்தகத்தைத் தொடங்குவது மட்டுமே இயல்பானதாக இருக்கும். துயரார்ந்த விதத்தில் அழிக்கப்பட்ட, தூய்மையானதொரு கட்டுக்கதை சார்ந்த கடந்தகாலத்தை ஃபாசிச அரசியல் விரும்பி வேண்டுகிறது. தேசம் எப்படி வரையறுக்கப் படுகிறது என்பதைச் சார்ந்து, இந்தக் கடந்தகாலம் என்பது மதரீதியாகப் தூய்மையானதாக, இனரீதியாகத் தூய்மையானதாக, பண்பாட்டுரீதியாகத் தூய்மையானதாக அல்லது மேற்சொன்ன அனைத்துரீதியாகவும் தூய்மையானதாக இருக்கக்கூடும். ஆனால், ஃபாசிசக் கட்டுக்கதையாக்கல்கள் அனைத்துக்கும் பொதுவான தொரு கட்டமைப்பு இருக்கிறது. ஃபாசிசக் கடந்தகாலங்கள் அனைத்திலும் தீவிர வடிவத்திலான தந்தைவழிக் குடும்பம் ஒன்று ஒருசில தலைமுறைகளுக்கு முன்பும்கூட மேலான நிலையில் ஆட்சி புரிந்துவந்தது. இன்னும் பிற்பட்ட காலத்தில் கட்டுக்கதை சார்ந்த கடந்தகாலம் தேசத்தின் பெரும்புகழ் வாய்ந்த ஒரு காலமாக இருந்தது. தேசபக்தி மிகுந்த தளபதிகளால் தலைமை தாங்கப்பட்ட போர் வெற்றிகளோடு, அதன் படைகள் அந்த நாட்டைச் சேர்ந்த,

திடமான உடல்கொண்ட போர் வீரர்கள் நிறைந்ததாக இருந்தது. வீட்டிலிருந்த அவர்களது மனைவிமார்கள் அடுத்த தலைமுறை யினரைப் பேணிவளர்த்து வந்தார்கள். இந்தக் கட்டுக்கதைகள் ஃபாசிச அரசியலின் கீழ் தற்போது இந்த தேசத்தின் அடை யாளத்துக்கான அடிப்படைகளாக மாறியிருக்கின்றன.

தீவிர தேசியவாதிகளின் சொல்லாட்சித் திறத்தால், அத்தகைய பெரும் புகழ்வாய்ந்த கடந்தகாலம், உலகமயமாதல் தாராளவாதப் பெருநகரமயமாதல், சமத்துவம் போன்ற "உலகளாவிய விழுமி யங்கள்" குறித்த மரியாதை ஆகியவற்றால் கொண்டுவரப்பட்ட அவமதிப்புகளால் இழக்கப்பட்டுவிட்டதாகக் காட்டப்படுகிறது. இந்த தேசத்தின் இருத்தலுக்கான உண்மையானதும், அச்சுறுத்தக் கூடியதுமான சவால்களின் முன்னிலையில், இந்த விழுமியங்கள் தேசத்தைப் பலவீனப்படுத்துபவையாக இருப்பதாகக் கருதப் படுகிறது. இந்தக் கட்டுக்கதைகள் பொதுவாக, முற்றிலும் கற்பனையான, இல்லாததொரு கடந்தகாலச் சமச்சீரான தன்மையை அடிப்படையாகக் கொண்டுள்ளன. இந்தச் சமச்சீரான தன்மை, நகரங்களின் தாராளவாதச் சீர்கேட்டால் ஒப்பீட்டளவில் மாசு படாத சிறு நகரங்கள் மற்றும் கிராமப்புறங்களின் மரபுகளில் உயிர்பிழைத்திருக்கிறது. மொழிரீதியான, மதரீதியான, புவியியல் ரீதியான அல்லது இனக்குழுரீதியான இந்தச் சமச்சீரான தன்மை சில தேசியவாத இயக்கங்களில் முழு அளவில் சாதாரணமானதாக இருக்க முடியும். ஆனால் ஃபாசிசக் கட்டுக்கதைகள் பெரும் புகழ் வாய்ந்த தேசிய வரலாற்றை உருவாக்குவதன் மூலம் தம்மை வேறுபடுத்திக்கொள்கின்றன. அந்த வரலாற்றில், தேர்வு செய்யப் பட்ட அந்த தேசத்தின் உறுப்பினர்கள், வெற்றிகொள்ளல்கள் மற்றும் நாகரிகத்தைக் கட்டியமைக்கும் சாதனைகளால் மற்ற வர்களை ஆட்சி புரிபவர்களாக இருக்கிறார்கள். உதாரணமாக, ஃபாசிசக் கற்பனையில், மாறாத விதத்தில், கடந்தகாலமானது மரபானதும், தந்தைவழிப் பாலினப் பாத்திரங்களோடு தொடர்பு கொண்டதாக இருக்கிறது. ஃபாசிசத்தின் கட்டுக்கதை சார்ந்த கடந்த காலம் குறிப்பிட்டதொரு கட்டமைப்பைக் கொண்டிருக்கிறது. அந்தக் கட்டமைப்பு அதன் ஆதிக்கம் செலுத்துவதும் படிநிலை யானதுமான கருத்தியலுக்குப் பக்கபலமாக இருக்கிறது. கடந்த கால சமூகங்கள் தந்தைவழிப்பட்டதாக அல்லது உண்மையிலேயே பெரும்புகழ் வாய்ந்ததாக—இருந்துவந்தன என்று ஃபாசிச

கருத்தியல் பிரதிநித்துவம் செய்வதுபோல் அந்தச் சமூகங்கள், அரிதாகவே இருந்தன என்பது அந்தக் கருத்தோடு தொடர்பற்றது. கற்பனை செய்யப்பட்ட இந்த வரலாறு தற்காலத்தில் படிநிலையை அமைப்பைத் திணிக்கிறது. அத்துடன் அது, சமகாலச் சமூகம் எப்படித் தோற்றமளிக்க வேண்டும் என்றும், எப்படி நடந்துகொள்ள வேண்டும் என்றும் ஆணையிடுகிறது.

1922இல், நேப்பிள்ஸில் நடந்த ஃபாசிசப் பேரவைக் கூட்டத்தில் ஆற்றிய உரையொன்றில் பெனிடோ முசோலினி பின்வருமாறு அறிவித்தார்:

> நமது கட்டுக்கதையை நாம் உருவாக்கிவிட்டோம். அந்தக் கட்டுக்கதை ஒரு நம்பிக்கை, ஒரு பேரார்வம். அது யதார்த்தமான ஒன்றாக இருக்கவேண்டிய அவசியமில்லை... நமது கட்டுக்கதைதான் தேசம், நமது கட்டுக்கதைதான் இந்த தேசத்தின் மகத்துவம்! அத்துடன், ஒட்டுமொத்தமான ஒரு யதார்த்தமாக மாற்ற விரும்பும் இந்தக் கட்டுக்கதைக்கு இந்த மகத்துவத்துக்கு அனைத்தையும் நாம் கீழ்ப்படுத்துவோம்.[1]

இங்கு, ஃபாசிச கட்டுக்கதை சார்ந்த கடந்தகாலம் திட்டமிட்டே கட்டுக்கதைத் தன்மையோடு இருக்கிறது என்பதை முசோலினி தெளிவுபடுத்துகிறார். ஃபாசிச அரசியலில் கட்டுக்கதை சார்ந்த கடந்தகாலத்தின் செயல்பாடு என்பது ஃபாசிசக் கருத்தியலின் மையக் கோட்பாடுகளான ஆதிக்கப்போக்கு, படிநிலை அமைப்பு, தூய்மைத் தன்மை மற்றும் போராட்டத்தோடு பழங்கால நாட்டத்தின் உணர்வெழுச்சியைப் பிணைப்பதற்கானதாகும்.

கட்டுக்கதை சார்ந்த கடந்தகாலம் ஒன்றின் உருவாக்கத்துடன், பழங்கால நாட்டத்துக்கும் ஃபாசிச இலட்சியங்கள் செயல்வடிவம் பெறுவதற்கும் இடையில் ஒரு தொடர்பை ஃபாசிச அரசியல் உருவாக்குகிறது. கட்டுக்கதை சார்ந்த கடந்தகாலம் ஒன்றை தந்திரோபாய ரீதியில் பயன்படுத்துவது குறித்த இந்தக் கருத்தை ஜெர்மானிய ஃபாசிசவாதிகளும்கூட தெளிவாகவும் வெளிப்படையாகவும் பாராட்டுகிறார்கள். முன்னணி நாஜி செய்தித்தாளான வோல்கீசெர் பியோபேட்சர்ரின் ஆசிரியரும், தலைசிறந்த நாஜி சித்தாந்தவாதியுமான ஆல்ஃபிரட் ரோசன்பெர்க் 1924இல் பின்வருமாறு

எழுதுகிறார், "நமது சொந்தக் கட்டுக்கதை சார்ந்த கடந்த காலத்தையும், நமது சொந்த வரலாற்றையும் புரிந்துகொள்வதும், அதற்கு மரியாதை செலுத்துவதும், ஐரோப்பாவின் உண்மையான தாய் மண்ணில் வரவிருக்கும் தலைமுறையை மேலும் உறுதியாக நிலைநிறுத்துவதற்கான முதல் நிபந்தனையாக அமைவுறும்."² நிகழ்காலத்தை மாற்றுவதற்கு உதவிபுரிவதற்காகவே ஃபாசிசக் கட்டுக்கதை சார்ந்த கடந்தகாலம் இருந்து வருகிறது.

∞

ஃபாசிச அரசியல்வாதிகள் கோரிக்கொள்வதுபோல், தந்தை வழிக் குடும்பம் என்பது, சமூகத்தில் அவர்கள் உருவாக்க விரும்பும் அல்லது திரும்பிப்போக விரும்பும் ஒரு இலட்சியமாக இருக்கிறது. தேசத்தின் மரபுகளின் மையப் பகுதியாக எப்போதும் பிரதிநிதித்துவம் செய்யப்பட்டுவந்த தந்தைவழிக் குடும்பம், தாராளவாதம் மற்றும் பெருநகரமயமாதலின் வருகையால் சமீபத்தில் தான் மங்கி மறைந்து வருகிறது. ஆனால், தந்தைவழி முறைமை ஃபாசிச அரசியலுக்கு மிகவும் தந்திரோ பாயமானவிதத்தில் மையமாக இருப்பது ஏன்?

ஃபாசிச சமூகம் ஒன்றில் தேசத்தின் தலைவர் என்பவர் மரபான தந்தைவழிக் குடும்பத்தில் தந்தையாக இருப்பவருக்கு ஒப்பானவர். தலைவராக இருப்பவரே தனது தேசத்தின் தந்தை யாவார். தந்தைவழிக் குடும்ப முறையில் தந்தையின் வலிமையும் அதிகாரமுமே, அவர் தனது குழந்தைகள் மீதும் மனைவி மீதும் செலுத்தும் அறவியல் ஆதிக்கத்துக்கான ஆதாரமாகக் கருதப்படுவதுபோல், தலைவரே தனது நாட்டின் தந்தையாக இருக்கிறார். அவரது சட்டப்பூர்வமான ஆதிக்கமே அவரது வலிமைக்கும், அதிகாரத்துக்குமான ஆதாரமாக இருக்கிறது. மரபான குடும்பத்தில் தந்தையானவர் தேவையானவற்றை வழங்குபவராக இருப்பது போல், தலைவர் தனது தேசத்துக்குத் தேவையானவற்றை வழங்குபவராக இருக்கிறார். தந்தைவழிக் குடும்பமுறையில் தந்தையின் ஆதிக்கம் அவரது வலிமையிலிருந்தே தருவித்துக் கொள்ளப் படுகிறது என்பதுடன், வலிமையே முதன்மையான ஆதிக்க மதிப்பாக இருக்கிறது. தேசத்தின் கடந்தகாலத்தை, தந்தைவழிக் குடும்ப முறையின் கட்டமைப்போடு ஒருசேரப் பிரதிநிதித்துவம் செய்வதன்

மூலம், ஃபாசிச அரசியலானது மையத்தில் ஒருங்கிணைக்கும் படி நிலை ஆதிக்கக்கட்டுமானம் ஒன்றுடன், பழங்கால நாட்டத்தைத் தொடர்புபடுத்துகிறது. இந்த நடைமுறைகளில் அது தனது மிகத் தூய்மையான பிரதிநிதித்துவத்தை கண்டுகொள்கிறது. தேசிய சோசலிச நாஜி - ரீச் குடியரசின் பரப்புரைத்தலைவர் பதவியை கோயபெல்ஸ் கைப்பற்றிக்கொள்வதற்கு முன்னால், 1920களில், கிரிகோர் ஸ்ட்ராஸர்தான் தலைவராக இருந்தார். ஸ்ட்ராஸரின் கூற்றுப்படி, "ராணுவச் சேவையே ஓர் ஆணுக்கு பங்கெடுத்துக் கொள்வதற்கான, மிகவும் முக்கியமானதும், மதிக்கத்தக்கதுமான வடிவமாகும் - பெண்ணுக்கு அந்த வடிவம் தாய்மைப் பருவ *மாகும்!*"[3] ஜெர்மானியப் பெண்கள் சங்கத்தின் செயல்தலை வரான போலா சிபர், பெண்கள் குறித்த தேசிய சோசலிச அரசின் அதிகாரப்பூர்வமான கருத்தைத் தெரியப்படுத்துவதாகக் கருதப்படுகிற, 1933ஆம் ஆண்டு ஆவணமொன்றில், "ஒரு பெண் ணாக இருப்பது என்பதன் பொருள் ஒரு தாயாக இருப்ப தாகும். ஒருவரது ஆன்மாவின் முழு விழிப்புணர்வின் ஆற்றலுடன் ஒரு தாயாக இருப்பதன் மதிப்பை ஒப்புக்கொண்டு, அதை வாழ்வின் சட்டமாக ஆக்க வேண்டும்... தேசிய சோசலிசப் பெண்ணுக்கு விடுக்கப்படும் உயர்ந்தபட்ச அழைப்பு வெறுமனே குழந்தைகளைப் பெற்றுக்கொள்ள வேண்டும் என்பதல்ல. மாறாக, தாயென்னும் நிலையில் விழிப்புணர்வோடும், தான் வகிக்கும் பாத்திரத்துக்கும் கடமைக்கும் முழு அர்ப்பணிப்போடும் தனது நாட்டு மக்களுக் காகக் குழந்தைகளைப் பேணி வளர்க்க வேண்டும்," என்பதுமாகும் என்று அறிவிக்கிறார்.[4] தேசிய சோசலிசம் குறித்த பிரிட்டிஷ் வர லாற்றாளரான ரிச்சர்ட் க்ரண் பெர்ஜர் "பெண்கள் பிரச்சினை குறித்த நாஜி சிந்தனையின் மையமானது, இனங்களுக்கு இடையிலான மாற்ற முடியாத தன்மையைப்போல், பாலினங்களுக்கு இடையி லான சமத்துவமின்மை குறித்த ஒரு வறட்டுக்கோட்பாடாக உள்ளது"[5] என்று சுருக்கமாகக் கூறுகிறார். வரலாற்றாளர் சாரு குப்தா "பால் பாகுபாட்டு அரசியல் நாஜி ஜெர்மனியில் பெண்கள்" என்னும் தனது 1991ஆம் ஆண்டுக் கட்டுரையில், "நாஜி ஜெர் மனியில் பெண்கள் மீதான ஒடுக்குமுறை என்பது, உண்மையில், இருபதாம் நூற்றாண்டில் பெண்ணியத்துக்கு எதிரான மிகவும் பாரதூரமான சம்பவமாகும்"[6] என்று வாதிடும் அளவுக்குச் செல் கிறார்.

∞

பால்பாகுபாட்டுப் பாத்திரங்கள் குறித்த இந்த இலட்சியங்கள் மீண்டும் ஒருமுறை அரசியல் இயக்கங்களை வரையறுப்பவையாக இருக்கின்றன. 2015இல், போலந்தின் வலதுசாரிக் கட்சியான சட்டம் மற்றும் நீதிக்கட்சி (போலிஷ் மொழியில் பி.ஐ.எஸ். என்று சுருக்கமாக அழைக்கப்படுகிற ப்ரோவோ ஐ ஸ்ப்ரவிட்டிவொஸ்ச் கட்சி) போலந்தின் நாடாளுமன்றத் தேர்தலில் அறுதிப் பெரும் பான்மையோடு பெற்ற வெற்றி, அதை போலந்தின் ஆதிக்கக் கட்சியாக ஆக்கியது. பி.ஐ.எஸ். கட்சியானது தனது தற்கால அவதாரத்தில் போலந்தின் கிராமப்புறப் பழமைவாத ஜனநாயக சோசலிச மரபுகளுக்குத் திரும்புவதற்கான ஓர் அழைப்பைத் தனது மையமாகக் கொண்டுள்ளது. அதன் பெரும்பாலான அரசியல் வாதிகள் ஓரினப்புணர்ச்சி மீது வெளிப்படையான அருவருப்பைக் கொண்டவர்களாக இருக்கிறார்கள். அந்தக் கட்சி குடிவரவுக்கு எதிரானதாக இருக்கிறது. அத்துடன், போலந்தின் வானொலி மற்றும் தொலைக்காட்சி நிலையங்களின் ஒலிபரப்பு/ஒளிபரப்புத் தலைவர்களை வேலையில் அமர்த்துவதற்கும், நீக்குவதற்குமான அதிகாரத்தை (கட்சி உறுப்பினர்களாக இருக்கும்) அரசாங்க அமைச்சர்களுக்கு வழங்கியதன் மூலம், அரசு ஊடகத்தின் மீது முழுக் கட்டுப்பாட்டைச் செலுத்துவதற்கு அவர்களை அனுமதிக்கும் சட்டங்களை உருவாக்கியது போன்ற அந்தக் கட்சியின் பெரும் பாலான ஜனநாயகவிரோத நடவடிக்கைகளை ஐரோப்பிய ஒன்றியம் கண்டனம் செய்தது. ஆனால், அந்தக் கட்சி அதன் பாலியல் பாகு பாட்டு அரசியலில் தீவிரமாக இருப்பது சர்வதேச அளவில் நன்கு அறியப்பட்டதாக இருக்கிறது. போலந்தில் கருக்கலைப்பு ஏற்கனவே தடை செய்யப்பட்டிருக்கிறது. கருவுக்கு கடுமையானதும், மாற்ற முடியாததுமான சேதம் விளைவிப்பதாக இருப்பது, தாய்க்குக் கடுமையான சிக்கலை உருவாக்குவதாக இருப்பது அல்லது வன் புணர்ச்சி அல்லது தகாப்புணர்ச்சி ஆகிய சம்பவங்கள் மட்டுமே விதிவிலக்கு அளிக்கப்பட்டன. பி.ஐ.எஸ். கட்சியால் முன் வைக்கப்பட்ட புதிய சட்டவரைவு, கருக்கலைப்புக்கான விதி விலக்குகளிலிருந்து வன்புணர்ச்சியையும் தகாப்புணர்ச்சியையும் நீக்கக்கூடியதாக இருக்கிறது. அத்துடன், கருக்கலைப்புச் செயல் முறையை நாடும் பெண்களுக்குத் தண்டனையாக அவர்களைச் சிறையில் அடைக்கக்கூடியதாகவும் இருக்கிறது. போலந்தின்

நகரங்களின் வீதிகளில் பெண்களால் மேற்கொள்ளப்பட்ட கடும் கண்டனங்கள் மற்றும் ஆர்ப்பாட்டங்களின் காரணமாகத்தான் அந்தச் சட்டவரைவு நிறைவேறாமல் போனது.

அமெரிக்கா உள்ளிட்டு, உலக அளவில் இதுபோன்ற பாலின வேறுபாடு குறித்த கருத்துகள் அடிக்கடி வரலாற்றுச் சான்றுகளின் ஆதரவுடன் மேலெழுந்த வண்ணமாக இருக்கின்றன. வீவ் என்று அறியப்பட்ட ஆண்ட்ரு அவெர்ஹெய்மர் என்பவர் ஆண்ட்ரு ஆங்லினோடு சேர்ந்து த டெய்லி ஸ்ட்ராமர் என்னும் இணைய செய்தித்தாளை நடத்தியவராவார். 2017 மே மாதத்தில், டெய்லி ஸ்ட்ராமரில் "மரபான பாலினப் பாகுபாட்டுப் பாத்திரங்கள் என்பதுதான் என்ன?" என்ற கட்டுரையை அவர் வெளியிட்டார். அதில், தாய்வழிச் சமூகங்களான யூதச்சமூகங்கள் மற்றும் சில ஜிப்சி குழுக்களைத் தவிர, அனைத்து ஐரோப்பியப் பண்பாடுகளிலும் பெண்கள் மரபான விதத்தில் சொத்தாகக் கருதப்பட்டார்கள் என்று வாதிடுகிறார்:

> இதன் காரணமாகத்தான் இந்தக் கருத்துகளைத் தாக்குவதில் யூதர்கள் மிகவும் கவனமாக இருக்கிறார்கள். ஏனெனில், தந்தைவழியில் சொத்துரிமை கடந்து செல்வது உள்ளார்ந்த விதத்தில் அவர்களது பண்பாட்டுக்குத் தீங்கிழைப்பதாக இருந்தது. யூதாயிசத்தின் முகவர்களின் திட்டமிட்ட கீழறுப்பு வேலையின் காரணமாகத்தான் பெண்கள் சுதந்திரமான தன்னிலைகள் என்னும் இந்த அபத்தமான கருத்தை ஐரோப்பா மட்டுமே கொண்டிருக்கிறது.[7]

இருபதாம் நூற்றாண்டு நாஜிசத்தை எதிரொலிப்பவரான வீவைப் பொறுத்தவரையில், தந்தைவழிப் பாலின வேறுபாட்டுப் பாத்திரங்கள் வெள்ளை ஐரோப்பாவின் "பெரும்புகழ்வாய்ந்த கடந்த காலத்தின்" ஒரு பகுதியாக, ஐரோப்பிய வரலாற்றுக்கு மையமானவையாக இருக்கின்றன.

வீவின் எழுத்தில், கடந்தகாலமானது மரபான பாலின வேறுபாட்டை ஆதரிப்பது மட்டுமின்றி, அவற்றைக் கடைப்பிடிக்கும் குழுக்களிலிருந்து, அவற்றைக் கடைப்பிடிக்காத குழுக்களைத் தனித்துப் பிரிக்கவும் செய்கிறது. நாஜி ஜெர்மனியிலிருந்து

சமீபத்திய வரலாறு வரையிலான இந்தக் கெடுநோக்குடைய வேறு பாட்டுத்தன்மை இனப்படுகொலை என்ற புள்ளிவரை இழுத்துச் செல்லக்கூடியதாக இருக்கிறது. ஹுட்டு அதிகார இயக்கம் 1994 ருவாண்டா இனப்படுகொலைக்கு முந்தைய ஆண்டுகளில் ருவாண்டாவில் தோன்றிய ஃபாசிச இனத்துவ மேலாதிக்க இயக்க மாகும். 1990இல், ஹுட்டு அதிகார இயக்கத்தின் செய்தித்தாளான கங்குரா, ஹுட்டுவின் பத்துக் கட்டளைகளை வெளியிட்டது. அதில் முதல் மூன்று கட்டளைகளும் பாலின வேறுபாடு குறித்தவை. துட்சி இனப்பெண்ணை மணம்புரிவதன் மூலம் தூய ஹுட்டு வம்சாவளியை களங்கப்படுத்துபவர் எவரொருவரும் துரோகி யென்று முதல் கட்டளை அறிவித்தது. மூன்றாவது கட்டளை தங்கள் கணவர்கள், சகோதரர்கள் மற்றும் மகன்கள் துட்சி பெண்களைத் திருமணம் செய்யாமல் இருப்பதை உறுதிசெய்யுமாறு ஹுட்டு பெண்களுக்கு அழைப்புவிடுத்தது. இரண்டாவது கட்டளை:

> ஒவ்வொரு ஹுட்டு இனத்தவரும் நமது ஹுட்டு இன மகள்கள் தங்கள் குடும்பத்தில் தாங்கள் வகிக்கும் பெண், மனைவி மற்றும் தாயின் பாத்திரத்துக்கு மிகவும் பொருத்தமானர்களாகவும் மனசாட்சிகொண்ட வர்களாகவும் இருக்கிறார்கள் என்பதை அறிந்திருக்க வேண்டும். அவர்கள் அழகானவர்களாக, சிறந்த செயலாளர்களாக, மிகவும் நேர்மையானவர்களாக இருக்கிறார்கள் அல்லவா?

ஹுட்டு அதிகாரக்கருத்தியலில் ஹுட்டு இனத்தூய்மையை உறுதி செய்யும் புனிதப்பொறுப்பு ஒப்படைக்கப்பட்ட மனைவிகள் மற்றும் தாய்மார்களாக மட்டுமே ஹுட்டு பெண்கள் இருந்து வருகிறார்கள். இந்தப் புனிதத்தூய்மை குறித்த தேடலே 1994 இனப்படுகொலையில் துட்சிகளைக் கொல்வதற்கான முக்கிய மானதொரு நியாயப்படுத்தலாக இருந்தது.

நிச்சயமாக, பாலினப்பாகுபாடுகொண்ட மொழியும், பெண்கள் வகிக்கும் பாத்திரங்கள் மற்றும் அவர்களின் தனிச்சிறப்பான மதிப்பு குறித்த குறிப்பீடுகளும் அவற்றால் மறைமுகமாகச் சுட்டிக்காட்டப் படும் பொருள்பற்றி எந்தவிதச் சிந்தனையும் இல்லாமல் அரசியல் பேச்சுக்குள் நுழைந்து விடுகின்றன. 2016 அமெரிக்கத் தேர்தலில்,

குடியரசுக் கட்சியின் அதிபர் வேட்பாளரான டொனால்ட் டிரம்ப் பெண்கள் குறித்து கடுமையாக இழிவுபடுத்தும் கருத்துகளை வெளியிட்டதைக் காட்டும் ஒரு காணொளி வெளியானது. டிரம்பின் குறிப்பீடுகள், "நமது மனைவிகளையும் மகள்களையும் இழிவு படுத்துவதாக," குடியரசுக் கட்சியின் 2012ஆம் ஆண்டு அதிபர் வேட்பாளர் மிட் ரோம்னி சொன்னார். பேரவையின் குடியரசுக் கட்சி சபாநாயகர் பால் ரியான், "பெண்கள் ஆதரவளிக்கப்பட வேண்டியவர்கள், போற்றப்படவேண்டியவர்கள், காட்சிப் பொருளாக ஆக்கப்படவேண்டியவர்களல்ல" என்றார். இந்த இரண்டு குறிப்பீடுகளுமே அமெரிக்கா குடியரசுக்கட்சிக் கொள் கையின் பெரும்பகுதியாக விளங்கும் வகை மாதிரியான தந்தை வழிக் கருத்தியலின் அடியோட்டம் ஒன்றை வெளிப்படுத்து பவையாக இருக்கின்றன. நமது சக குடிமக்களில் பாதிப் பேரை இழிவுபடுத்தும் டிரம்ப்பின் குறிப்பீடுகளான இந்த விளக்கங்களின் மிக நேரடியான விவரிப்புகளுக்கு இந்த அரசியல்வாதிகள் குரல் தரவல்லவர்களாக இருக்கிறார்கள். ஹூட்டு பத்துக் கட்டளைகளின் மொழியிலான ரோம்னியின் கருத்து பெண்களைத் தனிப்பட்ட விதத்தில், குடும்பங்களில் மரபான, கீழ்நிலைப்பட்ட பாத்திரங்களுக் கான தனித்திறமான அலகுகொண்டு, பெண்கள் மற்றும் மகள்கள் என்று விவரிக்கிறது - அவர்களைச் சகோதரிகள் என்றுகூட விவரிப்ப தில்லை. பெண்களை சமமான மரியாதைக்குரியவர்கள் என்பதை விடவும், "போற்றுதலுக்குரிய" பொருட்கள் என்னும் பால் ரியானின் பாத்திரச் சித்தரிப்பு, பெண்களைக் காட்சிப்பொருளாக்கும் அதே வாக்கியத்தில் அவ்வாறு செய்வது குறித்து இகழ்ந்துரைக்கவும் செய்கிறது.

ஃபாசிச அரசியலில் தந்தைவழிக் குடும்பம் தேச மரபுகள் குறித்த தொரு மாபெரும் கதையாடலில் பதிந்திருக்கிறது. ஹங்கேரியப் பிரதமர் விக்டர் ஓர்பான் 2010இல் தாராளவாதத்துக்குப் புறம்பான ஓர் அரசு என்று ஓர்பானால் வெளிப்படையாக விவரிக்கப்பட்ட ஒன்றை உருவாக்கும் பணியில், அந்த நாட்டில் தாராளவாத நிறு வனங்கள் தகர்க்கப்பட்டதை அவர் மேற்பார்வையிட்டார். 2011 ஏப்ரலில், ஹங்கேரியின் புதிய அரசியல் அமைப்பான, "ஹங் கேரியின் அடிப்படைச் சட்டம்" அறிமுகப்படுத்தப்பட்டதையும் ஓர்பான் மேற்பார்வையிட்டார். அந்த அடிப்படைச் சட்டத்தின்

இலக்கு "தேசிய உறுதிமொழி"யில் தொடக்கத்திலேயே தெளிவாக அறிவிக்கப்பட்டிருந்தது. அது, புனிதர் ஸ்டீபனால் ஹங்கேரிய அரசு நிறுவப்பட்டதைப் புகழ்ந்துரைப்பதிலிருந்து தொடங்குகிறது. அவர் "நமது நாட்டை ஆயிரம் ஆண்டுகளுக்கு முன்னதாகவே கிறித்தவ ஐரோப்பாவின் ஒரு பகுதியாக ஆக்கினார்." "நமது மக்கள் பல நூற்றாண்டுகளாக ஐரோப்பாவை வரிசையாக வந்த பல போராட் டங்களில் (இவை இஸ்லாமிய ஓட்டோ மான் பேரரசுக்கு எதி ரானவை என்று ஊகிக்கத் தக்கவை) பாதுகாத்து வந்தனர்," என்று பெருமையை வெளிப்படுத்தும் விதத்தில் அந்த உறுதிமொழி தொடர்கிறது. "தேசத் தன்மையைப் பாதுகாப்பதில் கிறித்தவத்தின் பங்களிப்பை," அது அங்கீகரிக்கிறது. "நமது பாரம்பரியத்தைப் பாதுகாத்து மேம்படுத்துவதற்கு" தன்னை அர்ப்பணித்துக்கொள் கிறது. "ஆன்மீகரீதியானதும், அறிவார்த்தரீதியானதுமான ஒரு புதுப்பித்தலுக்குக் கீழ்படியவேண்டிய ஒரு தேவையை" நிறை வேற்றுவதாகவும், "ஹங்கேரியை மீண்டும் மகத்தானதாக ஆக்கு வதற்கு," ஹங்கேரியின் புதிய தலைமுறையினருக்கு ஒரு புதிய பாதையை வழங்குவதாகவும் வாக்குறுதியளித்து அந்தத் தேசிய உறுதிமொழி முடிவடைகிறது.

அடிப்படைச் சட்டத்தில் முதல் வரிசையிலிருக்கும் கட்டளை களான "அடித்தளம்" என்பது எழுத்துக்களால் அடையாளமிடப் பட்டுள்ளது. கட்டளை மி முழுமையாக அறிவிப்பதாவது:

1. ஓர் ஆணும் ஒரு பெண்ணும் சுயவிருப்பத்திலான முடிவின் மூலம் ஒன்றிணையும் திருமணம் என்னும் நிறுவனத்தையும், தேசத்தின் உயிர்வாழ்தலுக்கு அடிப்படை என்னும் விதத்தில் குடும்பத்தையும் ஹங்கேரி பாதுகாக்க வேண்டும். குடும்பப் பிணைப்புகள், திருமணம் மற்றும்/அல்லது பெற்றோர் மற்றும் குழந்தைகளுக்கிடையிலான உறவை அடிப்படையாகக் கொண்டிருக்க வேண்டும்.

2. குழந்தைகளைப் பெற்றுக்கொள்வதற்கான உள்ளார்ந்த ஈடு பாட்டை ஹங்கேரி ஊக்கப்படுத்த வேண்டும்.

3. குடும்பங்களின் பாதுகாப்பு என்பது சமயச்சார்பான சட்டம் ஒன்றால் ஒழுங்குபடுத்தப்பட வேண்டும்.

இரண்டாவது வரிசைக் கட்டளைகளான "சுதந்திரமும் பொறுப்பு களும்" ரோமானிய எண்களால் அடையாளமிடப் பட்டுள்ளன. கட்டளை II கருக்கலைப்பைத் தடைசெய்கிறது.

தெளிவான செய்தி என்னவென்றால் தந்தைவழிச் சமூகம் என்பது நல்லொழுக்கமானதொரு கடந்தகால நடைமுறை என்ப தாகும். தாராளவாதத்திலிருந்து அது தரும் பாதுகாப்பு நாட்டின் அடிப்படைச் சட்டத்தால் போற்றிப் பாதுகாக்கப்பட வேண்டும் என்பதாகும். ஃபாசிச அரசியலில், தந்தைவழிச் சமூகத்தின் கடந்த காலம் குறித்த கட்டுக்கதைகள், தாராளவாதக் கருத்துகளின் ஆக்கிரமிப்பாலும், அதைப் பின்தொடர்ந்துவரும் அனைத்து விசயங்களாலும் அச்சுறுத்தப்படுகின்றன. படிநிலை அந்தஸ்தை இழக்கும் நிலையில், அந்நிய ஆக்கிரமிப்பிலிருந்து தமது தூய் மையும், அந்தஸ்தையும் பாதுகாத்துக்கொள்வதற்கான திறமையை அந்தக் குழுவைச் சேர்ந்த ஆணும், அந்தக் குழுவும் இழக்கும் நிலையில் ஒரு பேரச்ச உணர்வை உருவாக்கும் விதத்தில் அவை செயல்படுகின்றன.

தந்தைவழிச் சமூகம் ஒன்றுக்குத் 'திரும்பிவருதல்' என்பது ஃபாசிச அரசியலில் படிநிலை அமைப்பொன்றைக் கெட்டிப் படுத்துமானால், அந்தப் படிநிலை அமைப்பின் ஆதாரம் கடந்த காலத்தினுள் இன்னும் ஆழமாகச் சென்றடைகிறது- ஹங்கேரியின் விசயத்தில் அது புனிதர் ஸ்டீபன்வரை தயக்கமின்றிப் பின் னோக்கிச்செல்கிறது. பெரும்புகழ் வாய்ந்த கடந்தகாலம் ஒன்றில், தேர்ந்தெடுக்கப்பட்ட தேசிய அல்லது இனக்குழு உறுப்பினர்கள், மற்ற அனைவருக்கும் பண்பாடு மற்றும் பொருளாதார செயல் திட்டத்தை உருவாக்கித்தருவதன் மூலம், தங்களை உச்சத்தில் வைக்கக்கூடிய, தங்களுக்கு ஏற்புடைய இடத்தைப் பெற்றுக் கொள்கிறார்கள். தந்திரோபாயமான விதத்தில் இது இன்றியமை யாததாகும். ஃபாசிச அரசியல், ஒரு படிநிலை அமைப்பு அரசியல் என்று நாம் கருத முடியும் (உதாரணமாக, அமெரிக்காவில் வெள்ளை மேலாதிக்கம் நீடித்த அதிகாரப் படிநிலை ஒன்றைக் கோருவதாகவும், உள்ளடக்கியிருப்பதாகவும் இருக்கிறது). அத் துடன், இந்தப் படிநிலை அமைப்பைச் செயல்படுத்துவதற்காக அதிகாரத்தின் மூலம் யதார்த்தம் இடம்பெயர்க்கப்படுகிறது என்றும் நாம் கருத முடியும். ஒரு மக்கள் கூட்டத்தை, அவர்கள்

நியாயமான விதத்தில் விதிவிலக்கானவர்களாக இருக்கிறார்கள் என்றும், மற்ற மக்கள் கூட்டங்களை அடக்கியாள இயற்கையின் மூலமாக அல்லது மதத்தின் விதியின் மூலமாக விதிக்கப்பட்ட வர்கள் என்றும் நம்பிக்கையை ஏற்படுத்த ஒருவரால் முடியுமானால், அவர் ஏற்கனவே பூதாகரமான பொய்யொன்றை அவர்கள் நம்பும் படி செய்தவராகிறார்.

ஜெர்மானிய வோல்கிஸ் இயக்கத்திலிருந்து தேசிய சோசலிச இயக்கம் தோன்றிவளர்ந்தது. அதற்கு ஆதரவாகப் பேசுபவர்கள் மத்தியகால ஜெர்மனியின் கட்டுக்கதை சார்ந்த கடந்தகாலம் ஒன்றுக்குத் திரும்பிச்செல்ல விரும்புகிறார்கள். ஹிட்லர் தனது ரீச் குடியரசுக்கு முன்மாதிரியாக, பழங்கால கிரீஸ் குறித்த, குறிப்பிட்ட விதத்திலான பார்வையைக்கொண்டிருந்தபோதிலும், அந்த ஆட்சியின் அதிகாரமிக்க உறுப்பினர்களான ஆல்ஃபிரட் ரோசன்பெர்க் மற்றும் ஹென்ரிச் ஹிம்லர் போன்ற முன்னணி நாஜிகள் வோல்கிஸ் சிந்தனையை ஆதரிப்பவர்களாகவும், ஊக்கப் படுத்துபவர்களாகவும் இருந்தார்கள். ஜெர்மானியப் பழம்பொருள் ஆய்வுகளுக்கும், தேசிய சோசலிசத்துக்கும் இடையிலான தொடர்பு குறித்து 2008இல் வெளியான தனது த சயின்ஸ் ஆப் த ஸ்வஸ்திகா நூலில் பெர்னார்ட் மீஸ் எழுதுகிறார்:

புராதன ஜெர்மானியர்களின் சித்திரத்தை நடைமுறை நோக்கங் களுக்குப் பயன்படுத்த முடியும் என்பதை வோல்கிஸ் எழுத்தாளர்கள் விரைவிலேயே கண்டுகொண்டார்கள்; பெரும்புகழ்வாய்ந்த ஜெர் மானியக் கடந்தகாலம் தற்கால ஏகாதிபத்திய நோக்கங்களுக்கான ஒரு நியாயப்படுத்தலாக பயன்படுத்தக்கூடியதாக இருந்தது. ஐரோப்பா கண்டத்தின் மீது ஆதிக்கம் செலுத்த வேண்டும் என்ற ஹிட்லரின் ஆசை, 1930களின் நாஜி பருவ இதழ்களால் வெறுமனே ஜெர்மனியின் விதியின் நிறைவேற்றம் என்பதாகவும், கண்டம் முழுவதும் பிந்தைப் பழங்காலத்தின்போதான, வரலாற்றுக்கு முந்தைய ஆரியர்களுடைய, அதன் பிறகான பிற்கால ஜெர்மானியர் களுடைய புலம்பெயர்தல்கள் திரும்பவும் நடக்கின்றன என்ப தாகவும் விளக்கப்பட்டன.[8]

ரோசன்பெர்க், ஹிம்லர் மற்றும் பிற நாஜி தலைவர்களால் வளர் தெடுக்கப்பட்ட உத்திகள் அப்போதிருந்தே பிறநாடுகளில் ஃபாசிச

அரசியலுக்கு உத்வேகம் அளிப்பவையாக இருந்தன. இந்தியாவில் இந்துத்துவா இயக்கத்தின் ஆதரவாளர்கள் கூறுவதன்படி, இந்துக்கள் இந்தியாவின் பூர்வகுடிமக்களாக இருந்தவர்கள். முஸ்லிம்கள் வரும் வரை தந்தைவழிச் சமூகப் பழக்கவழக்கங்களோடு, கறாரான தூய்மை வாதப் பாலியல் நடைமுறைகளைப் பின்பற்றியவர்கள். அடுத்து வந்தவர்களான கிறித்தவர்கள் சீர்கேடான மேற்கத்திய மதிப்புகளை அறிமுகப்படுத்தியவர்கள். ஆய்வறிஞர்கள் உண்மையானதாகக் கருதும் வரலாற்றுடன் சேர்த்துக்கொள்ளப்படுவதற்காக, இந்துத் துவா இயக்கம் கட்டுக்கதை சார்ந்த இந்தியக் கடந்தகாலத்துடன், இந்துக்களின் தூய தேசம் ஒன்றின் மாற்றுவடிவம் ஒன்றை புனைந்து உருவாக்கியது. இந்தியாவின் ஆதிக்கமிக்க தேசியக் கட்சியான பாரதிய ஜனதா கட்சி (பி.ஜே.பி.), இந்துத்துவக் கருத்தியலை தனது அதிகாரப்பூர்வமான சமய நம்பிக்கையாக ஏற்றுக்கொண்டு, உணர்வெழுச்சியான சொல்லாட்சியைப் பயன்படுத்தி, இந்தப் புனைவான, தந்தைவழிப்பட்ட, கடும் பழமைவாதப்போக்கிலான, இனரீதியிலும் மதரீதியிலும் தூய்மையான கடந்தகாலத்துக்குத் திரும்புவதற்கு அழைப்பு விடுத்து, நாட்டின் அதிகாரத்தை வென் றெடுத்தது. இந்து அல்லாத சிறுபான்மையினர் ஒடுக்கப்படுவதை ஆதரித்த, தீவிர வலதுசாரி இந்து தேசியவாத அமைப்பான ராஷ்ட்ரிய சுயம் சேவக் சங் (ஆர்.எஸ்.எஸ்.) என்னும் அரசியல் கிளையிலிருந்து பி.ஜே.பி. தோன்றியது. காந்தியைக் கொலைசெய்தவரான நாதுராம் கோட்சேவும், அதுபோலவே தற்போதைய இந்தியப் பிரதமர் நரேந்திர மோடியும் ஆர்.எஸ்.எஸ். உறுப்பினர்களாவர். ஐரோப்பிய ஃபாசிச இயக்கங்களால் ஆர்.எஸ்.எஸ். வெளிப்படையான தாக் கத்தைப் பெற்றிருந்தது. அதன் முன்னாள் அரசியல்வாதிகள் ஹிட்லரையும், முசோலினியையும் 1930களிலும், 1940களிலும் புகழ்ந்து பேசுவது வழக்கமாக இருந்தது.

∞

வரலாறு குறித்த இந்தப் படிநிலைக் கட்டுமானங்கள் உண் மையை அகற்றும் தந்திரோபாயமான நோக்கமும், பெரும்புகழ் வாய்ந்ததொரு கடந்தகாலம் கண்டுபிடிக்கப்பட்டதும், இடையூறு உண்டாக்கும் யதார்த்தங்களை அழித்தொழிப்பதை உள்ளடக்கி யதுமாகும். ஃபாசிச அரசியல், கடந்தகாலத்தை வழிபடும் அதே

வேளையில், அது உண்மையான கடந்தகாலமாக இருப்பதில்லை. புதிதாகக் கண்டுபிடிக்கப்பட்ட இந்த வரலாறுகள் தேசத்தின் கடந்தகாலப் பாவங்களைக் மங்கச்செய்வதாகவும் அல்லது முற்றிலுமாக அழித்துவிடுவதாகவும் இருக்கின்றன. ஓர் உண்மை யான "தேசத்தின்" மக்களைப் பலிகடாக்களாக ஆக்குவதற் காகத் தாராளவாத மேட்டுக்குடியினராலும், பெரு நகரவாதி களாலும் கற்பித்துக் கூறப்பட்ட ஒரு கதையாடல் என்பதாக ஒரு நாட்டின் இயல்பான வரலாற்றைப் பிரதிநிதித்துவம் செய்வது ஃபாசிச அரசியல்வாதிகளின் குறிப்பிடத்தக்க அடையாளமாகும். அமெரிக்காவில், உள்நாட்டுப்போர் முடிவுற்ற பிறகு, வீரநாயகத் தன்மை கொண்ட தெற்கத்திய கடந்தகாலத்தின் கட்டுக்கதை சார்ந்த வரலாற்றின் ஒரு பகுதியாக, தென்மாநிலங்களின் கூட்டணியின் நினைவுச் சின்னங்கள் எழுந்தன. அந்தக் கட்டுக்கதை சார்ந்த வரலாற்றில் அடிமைமுறையின் பயங்கரங்கள் முக்கியத்துவம் நீக்கப் பட்டவையாக இருந்தன. அந்தக் கட்டுக்கதை சார்ந்த கடந்தகாலத் துடன் அடிமை முறையைத் தொடர்புபடுத்தும் கடும்பணியை, தங்கள் "பாரம்பரியத்தை" கொண்டாடும் வெள்ளை அமெரிக் கர்களை நியாயமற்ற முறையில் துன்புறுத்துவதற்கான ஒரு முயற்சி என்று டிரம்ப் கடுமையாகச் சாடினார்.

மெய்யான கடந்தகாலத்தை அழிப்பது, இனரீதியாகத் தூய்மை யான, நன்னெறிக்குட்பட்ட கடந்தகாலம் குறித்த பார்வையைச் சட்டப்பூர்வமாக ஏற்கச்செய்கிறது. மியான்மர் தனது ரோகிங்கியா மக்களை இனச் சுத்திகரிப்புச் செய்ததன் ஒரு பகுதியானது அவர் களை உடல்ரீதியாகவும், வரலாற்றுரீதியாகவும் துடைத்தழித்து விட்டது. ரோகிங்கியாக்களின் மரபான தாயகமான ராக்கைன் மாநிலத்தின் பாதுகாப்பு அமைச்சக உறுப்பினரான யூ கியாவ் சான் க்லா கூறுவதன்படி, "ரோகிங்கியா என்று எதுவுமில்லை. அது பொய்ச்செய்தி."[9] மனித உரிமைகளுக்கான ஐக்கிய நாடுகள் சபையின் தூதுவரின் 2017 அக்டோபர் அறிக்கை ஒன்றின்படி, "தங்கள் நிலங்களுக்கு அவர்கள் திரும்பிவந்தால், பாழடைந்த, அடையாளம் காண முடியாத நிலப்பகுதியைத் தவிர வேறெதுவும் இருக்காது என்னும் அளவுக்கு, ரோகிங்கியா நிலப்பரப்பிலும், நினைவுகளிலும் இருந்த மறக்கமுடியாத நில அடையாளக் குறிகளை காத்திரமான விதத்தில் மியான்மர் பாதுகாப்புப் படைகள் துடைத் தழித்துவிட்டன." மியான்மரின் ரோகிங்கியா மாநிலத்தின்

குறிப்பிட்ட சில பகுதிகளில் இருந்த, பல இனங்களையும் பல மதங்களையும் சேர்ந்த, 2012க்கு முன்பு செழிப்பானதாக இருந்த ஒரு சமுதாயம், அங்கிருந்த முஸ்லிம் மக்கள் கூட்டம் ஒன்றைக் குறித்த எந்தவொரு நினைவும் இல்லாது போகும்படி செய்வதற் காக, முற்றிலுமாக மாற்றியமைக்கப்பட்டது.

ஒரு தேசத்தின் கடந்தகாலம் தொடர்பான எந்தவொரு இருண்ட தருணத்தையும் ஃபாசிச அரசியல் மறுதலிக்கிறது. போலந்து மீதான நாஜி ஆக்கிரமிப்பின்போது அந்த மண்ணில் மேற்கொள்ளப் பட்ட அட்டூழியங்கள் எதற்கும் போலந்துதான் பொறுப்பு என்ற கருத்தை முன்வைப்பதை சட்டவிரோத மானதாக்கும் ஒரு சட்டத்தை போலந்து நாடாளுமன்றம் 2018 தொடக்கத்தில் நிறைவேற்றியது. நன்கு ஆவணப்படுத்தப்பட்ட, அந்தக் காலகட்டத்தின் போதான யூதப்படுகொலைகளுக்கும்கூட இது பொருந்தும். போலந்து வானொலியின் கூற்றுப்படி, “சட்ட வரைவு, கட்டளை55a, பிரிவு 1, ‘மூன்றாவது ஜெர்மன் ரீச் குடியரசினால் மேற்கொள்ளப்பட்ட நாஜி குற்றங்களுக்கு... அல்லது அமைதிக்கும், மனித குலத்துக்கும் எதிரான பிற குற்றங்களுக்கு அல்லது போர்க் குற்றங்களுக்கு அல்லது வேறுவகையில் அந்தக் குற்றங்களைச் செய்த உண்மை யான குற்றவாளிகளின் முக்கியத்துவத்தை பெருமளவில் குறைப் பதற்கு போலந்து தேசம் அல்லது போலந்து அரசு பொறுப்பாக அல்லது உடந்தையாக இருந்தது என்று வெளிப்படையாகவும், உண்மைக்குப் புறம்பாகவும், குற்றம்சாட்டும் எவரொருவரும் அபராதம் அல்லது மூன்றாண்டுகாலச் சிறைத்தண்டனை விதிக்கப் படுவதற்கு உரியவராவார்,’ என்று அறிவிக்கிறது.” முதல் உலகப் போரின் போதான அர்மீனிய இனப்படுகொலை பற்றிக் குறிப் பிடுவது உள்ளிட்டு, “துருக்கித் தன்மையை இழிவுபடுத்துவதை” துருக்கியின் தண்டனைச்சட்டத்தின் கட்டளை 301 சட்ட விரோத மாக ஆக்குகிறது. ஒரு தேசத்தின் கடந்தகாலத்தை துடைத் தழிப்பதற்காகச் சட்டமியற்றும் இத்தகைய முயற்சிகள் ஃபாசிச அரசுகளின் தனித் தன்மையாக இருக்கிறது.

லே ஃபிரென்ட் நேஷனல் என்பது பிரான்ஸின் தீவிர வலதுசாரிக் கட்சியாகும். மேற்கு ஐரோப்பாவில் முதன்முதலாக குறிப்பிடத்தக்க தேர்தல் வெற்றியைப்பெற்ற நியோஃபாசிசக் கட்சி இதுதான். அதன் அசலான தலைவர் ழான்-மேரி லே பென் யூதப் படுகொலையை

மறுத்ததற்காக தண்டிக்கப்பட்டவர். லே பென்னுக்குப் பிறகு, லே ஃபிரென்ட் நேஷனலின் தலைவராக வந்தவர் அவரது மகள் மெரைன் லே பென் 2017 பிரான்ஸின் அதிபர் தேர்தலில் இரண்டாம் இடத்தைப் பெற்றார். விச்சி அரசாங்கத்தின் கீழ், நாஜி மரண முகாம்களுக்கு அனுப்பப்படுவதற்காக பிரஞ்சு யூதர்கள் சுற்றி வளைக்கப்பட்டதில் பிரஞ்சு போலீசாரின் பங்கு குறித்து நன்கு ஆவணப்படுத்தப்பட்டுள்ளது. ஆனால், மிகப் பெரிய அளவிலான ஒரு சுற்றிவளைப்பின்போது பதின்மூன்றாயிரம் பிரஞ்சு யூதர்கள் வெலோட்றோம் டி ஹிவெர் சைக்கிள் தடத்தில் ஒன்றுதிரட்டப்பட்டு நாஜி மரண முகாம்களுக்கு அனுப்பப்படுவதற்கு பிரான்ஸ் உடந்தையாக இருந்ததை, 2017 தேர்தல் பரப்புரையின்போது மெரைன் லே பென் மறுதலித்தார். 2017 ஏப்ரலில் ஒரு தொலைகாட்சி நேர்காணலில் அவர் சொன்னார் “வெல்டிஹைவ்வில் நடந்த சம்பவத்துக்கு பிரான்ஸ் தான் பொறுப்பென்று நான் நினைக்கவில்லை... பொதுவாகச் சொன்னால், அதற்குப் பொறுப்பானவர்கள் என்று யாராவது இருந்தால், அது, அந்தச் சமயத்தில் ஆட்சியில் இருந்தவர்கள்தான் என்று நான் நினைக்கிறேன்.” மேலும் அவர் கூறியதாவது, ஆதிக்கம் செலுத்தும் தாராளவாதப் பண்பாடு, “நாட்டை விமர்சனம் செய்வதற்கும், அத்துடன் ஒருவேளை, நமது வரலாற்றின் இருண்ட அம்சங்களை மட்டுமே பார்ப்பதற்கும் நமது குழந்தைகளுக்குக் கற்றுத்தருவதாக இருக்கிறது. ஆகவே, அவர்கள் மீண்டும் பிரஞ்சுக்காரர்களாக இருக்கப்போவது குறித்துப் பெருமைப்படவேண்டும் என்று நான் நினைக்கிறேன்.”

இதேபோல், யூத இனப்படுகொலை வெளிப்படையாக மறுக்கப்படுவதைத் தடுப்பதற்கான சட்டங்கள் நடைமுறையில் இருந்து வரும் ஜெர்மனியில் அல்டர்நேட்டிவ் ஃபார் டச் லான்ட் (ஏ.எஃப்.டி.) கட்சி 2017 தேர்தலில் மூன்றாவது பெரிய கட்சியாக வந்து மைய நீரோட்ட ஜெர்மானியர்களுக்கு அதிர்ச்சியைத் தந்தது. 2017 செப்டம்பரில், தேர்தல் பரப்புரையின்போது, அந்தக் கட்சியின் தலைவர்களில் ஒருவரான அலெக்சாண்டர் கோலன்ட் உரையாற்றினார். அந்த உரையில் அவர் சொன்னார், “தெளிவானவிதத்தில் தவறான ஒரு கடந்தகாலம் ஜெர்மானியர்களைப் போல் வேறு எந்த மக்களுக்கும் வழங்கப்படவில்லை.” “ஜெர்மனியின் மக்களுக்கு அவர்களுடைய கடந்தகாலம் திருப்பித்தரப்பட வேண்டும்,” என்று அவர்

கேட்டுக்கொண்டார். அதன் மூலம் ஜெர்மானியர்கள் தங்கள் கடந்த காலத்தில் "இரண்டு உலகப் போர்களிலும் நமது ராணுவ வீரர் களின் சாதனைகள் குறித்துப் பெருமைப்படும் நிலையில் இருப் பார்கள்." அமெரிக்கக் குடியரசுக் கட்சி அரசியல்வாதிகள் அடிமைமுறையின் காட்டுமிராண்டித்தனம் குறித்த துல்லியமான வரலாற்று ஆய்வு அமெரிக்கா வெள்ளையினத் தவரை குறிப் பாகத் தெற்கத்தியவரை "பலியாக ஆக்குவதற்கான" ஒரு வழி என்று வெளிப்படையாகக் கண்டனம் செய்வதன் மூலம் வெள்ளை யினத்தவரின் வெறுப்புணர்வின் (மற்றும் வாக்குகளின்) ஆற்றலைத் தங்களுக்குச் சாதகமாகப் பயன்படுத்திக்கொள்ள முயல்வது போல், ஏ.எஃப்.டி. கட்சித்தலைவர்கள் ஜெர்மனியின் நாஜி கடந்தகாலம் குறித்த துல்லியமான வரலாற்றை, ஜெர்மானிய மக்களை பலியாக ஆக்குவதற்கான ஒரு வடிவமாகப்ழ்பிரதிநிதித்துவப்படுத்துவதன் மூலம் வாக்குகளைத் திரட்டமுயல்கிறார்கள். டிரஸ்டனில் அந்த ஆண்டின் தொடக்கத்தில், ஏ.எஃப்.டி. கட்சியின் தலைவர்களில் ஒருவரான ஜோர்ன் ஹாக், "நமது முன்னோர்களின் முதன்மை யானதும், முக்கியமானதுமான சாதனைகளுடன் தொடர்பைக் கொண்டுவரக்கூடிய பண்பாட்டு நினைவு" ஒன்றின் தேவை குறித்து உணர்ச்சிவேகத்தோடு பேசினார்.[10]

"பண்பாட்டு நினைவு" குறித்த ஹாக்கின் பேச்சு நாஜி ஜெர் மனியின் கட்டுக்கதையை உருவாக்கியவர்களில் ஒருவரின் கலக்கம் தரும் பேச்சின் எதிரொலியாக இருந்தது. 1936இல், ஹென்ரிச் ஹிம்லர் இதேபோல் சாதனைகளுக்கு ஆதரவாகப் பேசினார்:

> தமது கடந்தகாலத்தையும், தமது முன்னோர்களின் மேன்மையையும் மக்கள் எவ்வளவு காலம் அங்கீகரிக் கிறார்களோ அவ்வளவுகாலம் தற்காலத்திலும் எதிர் காலத்திலும் மகிழ்ச்சியோடு வாழ்கிறார்கள்... நாம் உத்தேசமாக ஆயிரமாண்டுக் கடந்தகாலத்தை மட் டுமே கொண்டவர்களல்ல என்றும், நாம் தங்களுக் கென சொந்தப் பண்பாடு இல்லாத, பிறரிடமிருந்து அதைப் பெற்றுக்கொள்ளவேண்டிய நிலையிலுள்ள காட்டுமிராண்டிகளாக இருக்கவில்லை என்றும், நமது ஆட்களுக்கும் ஜெர்மானிய மக்களுக்கும் தெளிவு படுத்த விரும்புகிறோம்; நமது வரலாறு குறித்து

நமது மக்களை மீண்டும் பெருமை கொள்ளச் செய்ய வேண்டும் என்றும் விரும்புகிறோம்.[11]

கடந்தகால மகிழ்ச்சி குறித்த உணர்வெழுச்சியை ஓர் ஆயுதமாக ஆக்கக்கூடிய கடந்தகாலம் ஒன்றைக் கண்டுபிடிக்க முடியாத போது, ஃபாசிச அரசியல் அந்தக் கடந்தகாலத்திலிருந்து தனக்குத் தேவையானதை மட்டும் எடுத்துக்கொள்கிறது; தேசத்தின் மேன்மை போற்றிப் பாராட்டப்படுவதைச் சிந்தனையற்று மங்கச் செய்யும் எதையும் தவிர்த்துவிடுகிறது.

∞

நமது நாடு என்ன செய்ய வேண்டும் எந்தக் கொள்கைகளைப் பின் பற்ற வேண்டும் என்பதை விவாதிக்கவேண்டியதன் பொருட்டு, நமது சொந்தக் கடந்தகாலம் உள்ளிட்டு யதார்த்தம் குறித்த ஒரு பொதுவான அடிப்படை நமக்குத் தேவைப்படுகிறது. தாராளவாத ஜனநாயகத்தில் வரலாறு என்பது உண்மை என்னும் இலக்குக்கு நம்பிக்கைக்குரியதாக இருக்க வேண்டும். அரசியல் காரணங்களுக்காக வழங்கப்பட்ட ஒரு வரலாறாக அல்லாமல், கடந்தகாலம் குறித்த துல்லியமான ஒரு பார்வையை அளிப்ப தாக இருக்கவேண்டும் இதற்கு மாறாக, கடந்தகாலத்தை கட்டுக் கதையாக ஆக்குவதற்கான ஒரு தேவையையும், அரசியல் லாபத் துக்கான ஓர் ஆயுதமாக விளங்கும் தேசியப் பாரம்பரியத்துக் கான ஒரு தனி வடிவத்தையும் உள்ளடக்கியிருப்பதை ஃபாசிச அரசியல் தனது தனிச் சிறப்பாகக் கொண்டுள்ளது.

வேதனைதரும் வரலாற்று நினைவைத் துடைத்தழிப்பதற்குத் திட்டமிட்டு, உள்ளார்ந்த வேண்டுகோள் ஒன்றை விடுக்கும் அரசியல் வாதிகள் குறித்து ஒருவர் கவலை கொள்ளவில்லையென்றால், கூட்டு நினைவகம் தொடர்பான இலக்கியத்தோடு தன்னளவில் பரிச்சயப் படுத்திக்கொள்வது ஒருவருக்குப் பயனுள்ளதாக இருக்கும். கேட்டி ரோடெல்லா மற்றும் ஜெனிபர் ரிச்சிசன் ஆகிய இருவரும் 2013ஆம் ஆண்டு வெளியிட்ட “மறப்பதற்குத் தூண்டுதல்: நினைவின் மீதான உட்குழுத் தீங்கிழைத்தலும் கூட்டுக் குற்றப் பொறுப்பும்” என்னும் தமது ஆய்வறிக்கையில், “அமெரிக்க இந்தியர்களை வன்மையாக அடக்கி ஒடுக்கிய செயல்முறை குறித்த” சம்பவங்களில் தொடர்

புடைய அமெரிக்கப் பங்கேற்பாளர்கள் இருவழிகளில் ஏதேனும் ஒன்றில் திட்டமிட்டு இணைக்கப்பட்டார்கள்: குறிப்பாக, "வன் முறையைத் தூண்டியவர்கள் பூர்வீக அமெரிக்கர்கள் (உட்குழு நிலைமை) அல்லது அமெரிக்காவாக மாறிய இடத்தில் குடி யேறிய ஐரோப்பியர்கள் (வெளிக்குழு நிலைமை)."[12] வன்முறை யைத் தூண்டியவர்கள் தங்கள் நாட்டவர்கள் என்று குறிப்பிடப் பட்டபோது மக்கள் தீங்கிழைத்தது குறித்து ஒருவகையான மறதி நோய்க்குப் பெரிதும் ஆளாகக்கூடியவர்களாக இருந்தார்கள் என்று அந்த ஆய்வு காட்டுகிறது.

அமெரிக்கக் குடிமக்கள் வன்முறையின் முகவர்களாக (ஐரோப் பியர் என்பதாக அல்லாமல் அமெரிக்கர்கள் என்பதாக) முன் வைக்கப்பட்ட போது, எதிர்மறையான வரலாற்று நிகழ்வுகள் குறித்து குறிப்பிடத்தக்க அளவு மோசமான நினைவாற்றல் கொண்ட வர்களாக இருந்தார்கள். அத்துடன் "பங்கெடுத்துக்கொண்டவர்கள் நினைவுகூர்ந்தது என்னவென்றால், வன்முறையைத் தூண்டி யவர்கள் உட்குழுவைச் சேர்ந்தவர்களாக இருந்தபோது, அது மிகவும் புறக்கணிக்கத்தக்க வார்த்தைகளால் ஆனதாக இருந்தது". ரோடெல்லா மற்றும் ரிச்சிசனின் ஆய்வுப் பணி இதே முடிவு களைக்கொண்ட முந்தைய ஆய்வுப்பணியின் முக்கியப்பகுதியை அடிப்படையாகக் கொண்டிருந்தது.[13] கடந்தகாலத்தில் ஒருவரது உட்குழு புரிந்த பிரச்சினைக்குரிய செயல்களை மறப்பதையும், குறைப்பதையும் நோக்கிய, அகவயமாகக் கட்டமைக்கப்பட்ட வலுவான ஒரு சார்புநிலை ஏற்கனவே அங்கு இருந்தது. அரசியல் வாதிகள் அதைக் கிளறிவிடுவதற்கு எதுவும் செய்யாத போதிலும் கூட, அமெரிக்கர்கள் அடிமைப்படுத்துதல் மற்றும் இனப்படு கொலையின் வரலாற்றை குறைத்துக்காட்டவே செய்வர், போலந்துக்காரர்கள் யூத எதிர்ப்பைக் குறைத்துகாட்டவே செய்வர், துருக்கியக் குடிமக்கள் அர்மீனியர்களுக்கு எதிரான கடந்தகால வன் கொடுமைகளை மறுப்பதற்கே முனைவர். அரசியல்வாதிகள் இதை அதிகாரப்பூர்வமான கல்விக்கொள்கையாக வலியுறுத்துவது ஏற்கனவே பற்றியெரியும் நெருப்பில் எண்ணெய் ஊற்றுவதாகும்.

மெய்யான வரலாற்று ஆவணத்தை போற்றுதலுக்குரிய ஒரு கட்டுக் கதையைக்கொண்டு இடமாற்றம் செய்யும்படி ஃபாசிசத் தலைவர்கள் வேண்டுகோள் விடுக்கிறார்கள். அந்த இடமாற்றம்

அதன் திட்டவட்டமான தனித்துவத்தில் அவர்களது அரசியல் நோக்கங்களுக்கும் அவர்களது ஒட்டுமொத்த நோக்கமான அதி காரத்தையும் கொண்டு உண்மைகளை இடமாற்றம் செய்வதற்குப் பணிபுரிவதாக இருக்கக்கூடும். பதினாறு, பதினேழாம் நூற்றாண்டு களில் கிறித்தவ ஐரோப்பாவைப் பாதுகாக்கும் வரலாற்றுப் பாத்திரத்தைப் பிரதிநிதித்துவம் செய்த, ஓட்டோமான் பேரரசின் ஆக்கிரமிப்பை எதிர்த்துப் போராடிய ஹங்கேரியின் அனுபவங் களை ஹங்கேரியப் பிரதமர் விக்டர் ஓர்பான் இன்று அகதிகளை கட்டுப்படுத்துவதற்கான ஓர் அடிப்படையாக எடுத்துக்கொள் கிறார்.[14] நிச்சயமாக, இந்தக் காலகட்டத்தின்போது, முஸ்லிம்கள் தலைமையிலான பேரரசுக்கும் கிறித்தவர்கள் தலைமையிலான பேரரசுக்குமான எல்லையாக ஹங்கேரி இருந்தது. ஆனால் இந்த மோதல்களில் மதம் அப்படியொரு பெரிய பாத்திரத்தை வகிக்க வில்லை. (உதாரணமாக, ஓட்டோ மான் பேரரசு தனது கிறித்தவக் குடிமக்களை மதம் மாறும்படி நிர்ப்பந்திக்கவில்லை.) ஓர்பான் சொல்லும் கடந்தகாலம் குறித்த கட்டுக்கதை சார்ந்த வரலாறு கடந்தகாலத்தின் சிக்கலான இயல்பை தனது இலக்குகளுக்கு ஆதரவாகக் குறைத்துவிடுவதற்குரிய நம்பகமான தோற்றத்தைக் கொண்டுள்ளது.

அமெரிக்காவில், வடக்கின் வரலாறு, அடிமைமுறையைப் பூசி மழுப்புவதற்காகவும், தொடர்ச்சியாக இட்டுக்கட்டப்படுகிறது. அடிமை முறை முடிந்துபோய் ஒரு நூற்றாண்டுவரை கறுப்பின அமெரிக்கர்களுக்கு வாக்குரிமை வழங்க மறுப்பதை நியாயப் படுத்துவதற்கும், தொடர்ச்சியாக இட்டுக்கட்டப்பட்டு வந்தது. கறுப்பர்கள் வாக்களிக்க அனுமதிக்கப்பட்டபோது அவர்கள் வாக் களிப்பதற்கான வாய்ப்பு மறுக்கப்பட்டது. அதை நியாயப்படுத்து வதற்கான மையக்கதையாடலானது 1865 உள்நாட்டுப் போரைத் தொடர்ந்து உடனடியாக மேற்கொள்ளப்பட்ட மறுகட்டமைப்புக் காலகட்டத்தின் போதான ஒரு பொய்யான வரலாறாகும். அந்தச் சமயத்தில் கறுப்பின அமெரிக்கர்கள் தென்கரோலினா போன்ற பல மாநிலங்களில் பெரும்பான்மையாக இருந்தனர். ஏறத்தாழ பன்னிரண்டு ஆண்டுகாலம் அவர்களது பிரதிநிதிகள் பல மாநில சட்டசபைகளிலும் ஆற்றல்வாய்ந்த குரலைக் கொண்டிருந்தனர்.

அமெரிக்கக் காங்கிரஸிலும் கூட பதவிகள் வகித்து வந்தனர். கறுப்பினக் குடிமக்கள் வாக்களிப்பதைத் தடைசெய்வதற்கான நடைமுறை ஆற்றல்கொண்ட மறுகட்டமைப்பு முடிவுக்கு வந்தது. தெற்கத்திய வெள்ளையர்கள் சட்டங்களை இயற்றி அவற்றை நடைமுறைக்குக் கொண்டுவந்தபோது, கறுப்பர்கள் தங்களைத் தாங்களே ஆட்சி செய்துகொள்ள முடியாதவர்களாக இருந்ததன் காரணமாக இது அவசியமானதாக இருந்தது என்ற கட்டுக்கதையை தெற்கத்திய வெள்ளையர்கள் பரப்பினார்கள். அந்தச் சமயத்தில் ஏற்றம்பெற்றிருந்த வரலாறுகளில் மறுகட்டமைப்பு என்பது ஈடிணையற்ற அரசியல் ஊழலின் காலமாகப் பிரதிநிதித்துவம் செய்யப்பட்டது. வெள்ளையர்களுக்கு மீண்டும் முழுமையான அதிகாரம் வழங்கப்பட்ட பிறகுதான் நிலையான தன்மை மீட்டளிக்கப்பட்டது.

1935ஆண்டு வெளியான டபிள்யூ.ஈ.பி. துப்வாவின் மகத்தான படைப்பான கறுப்பின மறுகட்டமைப்பு என்னும் நூல் மறு கட்டமைப்பு யுகத்தின் அப்போதைய அதிகாரப் பூர்வமான வரலாற்றின் தீர்க்கமான மதிப்பீடாகும். துப்வா காட்டுவதுபோல், தெற்கிலிருந்த வெள்ளையர்கள் வடக்கிலிருந்த மேட்டுக்குடியின ரோடு சேர்ந்துசெய்த கூட்டுச்சதியின் மூலமாக மறுகட்டமைப்பு யுகத்தை முடிவுக்குக் கொண்டுவந்ததற்கு காரணம், புதிதாக வாக் குரிமை அளிக்கப்பட்ட கறுப்பினக் குடிமக்கள் ஏழை வெள்ளை யர்களோடு இணைந்து, மூலதனத்தின் நலன்களுக்குச் சவால் விடுக்கக்கூடிய ஆற்றல் வாய்ந்த தொழிலாளர் இயக்கமொன்றை வளர்த்தெடுப்பார்கள் என்னும் பரவலான அச்சம் செல்வவளமிக்க வர்க்கங்களிடையே நிலவியது என்பதுதான். கறுப்பின சட்டமன்ற உறுப்பினர்கள் தங்கள் சொந்தச் சுயவிருப்பத்தின்பேரில் மட்டு மின்றி, தங்கள் சகவெள்ளையினக் குடிமக்களின் அச்சங்களுக்கு இணங்கிப்போவதற்காக பின்னோக்கி வளைந்து கொடுத்ததன் மூலமும் மறுகட்டமைப்பு யுகம் எவ்வாறு நியாயமான நிர் வாகத்தின் காலமாக இருந்தது என்று துப்வா காட்டுகிறார். அந்தக் காலகட்டத்தில் கறுப்பின மறுகட்டமைப்பு வெள்ளையின வர லாற்றாளர்களால் பெருமளவில் புறக்கணிக்கப்பட்டது. ஆனால், துப்வாவால் அங்கு நினைவுகூரப்படும் வரலாறு உண்மை என்பதாக 1960கள் வாக்கில் பரவலாக அங்கீகரிக்கப்பட்டதாக மாறியது.

கல்வித்துறை சார்ந்த வரலாற்றாளர்கள் அரசியல் காரணங்களுக் காக மறுகட்டமைப்பு குறித்த ஒரு பொய்யான வரலாற்றைத் தெரிந்தே பறைசாற்றுகிறார்கள். தங்கள் ஆய்வொழுங்கை உண்மை யைத் தேடிக் காண்பதற்காக அல்லாமல், உள்நாட்டுப் போரில் வெள்ளை அமெரிக்கர்களுக்கு ஏற்பட்ட மனக்காயங்களை முன் வைத்துப் பேசுவதற்கு அவர்கள் பயன்படுத்திக்கொண்டார்கள். மாநிலங்களுக்கிடையிலான அப்பட்டமான அறநிலை வேறுபாடு களை மூடிமறைக்கக்கூடிய ஆறுதலளிக்கும் வரலாற்றுப்பார்வை ஒன்றை வழங்குவதன் மூலம் முன்னாள் அடிமைமுறைக்குச் சார்பான மாநிலங்களில் கறுப்பின மக்களின் குடியுரிமைக்கான குறைந்தபட்சப் பாதுகாப்புகளும் நீக்கப்பட்டதை வரலாற்றாளர்கள் நியாயப்படுத்தினார்கள். கறுப்பின மறுகட்டமைப்பு நூலின் இறுதி அத்தியாயம் "வரலாறு குறித்த பரப்புரை" என்று தலைப் பிடப்பட்டுள்ளது. அதில் துப்வா அரசியல் இலக்குகளை முன் னெடுப்பதற்காக, வரலாற்று மேதைமையின் இலட்சியங்களான உண்மையையும் புறவயநோக்கையும் செயல்படச் செய்யும் செயல் முறையைக் கடுமையாக இகழ்ந்துரைக்கிறார். அவர்கள் அப்படிச் செய்வதற்காக, வரலாற்று ஆய்வொழுங்கைக் கீழறுத்துவிடு கிறார்கள் என்று துப்வா அறிவிக்கிறார். துப்வாவைப் பொறுத்த வரை, அருஞ்செல்வமாகப் போற்றப்படும் இலட்சியங்களான உண்மை மற்றும் புறவயநோக்கின் கீழ் அரசியல் ஆதாயத்துக்காகப் பொய்யான கதையாடலை முன்னெடுக்கும் வரலாற்றாளர்கள் எவரும் வரலாற்றைப் பரப்புரையாக மாற்றும் குற்றத்தைப் புரிந்த வர்கள்தான்.

2. பரப்புரை

பெரியதொரு மக்கள் கூட்டத்துக்குத் தீங்குசெய்யக்கூடிய ஒரு கொள்கையை நேரடியான வார்த்தைகளைக் கொண்டு முன் னெடுப்பது சிரமானதாகும். அரசியல் பரப்புரையின் பாத்திரம் தெளிவானவிதத்தில் பிரச்சினைக்குரிய இலக்குகளைக் கொண்ட அரசியல்வாதிகள் மற்றும் அரசியல் இயக்கங்களை, பரவலாக ஏற்றுக்கொள்ளப்பட்ட இலட்சியங்களைக் கொண்டு மூடிமறைப்பதற் கானதாகும். ஆபத்தானதும், நிலை குலையச் செய்வதுமான அதிகாரத்துக்கான ஒரு போர், நிலையான தன்மையை நோக்கமாகக் கொண்ட ஒருபோராக அல்லது சுதந்திரத்தை நோக்கமாகக்கொண்ட ஒரு போராக மாறுகிறது. வேறொரு வகையில் எதிர்ப்புத் தெரி விக்கவேண்டியதாக இருக்கின்ற முடிவுகளின் பின்னால் மக்களைத் திரட்டுவதற்கு அரசியல் பரப்புரை நேர்மையான இலட்சியங்களின் மொழியைப் பயன்படுத்திக்கொள்கிறது.

அமெரிக்க அதிபர் ரிச்சர்ட் நிக்சனின் “குற்றத்தின் மீதான போர்” என்பது நேர்மையான இலக்குகளால் முகத்திரையிடப்பட்ட பிரச் சினைக்குரிய இலக்குகளுக்கு நல்ல உதாரணமாகும். நிக்சனின் அலுவலர் குழுவின் தலைவர் ஹெச்.ஆர்.ஹால்டி மேனின் நாட் குறிப்பில் இருந்த குறிப்புகளைப் பயன்படுத்தி ஹார்வார்ட் வர லாற்றாளர் எலிசபெத் ஹின்டன் தனது “வறுமையின்மீதான போரி லிருந்து குற்றத்தின்மீதான போருக்கு: அமெரிக்காவில் மக்கள் பெரும் எண்ணிக்கையில் சிறையிலடைக்கப்படுவதைச் செயல்படுத்துதல்” என்னும் நூலில் இந்த உத்தியை முன்வைத்துப் பேசுகிறார்: 1969 ஏப்ரலில் நாட்குறிப்பின் குறிப்பொன்றில், “மெய்யாகவே முழுப் பிரச்சினையுமே கறுப்பர்கள்தான் என்ற உண்மையை நீங்கள் எதிர் கொள்ளவேண்டியிருக்கிறது”, என்று நிக்சன் சொன்னதை ஹால் மேன் மேற்கோள்காட்டுகிறார். “இதை அங்கீகரிக்கக்கூடிய ஒரு நடைமுறையை வெளிப்படையாகத் தெரியாத விதத்தில் வடி வமைக்க வேண்டும் என்பதுதான் முக்கியமானது.” குற்றத்தைத்

கட்டுப் படுத்துதலின் அரசியல் என்பது, இனவாத உள்நோக்கத்தைத் திறமையானவிதத்தில் மறைக்கும் அவரது நிர்வாகத்தின் உள்நாட்டுத் திட்டங்களே என்று நேரடியானதும் முறை சார்ந்தது மான ஒரு வழியில் நிக்சன் அங்கீகரிக்கிறார்.[1] இந்த உரையாடலைத் தொடர்ந்து வரும் "சட்டம்-ஒழுங்கு" குறித்த நிக்சனின் சொல்லாடல் ஓர் இனவாதச் செயல் திட்டத்தை மறைப்பதற்கானதாக இருந்தது. இது வெள்ளை மாளிகையின் சுவர்களுக்குள் முற்றிலும் வெளிப் படையானதாக இருந்த ஒன்றாகும்.

ஃபாசிச இயக்கங்கள் பல தலைமுறைகளாக "நீரை உள்வாங்கும் சதுப்பு நிலங்களாக" இருந்துவந்தன. ஒழுக்கக் கேடான நடவடிக்கைகளில் ஈடுபடும் அதே சமயத்தில் ஊழல் குற்றச்சாட்டுகளை வெளியிடுவது என்பது ஃபாசிச அரசியலின் இயல்பாகும். அத்துடன் ஒழுக்கக்கேடு குறித்த எதிர்ப்புப் போராட்டங்கள் வழக்கமாக ஃபாசிச இயக்கங்களின் இதயமாக இருக்கின்றன. தாங்கள் அதிகாரத்தைக் கைப்பற்ற விரும்பும் அரசின்மீது ஊழல் குறித்துக் குறை கூறுவது ஃபாசிச அரசியல்வாதிகளுக்கே உரித்தானதாகும். தாங்கள் அகற்ற அல்லது தோற்கடிக்க விரும்புபவர்களைவிட இவர்கள் எவ்வித மாற்றமுமின்றி இன்னும் அதிக அளவில் ஊழல் செய்பவர்களாக இருக்கிறார்கள் என்பதுதான் முரண்பாடாக இருக்கிறது. 12 ஆண்டு ரீச் குடியரசு என்னும் தனது நூலில் ரிச்சர்ட் க்ரண் பெர்ஜர் எழுதுகிறார்:

> அது ஒரு புதிரான சூழ்நிலை. ஜனநாயகமும் ஊழலும் ஒரே பொருள் கொண்டவை என்று கூட்டு மனநிலையில் பதியச் செய்து, அதற்கு மாறான ஒரு நிர்வாகமுறையை நாஜிகள் கட்டியெழுப்பத் தொடங்குகிறார்கள். அது வெய்மர் ஆட்சியின் முறைகேடுகளை உடல் அரசியலின் சிறு களங்கங்களாக தோற்றமளிக்கச் செய்கிறது. ஊழல் என்பது உண்மையில் மூன்றாவது ரீச் குடியரசின் மைய ஒருங்கிணைப்புக் கோட்பாடாக இருந்தது இருப்பினும் பெருவாரியான மக்கள் இந்த உண்மையைப் பொருட்படுத்தாதது மட்டுமின்றி, புதிய ஆட்சி யாளர்கள் எளிமையான விதத்தில் நீதி நேர்மைக்குத் தங்களை அர்ப் பணித்துக்கொண்டவர்கள் என்று கருதினார்கள்.[2]

ஃபாசிச அரசியல்வாதிக்கு ஊழல் என்பது உண்மையில் சட்டம் தொடர்பான ஊழல் என்பதைவிடவும் தூய்மை தொடர்பான

ஊழலாகவே இருக்கிறது, அதிகாரபூர்வமான விதத்தில், ஊழல் குறித்த ஃபாசிச அரசியல்வாதியின் கண்டனங்கள் அரசியல் ஊழல் குறித்த கண்டனங்களைப் போல ஒலிக்கின்றன. ஆனால் இத்தகைய பேச்சு மரபான ஒழுங்கு, தவறான விதத்தில் கைப்பற்றிக்கொள்ளப் பட்டது என்னும் அர்த்தத்தில் எழுப்பப்படுவதாகும்.

ஊழல் குறித்துப் புனைந்து கூறப்பட்ட குற்றச்சாட்டுகள்தான் மறுகட்டமைப்பை முடிவுக்குக் கொண்டுவருவதற்கு இட்டுச் சென்றன. கறுப்பின மறுகட்டமைப்பு நூலில் டபிள்யூ.ஈ.பி. துப்வா எழுதுவதுபோல், "ஊழல் குற்றச்சாட்டுதான் மையம்... உண் மையில், ஏழைகள் ஆட்சி செய்து பணக்காரர்களுக்கு வரி விதிக் கிறார்கள் என்பதாகும்."[3] கறுப்பினக் குடிமக்களின் வாக்குரிமை பறிக்கப்பட்டதற்கு பின்னாலிருந்த தலையாய, பேச்சுவன்மைமிக்க கோரிக்கையை விவரிக்கும் போது துப்வா எழுதுகிறார்:

> தெற்கு, இறுதியாக, ஏறத்தாழ முழுஒற்றுமையுடன், தெற் கத்திய ஊழலுக்கு முக்கியக்காரணம் என்று கறுப்பர்களைக் குறிப்பிட்டுச் சொன்னது. இந்தக் குற்றச்சாட்டை அவர்கள் சொன்னார்கள், அது வரலாறாக ஆகும்வரை திரும்பத் திரும்பச் சொன்னார்கள்: மறுகட்டமைப்பின் போதான நேர்மையின்மைக்குக் காரணம், வாக்குரிமை பறிக்கப் பட்ட 4,000,000 கறுப்பினத் தொழிலாளர்கள், 250 ஆண்டு காலமாகச் சுரண்டப்பட்டதற்குப் பிறகு, அவர்களது சொந்த அரசாங்கத்தில் ஓரளவு குரலைப் பெற்றிருப்பதற்கும், அவர்கள் உருவாக்கப் போகும் விற்பனைப்பொருட்களின் வகைகளிலும், அவர்கள் செய்யப் போகும் வேலை களிலும், தாங்கள் உருவாக்கிய செல்வவளத்தைப் பகிர்ந்து கொள்வதிலும் அவர்களுக்கு சட்ட பூர்வமான உரிமை வழங் கப்பட்டிருந்ததுதான்.[4]

பல வெள்ளை அமெரிக்கர்களைப் பொறுத்தவரையில், அதிபர் ஒபாமா ஊழல் பேர்வழியாகத்தான் இருந்திருக்க வேண்டும். ஏனெனில், அவர் வெள்ளை மாளிகையைக் கைப்பற்றியதே மரபான ஒழுங்கு தொடர்பான ஒரு வகை ஊழலாகும். வழக்கமாக ஆண் களுக்கென ஒதுக்கிவைக்கப்பட்ட பதவிகள் அல்லது அரசியல் அதி காரத்தைப் பெண்கள் முயன்று பெறும்போது அல்லது முஸ்லிம்கள், கறுப்பர்கள், யூதர்கள், ஓரினப்புணர்ச்சியாளர்கள் அல்லது பிற பண் பாடுகளைச் சேர்ந்தவர்களான "காஸ்மோபாலிடன்கள்", நலவாழ்வு

போன்ற ஜனநாயக சொத்துகளின் பங்கை அல்லது ஆதாயத்தைப் பெறும்போது அது ஊழல் என்பதாகக் கருதப்படுகிறது.[5] தங்கள் ஆதரவாளர்கள் தங்களது உண்மையான சொந்த ஊழல்களைக் கண்டு கொள்ள மாட்டார்கள் என்பது ஃபாசிச அரசியல்வாதிகளுக்குத் தெரியும் என்பதால், அது, தேர்ந்தெடுக்கப்பட்ட தேசத்தின் உறுப்பினர்கள் நியாயப்பூர்வமான விதத்தில் தங்களுக்குச் சொந்தமானதை எடுத்துக்கொள்ளும் விசயமாகவே இருக்கும்.

ஊழலை, ஊழல் எதிர்ப்பு என்னும் முகத்திரை கொண்டு மூடி மறைப்பது ஃபாசிசப் பரப்புரையின் முத்திரை பதித்த ஓர் உத்தியாகும். விளாடிஸ்லாவ் சுர்கோவ் பல ஆண்டுகளாக விளாடிமிர் புடினின் பரப்புரை அமைச்சராக இருப்பவராவார். பத்திரிக்கையாளர் பீட்டர் பொமரான்ட்செவ், நத்திங் ஈஸ் ட்ரூ அண்ட் எவரிதிங் ஈஸ் பாஸிபிள்: த சர்ரியல் ஹார்ட் ஆஃப் நியூ ரஷ்யா என்னும் தனது நூலில் சுர்கோவின் "அரசியல் அமைப்பின் நுண்வடிவம்" குறித்துக் கூறுகையில், அது ஜனநாயகச் சொல்லாடல் மற்றும் ஜனநாயக விரோத நோக்கம் கொண்டது என்று விவரிக்கிறார்.[6]

ஃபாசிசப் பரப்புரைக்குப் பின்னாலுள்ள ஜனநாயக விரோத நோக்கம் முக்கியமானது. ஃபாசிச அரசுகள் சட்டத்தின் ஆட்சியைக் கலைத்துவிட்டு அந்த இடத்தில் தனிநபர் ஆட்சியாளர்கள் அல்லது கட்சித்தலைவர்களின் ஆட்சி அதிகாரத்தைக் கொண்டுவருவதை இலக்காகக் கொண்டிருக்கின்றனர். ஃபாசிச அரசியலில், சுதந்திர மான ஒரு நீதித்துறை குறித்த விமர்சனங்கள் ஒருதலைப்பட்ச மானவை என்ற ஒருவகை ஊழல் குற்றச்சாட்டின் வடிவத்தில் இடம்பெறுகின்றன. இந்த விமர்சனங்கள், பிறகு சுதந்திரமான நீதி பதிகளின் இடத்தில், ஆளும்கட்சின் நலன்களைப் பாதுகாக்கும் வகையில், தன்முனைப்பான விதத்தில் சட்டங்களைச் செயல் படுத்தும் நபர்களை மாற்றீடு செய்வதற்குப் பயன்படுத்தப்படு கின்றன.

> ஹங்கேரி மற்றும் போலந்து ஆகிய இவ்விரு நாடுகளிலும் ஜனநாயக விரோத அரசுகள் அதிகாரத்தைக் கைப்பற்றி யதும், சுதந்திரமான நீதிபதிகளின் இடத்தில் கட்சி விசுவாசிகளை மாற்றீடு செய்வதற்கான சட்டங்களைக் கொண்டு வந்த நிலையில், இவ்விரு நாடுகளைப் போன்ற குறிப்பிட்ட சில வெற்றிகரமான ஜனநாயக நாடுகளில் சமீபத்தில் ஜனநாயக மல்லாத ஆட்சிக்கு மாறியதானது,

தனிச்சிறப்பான விதத்தில் சுதந்திரமானதாக இருந்த நீதித் துறையைக் கீழறுத்து வீழ்த்தியதன் மூலம்தான் செய்து முடிக்கப்பட்டது. நீதித்துறையின் பாரபட்சமற்ற தன்மை தொடர்பான முந்தைய நடைமுறைகள் இப்போதைய ஆளும்கட்சிக்கு எதிரான ஒருதலைப் பட்சமான நடவடிக் கைக்கான ஒரு முகத்திரையே ஆகும் என்பதே இதற் கான அதிகாரப்பூர்வமான நியாயப்படுத்துதலாக இருந்தது.[7] ஊழலையும், ஒருதலைப்பட்சமாக இருப்பதாகக் கருதப் படுவதையும் வேரறுப்பது என்பதன் பெயரால் ஃபாசிச அரசியல்வாதிகள் தங்கள் அதிகாரத்துக்கு இன்னொரு வகையில் தடையாக இருக்கும் நிறுவனங்களைத் தாக்கவும் வலுக் குறைக்கவும் செய்கிறார்கள்.

∞

ஊழல் எதிர்ப்பு என்பதன் பெயரால் சட்டத்தின் ஆட்சியை ஃபாசிச அரசியல் தாக்குகிறது; அதுபோலவே, விடுதலை யையும், தனிநபர் சுதந்திரங்களையும் பாதுகாப்பதாகவும் கருத்துத் தெரிவிக்கிறது. ஆனால் இந்தச் சுதந்திரங்கள் சில குழுக்கள் ஒடுக்கப்படுவதைச் சார்ந்திருக்கிறது. 1852 ஜூலை 5 அன்று, அமெரிக்க அடிமைமுறை எதிர்ப்பாளரும், பேச்சாளருமான பிரடெரிக் டக்ளஸ் அந்த ஆண்டின் சுதந்திரதினத்திற்கு மரியாதை செலுத்தும் விதத்தில் ஜூலை நான்கு உரையை ஆற்றினார். அந்த நாள் அரசியல் விடுதலையைக் கொண் டாடும் நாள் என்பதை ஒப்புகொள்வதாகக் குறிப்பிட்டு டக்ளஸ் தனது உரையைத் தொடங்குகிறார் :

> இது, ஜூலை நான்கைக் கொண்டாடும் நோக்கம் கொண் டது. இது உங்கள் தேச சுதந்திரத்தின் மற்றும் அரசியல் விடுதலை யின் பிறந்தநாள். இது உங்களுக்குக் கடவுளின் மக்களான இஸ்ரவேலர்கள் எகிப்திடமிருந்து விடுதலை பெற்றதைக் கொண்டாடும் நாளைப்போல் இருக்கிறது.[8]

சுதந்திரம் என்னும் இலட்சியத்திற்காகத் தங்களை அர்ப்பணித்துக் கொண்ட நாட்டின் நிறுவனத் தந்தையரைப் போற்றுவதற்கும், சுதந் திரத்தின் இலட்சியத்தைக் கொண்டாடுவதற்கான அந்த நாளைப் புகழ்ந்து பாராட்டுவதற்கும் டக்ளஸ் தனது உரையைப் பயன்படுத்திக் கொண்டார். ஆனால், அதன்பிறகு, தற்போதைய தருணத்துக்குத் திரும்பி, முன்பு அடிமையாக இருந்தவரான டக்ளஸ் கேட்கிறார்:

கால் விலங்கிடப்பட்ட ஒரு மனிதனை ஒளி அலங்காரம் செய்யப்பட்ட, மகத்தான சுதந்திரத்தின் கோயிலுக்குள் இழுத்துச் செல்வதும், உங்களுடன் இணைந்து, மகிழ்ச்சி யான கீதங்களைப் பாடும்படி கேட்டுக்கொள்வதும் மனிதத் தன்மையற்ற விதத்தில் கேலித்தனமும், மனிதத் தன்மை யைக் குலைக்கத்தக்க முரண்பாடும் ஆகும். குடிமக்களே, இன்று என்னைப் பேசச்சொல்வதன் மூலம் என்னைக் கேலிசெய்கிறீர்களா?[9]

"அடிமைக்கு ஜூலை நான்கு என்னவாக இருக்கிறது" என்ற தலைப்பிலான அந்தப் புகழ்பெற்ற உரையில், அடிமைமுறையை நடைமுறையில் வைத்திருக்கும் அதேசமயத்தில், சுதந்திரத்தின் லட்சியத்தைக் கொண்டாடும் ஒரு நாட்டின் போலித்தனம் குறித்து டக்ளஸ் உரக்கப் பேசுகிறார். தெற்கிலிருந்தவர்கள் உள்ளிட்டு, பத்தொன்பதாம் நூற்றாண்டைச் சேர்ந்த அமெரிக் கர்கள், தங்கள் நிலத்தை சுதந்திரத்தின் கலங்கரை விளக்கமாகக் கருதினார்கள். அவர்களது நில உரிமைகளும், உயிர்வாழும் உரிமை யுமேகூட அடிக்கடி முற்றிலுமாகப் புறக்கணிக்கப்பட்ட, அடிமை படுத்தப்பட்ட ஆப்பிரிக்கர்கள் மற்றும் பூர்வீகக்குடிகளின் உழைப் பால் கட்டியமைக்கப்பட்டிருக்கும்போது, இது எப்படிச் சாத்தியம் என்று டக்ளஸ் கேட்கிறார். பூர்வீகக்குடிகளும், அதுபோலவே இறக்குமதி செய்யப்பட்ட அடிமை மக்களும் சுதந்திரத்தின் விளை பொருட்களைப் பெற்றுக்கொள்வதற்குத் தகுதியானவர்கள் அல்ல என்னும் பரவலான நம்பிக்கை இருந்ததன் காரணமாகத்தான் இந்தச் சூழ்நிலையில் சுதந்திரம் குறித்த சொல்லாடல் காத்திரமாக இருந்தது. இதுதான் இனங்களுக்கிடையிலான, பயன்மதிப்பு சார்ந்த, ஒரு படிநிலை அமைப்பு தொடர்பான, செவ்வியலான ஃபாசிசக் கருத்தியல் ஆகும். வெள்ளையினத்தவரான தெற்கத்திய வர்களின் சுதந்திரங்களோடு அடிமைமுறையை வெளிப்படை யாகப் பிணைத்ததன் மூலம், தென்மாநிலங்களின் கூட்டணிக் காலத்தின்போது, சுதந்திரம் குறித்த சொல்லாடல் செயல்பாட்டில் இருந்தது. உங்களுக்காக மற்றவர்கள் உழைக்கும்போது, உங்கள் விரும்பம்போல் எதையும் செய்வதற்குக் குறைந்தபட்சம் மேலெ ழுந்த வாரியாகவாவது உங்களுக்கு சுதந்திரம் இருக்கிறது. தெற் கத்தியத் தோட்ட உரிமையாளரின் நிதானமான வாழ்க்கையில் தொடர்புற்றிருந்த சுதந்திரம் என்பது, வெள்ளை இனவாத

உயர்வுமனப்பான்மை என்னும் கருத்தாக்கத்தோடு நெருக்கமாகப் பிணைக்கப்பட்டுள்ளது. இந்தக் கட்டமைப்பு நிலைமைகளின் கீழ், தெற்கில் சுதந்திரம் என்பதன் உட்கருத்தே அது அடிமை முறையே நடைமுறையாக இருக்கும் ஒரு பிறழ்வுநிலையை வலியுறுத்துவதில்தான் தங்கியுள்ளது... இந்த மறுதலையை நாம் "மாநிலங்களின் உரிமை" குறித்த சொல்லாடலில் அதிகமாகக் காண்கிறோம். தெற்கிலுள்ள மாநிலங்களின் சுதந்திரத்தில் ஒன்றிய அரசு தலையிடாமல் பாதுகாப்பதற்கு இந்தச் சொல்லாடல் பயன் படுத்தப்பட்டது. ஆனால் மாநிலங்களுக்கான கோரிக்கைகளோடு பெரிதும் தொடர்புடைய ஒன்றிய அரசின் தலையீடு என்பது அடிமை முறை ஒழிப்பு என்பதாகும். அதன்பிறகு ஜிம்குரோ சட்டங்கள் கறுப்பினக் குடிமக்கள் வாக்களிக்கும் உரிமையைக் கட்டுப்படுத்தின. மாநிலங்களின் உரிமைகளைக் கோருவது என் பதன்மூலம் தென் மாநிலங்களிலிருந்த பெரும்பாலான வெள்ளை யர்கள் கோரும் சுதந்திரம் என்பது தங்கள் சக கறுப்பினக் குடி மக்களின் சுதந்திரங்களைக் கட்டுப்படுத்துவதற்கானதாக இருந்தது.

வரலாற்றுரீதியாக, ஃபாசிசத் தலைவர்கள் ஜனநாயகத் தேர்தல்கள் மூலமாகவே பல சமயங்களில் ஆட்சிக்கு வருகின்றனர். ஆனால் வாக் களிப்பதற்கான உரிமை போன்றவற்றில் உள்ளார்ந்ததாக இருக்கும் சுதந்திரத்திற்கான அர்ப்பணிப்பு, வழக்கமாக அந்த வெற்றியோடு முடிந்துபோய்விடுகிறது. மெய்ன் கேம்ப் நூலில், நாடாளுமன்ற ஜனநாயகத்தைத் தோலுரித்துக் காட்டிய பிறகு "உண்மையான ஜெர்மானிய ஜனநாயகத்தை"யும், தலைவராக இருப்பவர் தனக் கான சுதந்திரத் தேர்வுடன் சேர்த்து, அவர் செய்யப்போகும் செயல்கள், சென்றடையவேண்டிய இலக்குகள் அனைத்துக்கும் முழுப்பொறுப்பையும் தானே எடுத்துக்கொள்ளவேண்டிய கடமைப் பொறுப்பையும் ஹிட்லர் பாராட்டுகிறார். ஜனநாயகரீதியான ஒரு வாக்களிப்புக்குப்பின் தலைவர் முழுமுற்றான அதிகாரத்தை எடுத்துக்கொள்வதையே ஹிட்லர் இங்கு விவாதிக்கிறார். அடுத்து வருகிற தேர்தலில் தன்னைத்தானே தலைவர் என்பதற்கான பேசு பொருளாக ஆக்கிக்கொள்ளவேண்டியிருப்பதே "உண்மையான ஜெர்மானிய ஜனநாயகம்" என்று அவரால் அழைக்கப்படுவதாக இருப்பது குறித்து ஹிட்லரின் விவரிப்பில் எந்தக் குறிப்பும் இல்லை. (மத்திய காலத்தில் ஜெர்மானிய மன்னர்கள் தங்கள் ஆயுட்காலம் முழுவதற்குமாகத் தேர்ந்தெடுக்கப்பட்ட கட்டுக்கதை

சார்ந்த பழங்காலத்தை ஹிட்லர் இங்கு கொண்டு வருகிறார்.[10]) அந்த அமைப்பு எப்படிப்பட்டதாக இருந்தாலும் ஜனநாயகமாக அடையாளம் காணப்படுவதாக இருப்பதில்லை.

அடிமைமுறை நடைமுறையில் இருப்பதைப் பாதுகாப்பதற்காக சுதந்திரம் என்னும் கருத்தாக்கத்தை தென்மாநிலங்களின் கூட்டணி பயன்படுத்திக் கொண்டதிலும், தென்மாநிலங்கள் அடிமைமுறையைப் பாதுகாத்துக் கொள்வதற்காக "மாநிலங்களின் உரிமைகளு"க்குக் கோரிக்கை விடுத்ததிலும், சர்வாதிகார ஆட்சியையே ஜனநாயக ஆட்சியென்று ஹிட்லர் முன்வைத்ததிலும், தாராளவாத ஜனநாயக இலட்சியங்கள் தம்மைத்தாமே அழித்துக்கொள்வதற்கான ஒரு முகமூடியாகப் பயன்பட்டன. இவை ஒவ்வொன்றிலும் ஜனநாயகத்துக்கு எதிரான வாதங்களின் இலக்கு உண்மையில் ஜனநாயக இலட்சியத்தை அடைவதற்கானது என்பது போன்ற குறிப்பான தோற்றத்தை அளிக்கும் வாதங்களை நாம்மால் காண முடியும். தென்மாநிலங்களின் கூட்டணி மற்றும் ஜிம்குரோ அமெரிக்க தெற்கின் விசயங்களில் அந்த வாதம் சுயநிர்ணய உரிமையின் ஒரு வெளிப்பாடான "மாநிலங்களின் உரிமை" என்பதாக இருந்தது. இது ஒவ்வொரு மாநிலத்திலும் மேற்கொள்ளப்படும் விருப்பத்தேர்வாக இருந்ததால் இனரீதியான அடிமைபடுத்தும் நடைமுறையை அனுமதிப்பதாக இருந்தது. "உண்மையான ஜெர்மானிய ஜனநாயகம்" - அதாவது ஓர் ஒற்றைத் தனிநபரின் சர்வாதிகாரம் - கலப்படமற்ற ஜனநாயகம் என்று ஹிட்லர் வாதிடுகிறார். ஏனெனில், அப்படிப்பட்ட அமைப்பில்தான் அரசியல் முடிவுகளுக்கு நம்பிக்கைக் குரிய தனிநபர் பொறுப்பாவார். அந்த முடிவுகள் ஒரு நபரிடம் தங்கியிருக்கச் செய்வதற்கான அதிகாரமும், தனிநபர் பொறுப்பும் மிக மேன்மையானதொரு தாராளவாதக் கருத்துருவாக இருக்கும்.

பிளேட்டோவின் குடியரசு நூலின் புத்தகம் 8இல், மக்கள் சுய-நிர்வாகம் நோக்கி இயல்பாக இட்டுச்செல்லப்படுவதில்லை, மாறாக, ஒரு வலிமையான தலைவரைப் பின்பற்றவே விரும்புகிறார்கள் என்று சாக்ரடீஸ் வாதிடுகிறார். பேச்சுச்சுதந்திரத்துக்கு அனுமதியளிப்பதன் மூலம் ஒரு வலுவான மனிதருக்கான மக்களின் தேவையை ஓர் அரசியல் தலைவர் தனக்குச் சாதகமாகப் பயன்படுத்திக்கொள்வதற்கு ஜனநாயகம் வழியமைத்துத் தருகிறது. அந்த வலிமையான மனிதர், மக்களின் வெறுப்புணர்வுகளும்,

அச்சங்களும் அவர்களது மனதை அரிக்கச்செய்வதற்கு இந்தச் சுதந்திரத்தைப் பயன்படுத்திக்கொள்வார். அந்த வலிமையான மனிதர் ஒருமுறை ஆட்சியைக் கைப்பற்றியதும் ஜனநாயகத்தை முடிவுக்குக் கொண்டுவந்து, அதைக் கொடுங்கோலாட்சியால் மாற்றீடு செய்வார். சுருக்கமாகச் சொன்னால், ஜனநாயகம் என்பது தன்னைத் தானே வேரறுத்துக்கொள்ளும் அமைப்பு என்றும், அதன் இலட்சியங்களே அதன் சொந்தத் தோல்விக்கு இட்டுச் செல்லக் கூடியவை என்றும் குடியரசு நூலின் புத்தகம் 8 வாதிடுகிறது. ஜனநாயகத்தின் சுதந்திரங்களை அதற்கு எதிராகவே பயன்படுத்துவதற்கான இந்த வழிமுறை ஃபாசிச அரசியல்வாதிகளுக்கு எப்போதும் நன்கு பரிச்சயமானதாகும். நாஜி பரப்புரை அமைச்சர் ஜோசப் கோயபெல்ஸ் ஒருமுறை இவ்வாறு அறிவித்தார்: “தன்னை அழிப்பதற்கான வழிமுறைகளைத் தனது கொடிய எதிரிகளுக்கு அது கொடுத்துவிடுகிறது என்பதுதான் ஜனநாயகத்தின் மிகப் பெரிய நகைச்சுவைகளில் ஒன்றாக எப்போதும் இருக்கப் போகிறது.” இன்றைய நாள் கடந்தகாலத்திலிருந்து வேறுபட்டதாக இருக்கவில்லை. பேச்சுச் சுதந்திரத்தை அதன் எல்லைவரை தள்ளிச்சென்று, மற்றவர்களின் பேச்சைச் சீர்குலைப்பதற்குப் பயன்படுத்துவது என்னும் இந்த உத்தியைத் தாராளவாத ஜனநாயகத்தின் எதிரிகள் முழுமையாகச் செயல்படுத்துவதை நாம் மீண்டும் காண்கிறோம்.

டிசைர் ஃபெய் ரூஸ் முன்னாள் நூலகரும் களப்பணியாளருமாவார். அமெரிக்க அட்டர்னி ஜெனரல் ஜெப் செஸ்ஸன்ஸின் தகுதி நிர்ணய விசாரணை நேரத்தின்போது அங்கிருந்தார். ஒன்றிய அரசின் நீதிபதி நிலைக்கு உயர்த்தப்படுவதற்காக முன்னால் அலபாமா செனட்டரான செஸ்ஸன்ஸின் வேட்புமனு அதிவலது தீவிரவாதம், குறிப்பாக இனவாதம் குறித்த, அதிகபட்சக் குற்றச்சாட்டுகள் காரணமாக (குறிப்பாக செனட்டர் என்ற முறையில் குடியேற்றம் குறித்த அச்சத்தைத் தூண்டுபவர் என்ற பெயரைத் தானாகவே முன்வந்து பெற்றுக்கொண்டவராக இருந்தார்) 1986இல் நிராகரிக்கப்பட்டது. செஸ்ஸன்ஸ் அனைத்து அமெரிக்கர்களையும் சட்டப்படி சமமாக நடத்தினார் என்பதற்கான “நன்கு ஆவணப் படுத்தப்பட்ட ஆதாரங்கள்” இருப்பதாக அலபாமா செனட்டர் ரிச்சர்ட்செல்பி கூறியபோது ஃபெய்ரூஸ் ஏளனமாக நகைத்தார். உடனடியாகக் கைது செய்யப்பட்ட அந்தப் பெண், குறுக்கீடு

செய்ததாகவும், ஒழுங்கீனமாக நடந்துகொண்டதாகவும் குற்றம் சாட்டப்பட்டார். செஸ்ஸன்ஸின் தலைமையிலான நீதித்துறை, அவர் மீது குற்றம் சுமத்தியது. 2017இன் கோடைக் காலத்தில் சிரிப்பு என்பது அனுமதிக்கப்பட்ட பேச்சு என்ற அடிப்படையில் ஒரு நீதிபதி அந்த வழக்கைத் தள்ளுபடி செய்த நிலையிலும் செஸ்ஸன்ஸின் நீதித்துறை 2017 செப்டம்பரில் அவர் மீதான குற்றச்சாட்டைத் தொடர முடிவு செய்தது. அந்த ஆண்டு நவம்பர் மாதம்வரை ஃபெய்ரூஸ் நகைத்தது தொடர்பான வழக்கு விசாரணைக்கான முயற்சியை அது கைவிடவில்லை.

அமெரிக்க அட்டர்னி ஜெனரல் ஜெப் செஸ்ஸன்ஸ் பேச்சு சுதந் திரத்துக்கு ஆதரவானவராக எப்போதும் இருந்ததில்லை. இருப்பினும் அதே மாதத்தில் அவரது நீதித்துறை வேறொரு அமெரிக்கக் குடிமகன் சிரித்தது தொடர்பான வழக்கு விசார ணையை மீண்டும் மேற்கொள்ள முயன்றது. ஜார்ஜ் டவுன் சட்டப்பள்ளி வலதுசாரிக் குரல்களை ஊக்குவிக்கிறது என்ற நம்பிக்கையில் அந்தக் கல்வி நிறுவனத்தில் அவர் ஆற்றிய ஓர் உரையில் பல்கலைக்கழக வளாகங்கள் பேச்சுச் சுதந்திரத்துக்கான ஓர் அர்ப்பணிப்போடு வாழத் தவறிவிட்டதாகக் கடுமையாகக் கண்டனம் செய்தார். “பேச்சு சுதந்திரத்துக்கும், முதலாவது சட்டத் திருத்தத்துக்குமான தேசிய அளவிலான மறு அர்ப்பணிப்பு” ஒன்றுக்கு அவர் அழைப்பு விடுத்தார். (செஸ்ஸன்ஸ் இந்த உரையை ஆற்றிய அந்த வாரத்தில், தேசிய கீதம் இசைக்கப்பட்டபோது இன வாதத்தை எதிர்ப்பதற்காக மண்டியிட்ட வீரர்களை நீக்கிவிடுமாறு தேசிய கால்பந்துக்கழக அணிகளின் உரிமையாளர்களை அதிபர் டிரம்ப் கேட்டுக்கொண்ட செய்தியே ஆதிக்கம் செலுத்தியது. மண்டியிடும் இந்த நடவடிக்கை, முதல் சட்டத்திருத்தம் என்பது நடைமுறையில் இருந்திருந்தால் அந்தத் திருத்தம் வழங்கும் உரிமைகளில் ஒன்றாக இருந்திருக்கும்.)

அமெரிக்க அரசியல் தற்போது பேச்சு சுதந்திரத்துக்கு ஆதரவான அதிதீவிர வலதுசாரி தேசியவாதிகளின் சொல்லாடல்களால் ஆதிக்கம் செலுத்தப்படுகிறது. போர்ட்லண்டிலும், ஓரிகனிலும் நடந்த டிரம்ப் ஆதரவுப்பேரணிகள் “பேச்சு சுதந்திரத்துக்கான டிரம்ப் பேரணிகள்” என்று அழைக்கப்பட்டன. 2017மே மாதத்தில், முப்பத்தைந்து வயதான தீவிர வலதுசாரி தேசியவாதி ஜெரிமி ஜோசப் கிறிஸ்டியன் இரண்டு இளம் பெண்களிடம் முஸ்லிம்களுக்கு

எதிரான வசைமொழிகளை அள்ளி வீசிய நிலையில், அதில் குறுக் கிட்ட மூவரைக் கத்தியால் குத்தியதாகக் குற்றம் சாட்டப்பட்ட போது, அந்த நகரம் குறிப்பிடத்தக்க வகையில் கொடூரமான வெள்ளைத் தேசியவாத தீவிரவாத நடவடிக்கை ஒன்றுக்கான இடமாக இருந்தது. அந்தக் கத்திக்குத்திற்குப் பலியான இருவர் அவர்களுக்கு ஏற்பட்ட காயங்களால் இறந்துபோனார்கள். நீதி பதியின் முன் நிறுத்தப்படுவதற்காக அவர் நீதிமன்ற அறைக்குள் நுழைந்த போது, கிறிஸ்டியன் உரக்கக் கூக்குரலிட்டார்;

> போர்ட்லண்ட் நகரமே, பேச்சு சுதந்திரம், இல்லையேல் சாவு! உங்களுக்குப் பாதுகாப்பான இடம் எதுவும் கிடைக்கப்போவதில்லை. இது அமெரிக்கா. பேச்சு சுதந்திரத்தை நீங்கள் விரும்பவில்லையென்றால் இங் கிருந்து வெளியேறிவிடுங்கள், நீங்கள் இதைத் தீவிர வாதம் என்கிறீர்கள், நான் இதை தேசபக்தி என்கிறேன்.[11]

மக்கள் தரப்பிலும் அவர்களது பிரதிநிதிகளின் தரப்பிலும் கொள்கை குறித்த பொது உரையாடலுக்கு வசதி செய்துதர வேண்டும் என்பதுதான் ஜனநாயகத்தில் நாம் பேச்சுரிமையை கொண்டிருப்பதற்கான தலையாய காரணமாகும். ஆனால் ஒருவர் இன்னொருவர் மீது வசைமொழிகளை அள்ளிவீசி உரக்கக் கூச்சலிடும் வகையிலான விவாதம் நடக்கும் இடத்தில் - உடல் ரீதியான வன்முறையில் ஈடுபடுவது குறித்துச் சொல்லவேண்டியதே யில்லை - அந்த விவாதத்தின் பிறகு வரும் எதிர்ப்பை பேச்சுரிமை மீதான தாக்குதல் என்று இகழ்வது, பேச்சுரிமையைப் பாதுகாக்கும் விதத்திலான பொருத்தமான பொது உரையாடலாக இருக்காது. ஜெரிமி ஜோசப் கிறிஸ்டியன் ஈடுபட விரும்பும் பேச்சின் வகை யானது, பொது உரையாடலுக்கு வசதி செய்துகொடுப்பதற்கு மாறாக, அதற்கான சுதந்திரத்தையே அழித்துவிடுவதாக இருக்கிறது.

பகுத்தறிவுக்கு மாறானதை பகுத்தறிவு வாய்ந்ததற்கு மேலான தாகவும், வெறியுணர்வுகொண்ட உணர்வெழுச்சியை அறிவுப்பூர்வ மானதற்கு மேலானதாகவும் ஃபாசிசம் உயர்த்திப் பிடிக்கிறது என்று அடிக்கடி சரியான விதத்திலேயே குறிப்பிடப்படுகிறது. இருப் பினும், ஃபாசிசம் இந்த உயர்த்திப் பிடித்தலை மறைமுகமாக, அதாவது பரப்புரைரீதியாகச் செய்கிறது என்பது அதிகமாக, குறிப் பிடப்படுவதில்லை. “பேச்சுவன்மையே ஹிட்லரின் ‘யுத்தம்’”

என்பது அமெரிக்க இலக்கியக் கோட்பாட்டாளர் கென்னத் பர்க்கியின் 1939ஆம் ஆண்டுக் கட்டுரைகளில் ஒன்றாகும். அந்தக் கட்டுரையில் வாழ்க்கை என்பது குழுக்களுக்கிடையிலான அதிகாரத்துக்கான போராட்டம்; அதில் பகுத்தறிவுக்கும், புறவய நோக்குக்கும் எந்த இடமும் இல்லை; மனிதர்கள் மிருகங்களாக இருக்கிறார்கள் என்னும் அவரது புரிதல், அறிவொளிக்காலம் பகுத்தறிவில் இயக்கப்பட்டது என்பது குறித்த அவரது மறுப்பு போன்ற தேசிய சோசலிச இலட்சியங்களைத் தழுவு வதற்கு ஹிட்லர் மேற்கொண்ட போராட்டங்கள் குறித்து தனது மெய்ன் காம்ப் நூலில் அவர் திரும்பத்திரும்ப விவாதிப்பதை பர்க்கி விளக்குகிறார். பகுத்தறிவுக்கு மாறானது குறித்த ஒரு வழிபாடு என்று ஹிட்லரிசத்தின் மீது தாக்குதல் தொடுப்பவர்கள் தங்களது கூற்றுகளைப் பின்வருமாறு திருத்திக்கொள்ள வேண்டும்: அது பகுத்தறிவுக்கு மாறானதுதான், ஆனால் “பகுத்தறிவு என்ற முழக்கத்தின்கீழ் அது மேற்கொள்ளப்படுகிறது,” என்று பர்க்கி எழுதுகிறார். ஃபாசிசவாதிகள், அறிவொளிக்கால இலட்சியங்களை மறுக்கும் அதே சமயத்தில் யதார்த்தமான, அப்பட்டமான மோதலில் இயற்கை விதியால் அப்படிச் செய்யவேண்டிய கட்டாயத்தில் இருப்பதாகவும் அவர்கள் அறிவிக்கிறார்கள். பர்க்கிகுறிப்பிடுவதுபோல், “வெறித்தனமான ஒரு யூத எதிர்ப்பாளராகத் தான் மாறியதைத் தனது “மனதிற்கு” எதிரான “பகுத்தறிவு” மற்றும் “யதார்த்தம்” என்பனவற்றின் “போராட்டம்” என்று ஹிட்லர் விவரிக்கிறார். வாழ்க்கை என்பது ஆதிக்கத்துக்கான ஈவிரக்கமற்ற போராட்டம் என்ற பார்வைக்கு, அறிவியல்பூர்வமான சிந்தனையால் உந்தப்படுவதாக இருக்கிறது என்றும், அதில், தன்னை இந்த நிலைக்குக் கொண்டு வந்ததாகக் கருதப்படும் ஆற்றலான - உலகளாவிய சிந்தனை குறித்த அறிவொளிக்கால இலட்சியம் - என்னும் அந்த ஆற்றலே கைவிடப்படவேண்டியதாக இருக்கிறது என்றும் ஃபாசிசவாதி கோருகிறார். ●

3. எதிர் – அறிவார்த்தவாதம்

கல்வி, நிபுணத்துவம் மற்றும் மொழி ஆகியவற்றைத் தாக்குவதன் மூலமும், மதிப்பிழக்கச் செய்வதன் மூலமும் பொது உரையாடலை வலுவிழக்க வைப்பதற்கு ஃபாசிச அரசியல் முயற்சிக்கிறது. வெவ்வேறு பார்வைகளைப் பெறுவதற்கான வாய்ப்புடனான கல்வியும், ஒருவரது சொந்த அறிவு செயல்படாத நிலையில் நிபுணத்துவம் குறித்த மரியாதையும், யதார்த்தத்தைத் துல்லியமாக விவரிப்பதற்குப் போதுமான வளமிக்க ஒரு மொழியும் இல்லாமல் அறிவுபூர்வமான விவாதம் சாத்தியமில்லை. கல்வி, நிபுணத்துவம் மற்றும் மொழி ரீதியான தனிச் சிறப்புகள் வலுவிழக்கச் செய்யப்படும்போது, அங்கு அதிகாரமும், பழங்குடி அடையாளமும் மட்டுமே எஞ்சியிருக்கும்.

இதன் பொருள் ஃபாசிச அரசியலில் உலகளாவிய தன்மைகளுக்கு இடமில்லை என்பதல்ல. ஃபாசிசக் கருத்தியலில் ஏற்றுக் கொள்ளத் தக்கதாக ஒரே ஒரு பார்வைதான் இருக்கிறது. அது, மேலாதிக்கம் செலுத்தும் தேசம் என்னும் பார்வையாகும். பள்ளிகள் மாணவர்களுக்கு மேலாதிக்கம் செலுத்தும் பண்பாடு குறித்தும், அதன் கட்டுக்கதை சார்ந்த கடந்தகாலம் குறித்தும் அறிமுகப் படுத்துகின்றன. ஆகையால் கல்வி என்பது ஃபாசிசத்துக்குக் கடும் அச்சுறுத்தலாக அமைகிறது அல்லது கட்டுக்கதை சார்ந்த தேசத் துக்கு ஓர் ஆதாரத்தூணாக மாறுகிறது. அதன் பிறகு, வளாகங்களில் நடக்கும் எதிர்ப்புகளும், மோதல்களும் உண்மையானதொரு அரசியல் யுத்தகளத்தைப் பிரதிநிதித்துவம் செய்வதோடு தேச அளவில் கவனத்தைப் பெறுவதாகவும் இருப்பதில் வியப்பேதும் இல்லை. இதன் விளைவுகள் பாரதூரமானவை.

குறைந்தபட்சம் கடந்த ஐம்பதாண்டு காலமாகவேனும், அநீதிக்கும், ஆதிக்கப்போக்கின் மிதமிஞ்சிய தன்மைக்கும் எதிரான எதிர்ப்பின் மையங்களாகப் பல்கலைக்கழகங்கள் இருந்து வருகின்றன. உதாரணமாக, 1960களின் போர் எதிர்ப்பு இயக்கங்களை

எண்ணிப் பாருங்கள். பேச்சு என்பது ஓர் உரிமையாக இருக்கு மிடத்தில் பரப்புரையாளர்களால் மாற்றுக் கருத்தை அப்பட்டமாக எதிர்க்க முடிவதில்லை; மாறாக, அந்த மாற்றுக் கருத்தை வன்முறை யானதாகவும், ஒடுக்குமுறையானதாகவும் அவர்கள் பிரதிநிதித் துவம் செய்யவேண்டியிருக்கிறது (அதன் காரணமாக எதிர்ப்பு என்பது "கலகம்" என்பதாக மாற்றப்படுகிறது). 2015இல், பிளாக் லைவ்ஸ் மேட்டர் இயக்கம் அமெரிக்காவில் காவல்துறைக் காட்டுமிராண்டித்தனத்துக்கும், இனச் சமத்துவமின்மைக்குமான எதிர்ப்பு, பல்கலைக்கழக வளாகங்களுக்குப் பரவியது. ஊடகங்கள் இந்தச் செயல் நோக்கங்களைப் பெருமளவில் புறக்கணித்தன; எதிர்த்துப் போராடும் பிளாக் லைவ்ஸ் மேட்டர் இயக்கம் மிசௌரியைச் சேர்ந்த ஃபெர்கூசனில் தொடங்கிய நிலையில், அது முதலில் தொட்ட வளாகம் மிசௌரி பல்கலைக்கழகம் என்பதில் வியப்பொன்றுமில்லை. இனரீதியாகப் பிரித்துவைக்கும் நடைமுறை நீக்கப்பட்ட ஆண்டை நினைவுகூரும் வகையில் மிசௌரி மாணவர் இயக்கம் கன்செர்ன்ட் ஸ்டூடண்ட் 1950 என்று பெயரிட்டது. அதன் நோக்கங்களுக்கிடையில் கறுப்பின மாணவர்கள் வழக்கமான முறையில் இனவாத வசை மொழிகளை எதிர்கொள்ளவேண்டியிருக்கும் சம்பவங்களை முன்வைத்துப் பேசுவதும், அதுபோலவே, பண்பாடும் நாகரிகமும் வெள்ளை மனிதன் தனிப்பட உருவாக்கிய விளைபொருள் என்று பிரதி நிதித்துவம் செய்யும் பாடத் திட்டத்தை முன்வைத்துப் பேசுவது மாகும். ஊடகங்கள் கறுப்பின மாணவர்களை இச்சூழ்நிலையைப் பயன்படுத்தி பல்கலைக்கழகத்தின் அளவுக்கு மீறிய தாராளவாத அரசியலுக்கு எதிராகக் கடுஞ்சினத்தைத் தூண்டிவிடும் ஒரு கோபக் காரக் கும்பலாகக் காட்டின.

மாற்றுக்கருத்துகொண்ட சுதந்திரக் குரல்களுக்குப் புகலிட மளிக்கும் நிறுவனங்களின் நம்பகத்தன்மையானது அந்தக் குரல் களை மறுதலிக்கும் பல்கலைக்கழகங்கள் மற்றும் ஊடகங்களால் அவை மாற்றீடு செய்யப்படமுடியும் அளவுக்கு வேரறுக்கப்பட வேண்டுமென்று ஃபாசிச அரசியல் விரும்புகிறது. போலித்தனம் என்ற குற்றச்சாட்டை முன்வைப்பது வழக்கமான ஒரு முறை யாகும். இப்போதும்கூட, பேச்சு சுதந்திரம் குறித்த பிரச்சினையில் பல்கலைக்கழகங்கள் போலித்தனமாக இருப்பதாகக் குற்றம்

சாட்டும் வலதுசாரிப் பரப்புரை இன்றும் இருந்து வருகிறது. பேச்சு சுதந்திரத்தை உயர்வானதாகக் கருதுவதாகப் பல்கலைக் கழகங்கள் கோரிக்கொள்ளுகின்றன. ஆனால், இடதுசாரிச் சாய்வு இல்லாத குரல்களுக்கு எதிரான எதிர்ப்புப் போராட்டங்களை வளாகங்களுக்குள் அனுமதிப்பதன் மூலம் அத்தகைய குரல்கள் எதனையும் அடக்கியொடுக்குகின்றன என்று அவர்கள் சொல் கிறார்கள். மிகச் சமீபத்தில், வளாகம் சார்ந்த சமூகநீதி இயக்கங் களை விமர்சிப்பவர்கள், தம்மைத்தாமே எதிர்ப்புப் போராட்டங் களுக்குப் பலியாக்கிக் கொள்வதை ஆற்றல் வாய்ந்த ஒரு வழிமுறை என்று கண்டுகொண்டிருக்கிறார்கள். போராட்டக்காரர்கள் தங்கள் சொந்த பேச்சு சுதந்திரத்தை நிராகரிப்பதையே இலக்காகக் கொண் டுள்ளார்கள் என்று வாதிடுகிறார்கள்.

இந்தக் குற்றச்சாட்டுகள் வகுப்பறைகளுக்குள்ளும் நீட்டிக்கப் படுகின்றன. 1980களிலிருந்தே தீவிர வலதுசாரிச் செயல்பாட்டாள ரான டேவிட் ஹாரோவிட்ச், பல்கலைக்கழகங்களையும், திரைத் துறையையும் தாக்குதல் இலக்காக வைத்துள்ளார். 2006இல் ஹாரோவிட்ச் வெளியிட்ட த புரொபசர்ஸ் என்ற நூலில், “அமெரிக்காவிலுள்ள மிகவும் ஆபத்தான பேராசிரியர்களின்” பெயர்களைக் கொண்ட பட்டியலொன்றை வெளியிட்டுள்ளார். இடதுசாரிகளும், தாராளவாதிகளுமாக இருந்த அவர்களில் பலர் பாலஸ்தீனத்துக்கான உரிமைகளின் ஆதரவாளர்களாக இருந் தார்கள். “மிகவும் ஆபத்தான 150 கல்விப் பயிற்சிகளின்” பட்டி யலைக் கொண்ட ஒரு கட்சி வகுப்பறை என்ற இன்னொரு நூலை அவர் 2009இல் வெளியிட்டார்.

தனது கருத்துக்களை ஊக்குவிப்பதற்காக அவர் பல்வேறு அமைப்புகளை உருவாக்கினார். 1990களில் ஹாரோவிட்ச் இன்டிவிஜூவல் ரைட்ஸ் ஃபவுண்டேசன் (தனிநபர் உரிமைகள் அமைப்பு) என்ற அமைப்பை உருவாக்கினார் பழமைவாத யங் அமெரிக்கா அமைப்பின் கருத்துப்படி அது, “கல்லூரி வளாகங் களுக்கான பேச்சு விதிமுறைகளுக்கு எதிரான யுத்தத்தில் தலைமையேற்றிருந்தது.” 1992இல் மாதாந்திரச் சிற்றிதழான ஹூடெரோபாக்கியை அவர் நிறுவினார். சதர்ன் பாவெர்டி சென்டர் அமைப்பின் கருத்துப்படி, அது “அமெரிக்க கல்வித்துறையை ஆக்கிரமித்துள்ள இடதுசாரிகளால் கற்பிக்கப்படும் பல்கலைக்கழக

மாணவர்களை இலக்காகக் கொண்டிருந்தது.” 2003இல் உயர் கல்வியில் நடுநிலை மற்றும் உள்ளடக்குதலுக்கான போராட்டத்திற்கு அழைப்பு விடுத்த ஸ்டூடன்ட்ஸ் ஃபர் அக்கடெமிக் ஃபிரீடம் அமைப்பிற்கும் ஹாரோவிட்ச் பொறுப்பாக இருந்தார். ஸ்டூடன்ட்ஸ் ஃபர் அக்கடெமிக் ஃபிரீடம் அமைப்பின் இலக்கு பழமைவாத உலகக் கண்ணோட்டம்கொண்ட பேராசிரியர்களைப் பணி யமர்த்துவதற்கு ஆதரவாக இருந்தது. இம்முயற்சி, யங் அமெரிக்கன் ஃபவுண்டேசன் அமைப்பின் கருத்துப்படி “அமெரிக்கப் பள்ளி களிலும், கல்லூரிகளிலும் அறிவார்ந்த பன்முகத்தன்மையையும், கல்வித்துறை சார்ந்த சுதந்திரத்தையும் மேலோங்கச் செய்வதற் கானது எனச் சந்தைப்படுத்தப்பட்டது. கடந்த சில பத்தாண்டுகளாக ஹாரோவிட்ச் அமெரிக்காவின் தீவிர வலதுசாரிக் குறுங்குழுத் தலைவராக இருந்துவருகிறார். மிகச் சமீபத்தில் அவரது உத்திகளும் நோக்கங்களும், அவரது சொல்லாற்றலும்கூட மைய நீரோட்டத் துக்குள் நுழைந்துவிட்டது. அங்கு அது வளாகங்களுக்குள் “அரசியல் சரித்தன்மை” தொடர்பான தாக்குதல்களைத் தொடுப்பது இப்போது சாதாரணமானதாக ஆகிவிட்டது.

ஹாரோவிட்சின் செயல்திட்டத்தை ட்ரம்ப் நிர்வாகம் தீவிர மாகப் பின்பற்றியது. அமெரிக்க நீதித்துறையின் கூடுதல் இணை அட்டர்னி ஜெனரல் ஜெஸ்ஸி பனுச்சியோ, 2018 ஜனவரி 26 அன்று நார்த் வெஸ்டர்ன் பல்கலைக் கழகத்தில், வளாக அளவி லான பேச்சு சுதந்திரம், “ஓர் உயிர்த்துடிப்பான முக்கியத் தலைப் பாகும். அத்துடன், நீங்கள் ஒன்றைத் தெளிவாக அறிந்திருப்பீர்கள். அட்டர்னி ஜெனரல் செஸ்ஸன்ஸ்தான் நீதித்துறைக்கு முன்னுரிமை வழங்கியவராவார். ஏனெனில், நமது பார்வையில் நாடெங்கிலு முள்ள பல வளாகங்கள் பேச்சு சுதந்திரத்தைப் பாதுகாத்து மேலோங்கச் செய்யத் தவறிவிட்டன.”

டிரம்பின் அதிபர் தேர்தல் பரப்புரை சில நேரங்களில் “அரசியல் சரித்தன்மை”[1] மீதான நீண்டதொரு தாக்குதல் என விவரிக்கப் படுகிறது. டிரம்ப் நிர்வாகத்தின் சொல்லாடல் குறிப்பாக, “அரசியல் சரித்தன்மை” மீதான தாக்குதல்களும், பேச்சு சுதந்திரம் குறித்த சொல்லாடலும் பல்கலைக் கழகங்களை தாராளவாதத்தின் கோட் டைகள் என்பதை நியாயப் பூர்வமற்றதாக ஆக்குவதற்கும் தாக்கு வதற்கும் எழுந்த நன்கு நிதியுதவி செய்யப்பட்ட நிறுவனங்களின்

பேச்சு நுணுக்கங்கள் கவிந்தவையாக இருக்கின்றன. டேவிட் ஹாரோவிட்சின் முக்கிய நிறவனமான டேவிட் ஹாரோவிட்ச் ஃப்ரீடம் சென்டருக்கும் (டி ஹெச்எஃப்சி) டிரம்ப் நிர்வாகத்துக்கும், குறிப்பாக அதன் தீவிர வலதுசாரி உறுப்பினர்களுக்கும் இடையில் தொடர்புகள் இருக்கின்றன. 2017 ஜூனில் வாஷிங்டன் போஸ்டில் வெளியிடப்பட்ட ஆய்வுக் கட்டுரையின்படி, வாஷிங்டன் அரசியல் நிறுவனத்தைச் சீர்குலைத்து, அட்டர்னி ஜெனரல் ஜெப் செஸ்ஸன்ஸ், மூத்த அரசியல் ஆலோசகர் ஸ்டீபன் மில்லர் மற்றும் ஸ்டீபன் பான்னன்' உள்ளிட்டவர்களை டி ஹெச் எஃப் சி வலதுசாரிப் பக்கம் சாய்த்தது. அந்தக் கட்டுரை சொல்வதன்படி, 2016 டிசம்பர் 14 அன்று, "டிரம்பின் வெற்றி குறித்து ஹாரோவிட்ச் மகிழ்ச்சி தெரிவித்தார். அரசியல் குறித்த தனது அணுகு முறையினால் குடியரசுவாதிகள் இறுதியாக விழித்தெழுந்து விட்டார்கள்," இடதுசாரிகள் பேச்சு சுதந்திரத்தின் எதிரிகள் என்றும் அவர் இகழ்ந்துரைத்தார்.

துணை அதிபர் மைக் பென்ஸ், செஸ்ஸன்ஸ், பான்னன் மற்றும் மில்லர் உள்ளிட்ட டிரம்ப் நிர்வாகத்திலுள்ள குறைந்த பட்சம் பதி னொரு உறுப்பினர்கள் (ஒருமுறை மட்டுமே உறுப்பினரானவர்கள்) டிஹெச்எஃப்சியின் ஆதரவாளர்கள் என்ற ஹாரோவிட்ச் கணக்கிடு கிறார். இவர்களை ஹாரோவிட்ச் "என்னுடைய முறையான இளம் மாணவர்கள்" என்று விவரிக்கிறார் (மில்லரின் பணிப்போக்குக்கு ஹாரோவிட்ச் அளித்துவந்த நீண்ட ஆதரவை இந்தக் கட்டுரை ஆவணப்படுத்துகிறது). இந்த மையம் மூத்தவர் டிரம்பின் நிர்வாக அதிகாரிகளின் பணிப் போக்குகளுடன் பல ஆண்டு காலம் ஆழ மான தொடர்புகளைக் கொண்டிருந்தது. அத்துடன் போஸ்டின் ஆய்வின்படி, அந்த நிர்வாகத்தின் தீவிர வலதுசாரி உறுப்பினர்கள் முறைசாராக் கூடுமிடமாக, நீண்ட காலம் பயன்பட்டு வந்தது.

பேச்சு சுதந்திரம் குறித்த பல்கலைக்கழகங்கள் மீதான ஹாரோ விட்சின் தாக்குதல்கள் சட்டபூர்வமானவையாக இருக்கவில்லை. கல்வித்துறைச் சுதந்திரத்துக்கு முறையான பாதுகாப்பு வழங்கப்பட் டுள்ள நிலையில், அமெரிக்காவிலுள்ள பல்கலைக்கழகங்கள் எந்த வொரு வேலையிடத்தையும்போல், வெளிப்பாட்டுக்கான மிகவும் சுதந்திரமான புலத்தை வழங்குகின்றன. அமெரிக்காவிலுள்ள தனியார் வேலையிடங்களில் பேச்சு சுதந்திரம் என்பது ஒரு

கற்பனையே. தொழிலாளர்கள் வழக்கமாக வெளிப்படையற்ற ஒப்பந்தங்களுக்கு உள்ளாக்கப்படுகிறார்கள். பல்வேறு விசயங் களைப் பேசுவதிலிருந்தும் அவர்கள் தடைசெய்யப்படுகிறார்கள். பெரும்பாலான வேலையிடங்களில், சமூக ஊடகங்களில் அரசியல் குறித்துப் பேசியதற்காக தொழிலாளர்கள் பணிநீக்கம் செய்யப் படும் நிலையில் இருக்கிறார்கள். பேச்சு சுதந்திரம் என்னும் லட்சியத்தைப் பயன்படுத்தி, ஒரு நாட்டிலுள்ள உண்மையான பேச்சு சுதந்திரத்துக்கான பாதுகாப்புகளைக் கொண்ட ஒருசில வேலையிடங்களையும் தாக்குவது நன்கு தெரிந்த, ஆர்வெல்லிய இயல்புகொண்ட இன்னொரு உதாரணமாகும்.

2017 ஜனவரியில், மிசௌரியின் பொதுப்பல்கலைக் கழகங்கள் அனைத்திலும் பணிக்காலம் என்பதை முற்றிலுமாகத் தடை செய்யும் வகையில் ஏற்கனவே தான் கொண்டுவந்ததைப் போன்ற சட்டத்திருத்த மசோதா ஒன்றை, மாநில சட்டப் பேரவையில், மிசௌரி மாநிலப்பிரதிநிதி ரிக் பிராட்டின் கொண்டு வந்தார். குரோனிக்கிள் ஆஃப் ஹையர் எஜூகேசன் - இதழில் ஒரு நேர் காணலில், பணிக் காலத்தை, “அமெரிக்கத் தன்மைக்கு எதிரானது,” என்று சொன்னதற்குப் பிறகு பிராட்டின் தொடர்ந்து சொன்னார்: “ஏதோ தவறு நேர்ந்திருக்கிறது, ஏதோ முறிந்துபோயிருக்கிறது. அத்துடன் நமது குழந்தைகளுக்குக் கல்வி கற்பிக்கவேண்டிய வரும் அவர்கள் ஒரு நல்ல எதிர்காலம் நோக்கி உந்தித்தள்ளப் படுவதை உறுதிசெய்வதில் கவனம் செலுத்தவேண்டியவருமான ஒரு பேராசிரியர், அதற்கு மாறாக, அவர்கள் ஈடுபடவேண்டாத தான அரசியல் செயல்பாட்டில் அவர்களை ஈடுபடச் செய்கிறார். ஏனெனில் அவர்களுக்குப் பணிக்காலம் இருக்கிறது. அவர்களை அப்படிச் செய்ய அது அனுமதிக்கிறது. அது தவறானது.”[3] பணிக் காலத்தை நீக்கிவிடுவது கல்வித்துறைச் சுதந்திரத்தைச் சிதைத்து விடும். அரசியல் காரணங்களுக்காகப் பேராசிரியர்கள் வேலையை இழக்க நேரிடும் நிலைக்கு இட்டுச்செல்லும் என்பது குறித்து அவர் கவலைகொள்ளவில்லையா என்று பிராட்டினிடம் கேட்ட போது, அதற்குப் பதிலளிக்கும் வகையில், வேறு எந்தத் தொழிலில் மக்களுக்கு அந்தச் சுதந்திரம் இருக்கிறது, கல்வித்துறை மட்டும் ஏன் தனிச்சிறப்பான ஒன்றாக இருக்க வேண்டும் என்று அவர் கேட்டார். அறிஞர்கள் உருவாக்கும் படைப்புப்பணிகள் துறை

சார்ந்த அளவில் அரசியல் தாக்கங்கள் கொண்டதாக இருக்க வேண்டிய அவசியம் நேரலாம். ஏற்றுக்கொள்ளத்தக்க வழிமுறை களில் மட்டுமே ஆய்வு நடைபெறும்படி கட்டுப்படுத்த வேண்டும் என்னும், வலது சாரிகளின் ஆசையை வலதுசாரிகளிடமிருந்து வரும் தாக்குதல்களே தெளிவாக வெளிப்படுத்துகின்றன. செவ் வியல் பாணியிலான அரசியல் தந்திரப் பரப்புரையில், பொதுச் சிந்தனைக்கும் வெளிப்படையான விவாதத்துக்கு ஆதரவாக நிமிர்ந்து நிற்கும் நிறுவனங்களைத் தாக்குவது என்னும் இந்த உத்தி, அந்த இலட்சியங்களின் பின்னாலேயே மறைந்திருந்து நிகழ்த்தப்படுகிறது.

∞

பல்கலைக்கழகங்களுக்குள், அதிக அளவில் அரசியல் சார்ந்த வர்கள் - வழக்கமாக, அதிக அளவில் மார்க்சியம் சார்பானவர்கள் என்று தாங்கள் கருதும் பேராசிரியர்களை ஃபாசிச அரசியல் வாதிகள் தங்கள் தாக்குதல் இலக்காகக் கொள்கிறார்கள். அத்துடன் முழு ஆய்வுக்களங்களையுமே தவறானதென்று கண்டனம் செய்கி றார்கள். தாராளவாத ஜனநாயக அரசுகளில் ஃபாசிச இயக்கங்கள் நுழையும்போது, குறிப்பிட்ட சில கல்வி சார்ந்த பாடமுறைகள் தனித்துப் பிரிக்கப்படுகின்றன. உதாரணமாக, பாலின ஆய்வு உலகெங்குமுள்ள தீவிர வலது தேசியவாத இயக்கங்களால் தாக்கு தலுக்கு உள்ளாகிறது. இந்தத் துறையிலுள்ள ஆசிரியர்களும், பேராசிரியர்களும் தேசத்தின் மரபுகளை மதிப்பதில்லை என்று குற்றம் சாட்டப்படுகிறார்கள்.

ஃபாசிசம் அச்சுறுத்தலுக்குள்ளாகும்போதெல்லாம் அதன் பிரதி நிதிகளும், அதற்குத் துணைசெய்பவர்களும் பள்ளிகளையும் பல்கலைக்கழகங்களையும் “மார்க்சியக் கோட்பாட்டுப் போதனை” கிடைக்கப் பெறும் இடங்கள் எனக் கண்டனம் செய்வது ஃபாசிச அரசியலின் வகை மாதிரியான பூச்சாண்டி காட்டுதலாகும். மார்க் ஸோடும், மார்க்சியத்தோடும் எந்தத் தொடர்பும் இல்லாத விதத்தில் ஃபாசிச அரசியலில் வழக்கமாகப் பயன்படுத்தப்படும் இந்த வெளிப்பாடு சமத்துவத்தை நியாயமற்ற முறையில் அவதூறு செய்வதற்கான ஒரு வழியாகப் பயன்படுத்தப்படுகிறது. அதனால் தான் ஓரங்கட்டப்பட்ட கண்ணோட்டங்களுக்கு அவை எவ்வளவு

தான் சிறியதாக இருந்தாலும் - சிறிது அறிவார்த்த வெளியைத் தருவதற்கு முயற்சிக்கும் பல்கலைக் கழகங்கள் "மார்க்சிய"த்தின் வளர்ச்சிக்கு உகந்த இடங்கள் என்னும் கண்டனத்துக்கு உள் ளாகின்றன. ஃபாசிசம் ஆதிக்கக் கண்ணோட்டம் குறித்ததாகும். அதனால், 'பாசிசத் தருணங்களின்போது, ஆதிக்கக் கண்ணோட் டங்களிலிருந்து மாறுபட்ட கண்ணோட்டங்களை - பாலின ஆய்வு அல்லது அமெரிக்காவில் ஆப்பிரிக்க அமெரிக்க ஆய்வு அல்லது மத்திய கிழக்கு ஆய்வு போன்றவை - பயிற்றுவிக்கும் பாடமுறைகளைக் கண்டனம் செய்யும் பிரபல நபர்களுக்கு பலத்த ஆதரவு இருக்கிறது. ஆதிக்கக் கண்ணோட்டம் உண்மையானது என்றும், "உண்மையான வரலாறு" என்றும், மீண்டும்மீண்டும் தவறாகப் பிரதிநிதித்துவம் செய்யப்படுகிறது. அதனுடன், மாற்றுக் கண்ணோட்டங்களுக்கு இட மளிப்பதான எந்தவொரு முயற்சியும் "கலாச்சார மார்க்சியம்" என்று எள்ளி நகையாடப்படுகிறது.

பாலின ஆய்வு குறித்த ஃபாசிச எதிர்ப்பு, குறிப்பாக, அதன் தந்தைவழிச் சமூகக்கருத்தியலிலிருந்து சீராகத் தொடர்கிறது. தேசிய சோசலிசம் பொதுவாக, பெண்கள் இயக்கங்களையும், பெண்ணியத் தையும் தாக்குவதற்கான இலக்காக ஆக்கிக்கொள்கிறது; நாஜிகளைப் பொறுத்தஅளவில், பெண்ணியம் என்பது ஆரிய இனப்பெண் களிடையே கருவளத்தை அழிப்பதற்கான யூதச்சதியாக இருந்தது. பெண்ணிய இயக்கங்கள் தொடர்பான நாஜிகளின் மனப் போக்கை சாரு குப்தா சரியாகத் தொகுத்துரைக்கிறார் :

> பெண்களின் இயக்கம் என்பது ஜெர்மனியக் குடும்பத்தைக் கீழறுப்பதற்கும், ஜெர்மானிய இனத்தை அழிப்பதற்குமான சர்வதேச யூதச்சதியின் ஒரு பகுதியென்று நாஜிகள் நம்பி னார்கள். அந்த இயக்கம் பெண்கள் தங்கள் பொருளாதாரச் சுதந்திரத்தை உறுதிப்படுத்திக்கொள்வதை ஊக்குவித்தது. குழந்தைகளைப் பெற்றுக்கொள்ள வேண்டும் என்னும் சரி யான கடமைப் பொறுப்பைப் புறக்கணிக்க வேண்டும் என்று அது கோரியது; பெண்மைக் கோட்பாடுகளான போர் ஒழிப்பு, ஜனநாயகம் மற்றும் "பொருள்முதல்வாதம்" ஆகியவற்றைப் பரப்பியது; கருத்தடையையும் கருக் கலைப்பையும் ஊக்குவித்தது; அதன் மூலம் குழந்தை பிறப்பு விகிதத்தைக் குறைத்தது; ஜெர்மனிய மக்களின்

இருத்தலையே அது தாக்குதலுக்குள் ளாக்கியது என்று அவர்கள் வாதிட்டார்கள்.[4]

பல்கலைக்கழகங்களின் மீதான ஃபாசிசத் தாக்குதல்களில், பல் கலைக்கழகங்கள் நாஜிகள் குறிப்பிடும் "யூதச் சதி"யின் பாத்திரத் தைப் பெண்கள் இயக்கத்தின் பின்னணியில் வகித்தன. பல்கலைக் கழகங்கள் ஆண்மைத்தன்மையைக் கீழறுத்து, மரபான குடும் பத்தை வலுவிழக்கச் செய்வதன் மூலம் பாலின ஆய்வுக்கு ஆதரவளிக்கின்றன.

ரஷ்யாவில் விளாதிமீர் புடின் இந்தப் பிரச்சினையில் வலிந்து சென்று தாக்குதல் மேற்கொண்டார். பெண்ணியத்தின் மேற்கத்திய மிகைப்பாடுகளாகக் கருதப்பட்டவற்றுக்கு எதிராகச் செலுத்தப்படும் கருத்தியல் ஆயுதங்களாகப் பல்கலைக்கழகங் களை அவர் புதிதாகப் பயன்படுத்திக்கொண்டார். மிச்சிகனி லுள்ள அதிபழமைவாத ஹில்ஸ் டேல் கல்லூரியைச் சேர்ந்த அமெரிக்க வரலாற்றாளர் ஆல்லன் கார்ல்சனால் ஏற்பாடு செய்யப் பட்டு, 1997இல் பிராக்கில் நடந்த குடும்பங்களின் உலக காங்கிரஸ் மாநாடு ஒன்றில், ஓரினப்புணர்ச்சியாளர்களுக்கு எதி ரான, பெண்ணியத்துக்கு எதிரான ரஷ்யாவின் பல்கலைக்கழகச் செயல்திட்டம் வெளிப்பட்டது என்று இதழாளர் மாஷா கெஸ்ஸென் 2017இல் வெளியான த ப்யூச்சர் ஈஸ் ஹிஸ்டரி: ஹவ் டோட்டலிடேரியனிசம் ரீகிளெய்ம்ட் ரஷ்யா என்னும் தனது நூலில் விவரிக்கிறார். அந்த மாநாட்டில் பார்வையாளர்கள் அதிக எண்ணிக்கையில் கலந்துகொண்டனர். "பார்வையாளர் களின் கூட்டத்தால் உத்வேகம்பெற்ற மாநாட்டு ஏற்பாட்டாளர்கள் குடும்பங்களின் உலக காங்கிரஸை ஒரு நிரந்தர நிறுவனமாக மாற்றி, அதை ஓரினப்புணர்ச்சியாளர்களின் உரிமைகள், கருக் கலைப்பு உரிமைகள் மற்றும் பாலின ஆய்வுக்கு எதிராகப் போராடு வதற்கு அர்ப்பணித்தார்கள்," என்று கெஸ்ஸென் எழுதுகிறார்.[5]

ரஷ்ய அரசாங்கம் செயின்ட் பீட்டர்ஸ்பர்க் ஐரோப்பிய பல் கலைக்கழகத்தை அதன் தாராளவாதச் சாய்வுகளுக்காக இடர்பாட் டுக்கு உட்படுத்தியது என்பது இந்த மாநாட்டால் உத்வேகம் பெற்ற கொள்கைகளுக்கு ஓர் உதாரணமாகும். ரஷ்ய அதிகாரிகள் பல

ஆண்டுகாலம் அதை மூடிவிட முயற்சித்து, இறுதியாக 2016இல், அதன் கற்பிக்கும் உரிமை நிறுத்திவைக்கப்பட்டபோது அவர்கள் வெற்றியடைந்தனர். அந்தப் பல்கலைக்கழகத்தின் கருத்துப்படி, விளாதிமிர் புடினின் யுனைடெட் ரஷ்யா கட்சியைச் சேர்ந்த ரஷ்ய நாடாளுமன்ற உறுப்பினர்களில் ஒருவரான, "விடல்லி மிலனோவ் என்பவரின் அதிகாரபூர்வமான புகார் ஒன்றால் அந்தப் பல்கலைக்கழகத்தை மூடுவதற்கான பரிசோதனைகள் தூண்டப்பட்டவையாக இருந்தன." ஓரினப்புணர்ச்சியாளர்களுக்கு எதிராக ரஷ்யா இயற்றிய சில தீவிரமான சட்டங்களுக்கு இவர் காரணமாக இருந்தார். அந்தப் பல்கலைக்கழகத்தில் பாலின ஆய்வு கற்பிக்கப்படுவது குறித்து மிலனோவ் கவலையை வெளிப் படுத்தினார். "அது அருவருப்பூட்டுவதாக இருந்ததை நான் தனிப் பட்ட முறையில் கண்டறிந்தேன். அது போலியான ஆய்வு, அது சட்டவிரோதமானதாகக்கூட இருக்கலாம்," என்று கிறிஸ்டியன் சயன்ஸ் மானிட்டர் பத்திரிகையில் அவர் சொன்னார்.[6] ஹங் கேரியிலும், போலந்திலும் பாலின ஆய்வு என்பது அரசியல் சர்ச்சைக்கான ஒரு பரபரப்புப்புள்ளியாக இருந்தது. இது, தாராள வாதக் கோட்பாட்டைக் கற்பிக்கும் காவல் கோட்டைகள் எனப் பல்கலைக்கழகங்களுக்குச் சாயம்பூச விரும்பும் அரசியல் தலைவர் களுக்குக் கோபத்தை ஏற்படுத்துவதாக இருந்தது. "ரிப்போர்ட் ஃப்ரம் த டிரென்சஸ்; த டிபேட் அரவுண்ட் டீச்சிங் ஜென்டர் ஸ்டடிஸ் இன் ஹங்கேரி" என்னும் தனது ஆய்வில் ஆண்ட்ரியா பெடோ சொல்வதுபோல், ஹங்கேரியின் மனிதவளத்துறை அமைச்சகத்தின் கீழமைச் செயலாளர் பென்ஸ் ரட்வாரி பாலின ஆய்வை மார்க்சிய-லெனினியத்தோடு ஒப்பிடுகிறார் (மீண்டும் ஃபாசிச ஆட்சிகளின் வழக்கமான பூச்சாண்டி காட்டுதல்).

ரஷ்யாவிலும், கிழக்கு ஐரோப்பாவிலும் போலவே, அமெரிக்கா விலும் பாலின ஆய்வின் மீது தாக்குதல் தொடுப்பது தீவிர வலதுசாரி இயக்கத்தின் வெளிப்படையான ஒரு பகுதியாகும். 2010இல் வட கரோலினா மாநில சட்டப்பேரவை தீவிர வலது சாரி இயக்கமான "டீ பார்ட்டி" இயக்கத்தோடு இணைந்திருந்த குடியரசுவாதிகளின் கட்டுப்பாட்டுக்குள் கொண்டுவரப்பட்டது. குடியரசுக்கட்சியைச் சேர்ந்த ஆளுநர் பாட்மக்ரோரியுடன் இணைந்து அவர்கள் தனிச்சிறப்பு வாய்ந்த நிறுவனமான வடகரோலினா

பல்கலைக்கழகத்தைக் கைப்பற்ற முனைந்தனர். புதிதாக நியமிக்கப் பட்ட பல்கலைக்கழக ஆளுநர்களின் குழு ஒன்று, பரவலாகப் பாராட்டப்பட்டவரும், முற்போக்காளருமான அதன் தலைவர் டாம் ராஸ்ஸை பதவிநீக்கம் செய்தது. "பொதுப் பல்கலைக்கழகங் கள் "பாலின ஆய்வு அல்லது ஸ்வாகிலி" (ஸ்வாகிலி மொழி என்பது, 14 கோடி மக்களால் முதல் இரண்டாவது மொழியாகப் பேசப்படும் ஓர் ஆப்பிரிக்க மொழியாகும்) பாட முறைகளை கற்பிக்கக் கூடாது என்று ஒரு நேர்காணலில் ஆளுநர் மக்ரோரி தெரிவித்தார். மக்ரோரி தொடர்ந்து சொன்னார், "நீங்கள் பாலின ஆய்வைக் கற்க வேண்டுமானால், அது நல்லதுதான், தனியார் பள்ளிக்குச் சென்று அதைக் கற்றுக்கொள்ளுங்கள்."

ஒரு பல்கலைக்கழகம் அனைத்து நிலைபாடுகளுக்குமான பிரதி நிதிகளைக் கொண்டதாக இருக்கவேண்டும் என்றும், வடகரோலி னாவில் செய்யப்பட்டது போன்ற மாற்றங்கள் எதிரான கண்ணோட் டங்களுக்கு மட்டுமே இடந்தருவதாக இருக்கும் என்றும் சிலர் வாதிடக்கூடும். எதிரான நிலைபாடுகளோடு தொடர்ந்து போராடு வதற்காக, நமது சொந்த நிலைபாடுகளை நியாயப்படுத்துவது அவசியமானது என்ற அடிப்படையில் (அது போலவே முதலில் அதற்கான இடமே இருந்ததில்லை என்ற அடிப்படையிலும்) இந்த விவாதங்கள் தங்கியிருக்கின்றன. எதிரெதிரான நிலைபாடு களுக்கு இசைவான விளக்கங்களை எதிர்கொள்வதற்கு இது வழக்க மாகப் பயன்படும் என்பதும், அரசியல் நிறங்களையொட்டிய நிலை பாடுகளின் மதிநுட்பம் வாய்ந்ததும், நுண்ணியமானதுமான புதுக் கருத்துகளால் பல்கலைக்கழகங்கள் கேள்விக்கிடமின்றிப் பய னடையும் என்பதும் தத்துவம் கற்பிக்கும் எவரொருவருக்கும் தெரியும். இருப்பினும், இந்த நிகழ்வுகளின் பொதுவான கோட் பாடு, யோசித்துப் பார்க்கையில் குறிப்பிடத்தக்க விதத்தில் பொருத்த மானதாகவே தோன்றுகிறது.

உலகம் தட்டையானது என்று தெளிவுபடுத்திக்காட்ட விரும்பும் பல்கலைக்கழகத் துறைகளுக்கு ஆய்வாளர்களைச் சேர்ப்பதில் சுதந்திர விசாரணை தேவையென்று கோர வேண்டும் என்று யாரும் நினைப்பதில்லை. அப்படிப்பட்ட ஒரு நிலைபாட்டை இறுதியான அறிவியல் ஆய்வின் மூலம் நாம் தீர்மானிப்பது பயனற்றதாகவே இருக்கும். இந்தப் பிரச்சினையில், பல்கலைக்கழகத்தின் அரிதான

வளங்களைச் செலவிட வேண்டும் என்று பேச்சு சுதந்திரத்தின் மிகத் தீவிரமான பாதுகாவலரும்கூட வாதிட மாட்டார். தட்டையான உலகம் என்னும் கருத்துக்கு ஆதரவானவரைச் சேர்த்துக்கொள்வது புறவய விசாரணைக்கு இன்னும் தடங்கலானதாகவே இருக்கும். அது போலவே ஐ.எஸ்.ஐ.எஸ்சை ஆதரித்துப் பேசுபவர்களை வகுப் பறையில் அல்லது துறையினுள் எதிர்கொள்ளாமலே அதன் கருத்தி யலை என்னால் பாதுகாப்பாகவும், நியாயபூர்வமாகவும் மறுக்க முடியும். யூதர்கள் மரபணுரீதியாக பேராசை நோக்கிய மனச்சாய்வு கொண்டவர்கள் என்பது போன்ற யூத எதிர்ப்பு முட்டாள் தனத்தை நியாயபூர்வமாக மறுப்பதற்கு அந்தப் பார்வையை ஆதரிக்கக்கூடிய வரான ஒருவர் என்னுடன் பணியாற்றுபவராக இருக்கவேண்டிய அவசியமில்லை. இத்தகைய குரல்களை துறையினுள் சேர்த்துக் கொள்வது இத்தகைய நச்சுக்கருத்தியல்களுக்கு எதிரான வாதங் களுக்கு உதவியாக இருக்கும் என்பதும் பெருமளவு ஏற்கத்தக்க தல்ல. அப்படிச் செய்வது தொடர்புகள் முறிந்துபோவதற்கும், கூச்சல் போட்டிகளுக்கும் இட்டுச் செல்வதன்மூலம் அறிவுப்பூர்வ மான விவாதங்களைப் பெரும்பாலும் வலுவிழக்கச் செய்வ தாகவுமே இருக்கும்.

இருப்பினும், கட்டுக்கதைகளை உண்மை என்பதாக ஆய்வு செய்வதற்கு ஃபாசிச அரசியல் இடம் உண்டாக்கித் தருகிறது. ஃபாசிசக் கருத்தியலில், கல்விமுறையின் செயல்பாடு, கட்டுக்கதை சார்ந்த கடந்தகாலத்தைப் போற்றிப் புகழ்வதாகவும், தேச உறுப்பி னர்களின் சாதனைகளை உயர்த்திப் பிடிப்பதாகவும், தமக்கு உரித்தானவர்களாக இல்லாதவர்களின் பார்வைகளையும், வரலாறு களையும் தெளிவற்றதாக ஆக்குவதுமாக இருக்கிறது. பாடப் பகுதியில் "காலனிய நீக்கம்" செய்தல் என்று சில சமயங்களில் குறிக்கோளைப் பரப்பும் வகையில் அழைக்கப்படும் ஒரு நடை முறையில், புறக்கணிக்கப்பட்ட பார்வைகள் சேர்த்துக்கொள்ளப் படுகின்றன. அதன்மூலம் வரலாற்றின் செயல்பாட்டாளர்கள் குறித்த முழுமையான பார்வை மாணவர்களுக்குக் கிடைப்பது உறுதி செய்யப்படுகிறது. ஃபாசிசத்துக்கு எதிரான போராட்டத்தில் பாடப்பகுதியை இவ்வகையில் சரிசெய்தல் தொடர்பான "அர சியல் சரித்தன்மை" தொடர்பானதாக மட்டுமே இருப்பதில்லை. நாம் வாழும் உலகை வடிவமைத்து உருவாக்கியவர்கள் அனைவரது

குரல்களையும் பிரதிநிதித்துவம் செய்வது ஃபாசிசக் கட்டுக் கதைக்கு எதிரான சாரமிக்க ஒரு வழியை வழங்குவதாக இருக்கும்.

∞

ஃபாசிசக் கருத்தியலில் பள்ளிகளிலும், பல்கலைக்கழகங் களிலும் வழங்கப்படும் பொதுக் கல்வியின் நோக்கம் கட்டுக்கதை சார்ந்த கடந்தகாலத்தின் மீதான பெருமையை உணரச் செய்வ தேயாகும். ஃபாசிசக் கல்வி, படிநிலை நடைமுறைகளையும், தேச மரபுகளையும் பலப்படுத்தக்கூடிய கல்வித்துறை சார்ந்த பாடமுறைகளை உயர்த்திப் பிடிக்கிறது. ஃபாசிசவாதியைப் பொறுத்தவரை, பள்ளிகளும், பல்கலைக்கழகங்களும் தேச மற்றும் இனப்பெருமை குறித்த கோட்பாட்டுப் போதனையைச் செய்வதற் காகவே, உதாரணமாக, (தேசியம் என்பது இனவாதமாக ஆக்கப் பட்ட இடத்தில்) ஆதிக்க இனத்தின் மகத்தான சாதனைகளைத் தெரியப்படுத்துவதற்காகவே இருந்துவருகின்றன.

பொதுப்பாடப்பகுதியிலிருந்து சில பாடமுறைகள் நீக்கப்பட வேண்டும் என்ற தனது கருத்துரையோடு ஆளுநர் மக்ரோரி நிறுத்திக் கொள்ளவில்லை. சமூகவியல் போன்ற தீங்கு விளை விக்கும் பாடங்களை விட்டுவிட்டு, முதலாளிகளுக்குத் தேவைப் படுவதாகக் கருதப்படும் வகைகளிலான திறன்களின் அடிப்படை யிலான ஆய்வில் பல்கலைக்கழகம் அதிகமான கவனத்தைக் குவிக்க வேண்டும் என்றும் அவர் கேட்டுக்கொண்டார். நல்ல ஜனநாயகக் குடிமக்களாக மாறுவதற்கு மாணவர்களுக்கு அது உதவியாக இருக்கும் என்றும் அவர் சொன்னார். வட கரோலினாவின் ஆற்றல்மிக்க, செல்வவளம் பொருந்திய, குடியரசுக் கட்சியின் நன்கொடையாளரான ஆர்ட் போப்பின் நிதியுதவியுடன் நடத்தப் படும் போப் சென்டர் ஃபர் ஹையர் எஜூகேசன் பாலிசி என்னும் நிறுவனத்தால் அவர் ஆதரிக்கப்பட்டார். இந்த நிறுவனம் வட கரோலினா பல்கலைக்கழகத்தின் கல்விக்கட்டணத்தை அதிகரிக்கச் செய்வதற்கு வெற்றிகரமாகத் தூண்டியது. இந்த நகர்வை, மானுட வியல் மற்றும் சமூக அறிவியல் துறைகளிலிருந்து மாணவர்களை விலகச்செய்து, "தொழில் திறன்களை" அளிக்கக்கூடிய முக்கியத் துறைகளுக்குள் நுழையச் செய்யும் என்று போப் தீவிரமாக அங்கீகரித்தார்.

அதே சமயத்தில் பண்பாட்டுப் பன்முகத்தன்மை குறித்த மகத் தானதொரு புரிதலைச் சாத்தியப்படுத்தும் பாடங்களை த போப் சென்டர் ஃபர் ஹையர் எஜூகேசன் நிறுவனம் (இப்போது ஜேம்ஸ் ஜி மார்ட்டின் சென்டர் ஃபர் அக்காடெமிக் ரினிவல் என்று அறியப் படுகிறது) "மகத்தான புத்தகங்கள்" என்னும் பாடப்பகுதியைக் கற்பிக்கத் தூண்டுகிறது.[7] இது வெள்ளை ஐரோப்பியரின் பண் பாட்டுச் சாதனைகளுக்கு எதிரான அமைப்புகளில், பேரம் பேசும் ஆற்றல் இல்லாத உழைக்கும் சக்தியினுள் கட்டமைப்புரீதியில் நுழையவேண்டியிருக்கும் பணிவான குடிமக்களை உருவாக் குவதே கல்வியின் செயல்பாடாக இருக்கிறது என்றும், ஆதிக்கம் செலுத்தும் குழுவே வரலாற்றின் மகத்தான பண்பாட்டுச் சக்தி களைப் பிரதிநிதித்துவம் செய்வதாக இருக்கிறது என்றும் நினைக்கும்படி கருத்தியல்ரீதியாகப் பயிற்றுவிக்கப்படும்போது, இந்த முன்னுரிமைகளின் அர்த்தம் இங்கு தெளிவாகப் புரிந்து கொள்ளக் கூடியதாக இருக்கும். பழமைவாதத்தை ஆதரிக்கும் முக்கிய நபர்கள் கல்வித்துறையில் வலதுசாரி இலக்குகளை முன் னெடுத்துச் செல்லும் திட்டத்தில் பெருந்தொகைகளைக் கொட்டு கிறார்கள். உதாரணமாக, சில ஆதாரங்களின்படி, ஆளும் வர்க்கத் தைச் சேர்ந்த வலதுசாரிச் சிறுகுழுவினரால் நிதி வழங்கப்படும் அமெரிக்காவிலுள்ள பழமைவாத நிறுவனங்களில் ஒன்றான சார்லஸ் கோச் நிறுவனம் மட்டுமே 100 மில்லியன் டாலரை ஏறத் தாழ 350 கல்லூரிகள் மற்றும் பல்கலைக்கழகங்களில் பெரும்பாலும் பழமைவாதக் கருத்தியலுக்கு அர்ப்பணிக்கப்பட்ட திட்டங்களுக்கு நிதியுதவியாக அளித்தது.[8]

ஃபாசிசக் கருத்தியலில் அறிவார்ந்த வாழ்க்கையின் விளை பொருட்களால் ஆதரிக்கப்படும் பண்பாடு, நாகரிகம் மற்றும் கலை ஆகியவை தேர்வு செய்யப்பட்ட தேசத்தின் உறுப்பினர் களின் உற்பத்திப் பொருட்களாகும். ஐரோப்பியப் பண்பாட்டு உரைகற்களுக்குத் தேவையான அவர்களது வழங்கீடுகளை பல் கலைக்கழகங்கள் கட்டுப்படுத்தும் போது, மனித நாகரிகத்தின் மையப்பகுதியை வெள்ளையர்களே கட்டமைக்கிறார்கள் என்னும் கருத்துக்கு அவை ஆபத்தை உண்டாக்குபவையாக இருக்கின்றன. "இந்தப் பூமியில் நாம் வியந்து பாராட்டக்கூடிய அறிவியல், கலை, தொழில்நுட்பத் திறன் மற்றும் புதிய கண்டுபிடிப்பு ஆகிய

அனைத்துமே ஒரு சிறு எண்ணிக்கையிலான தேசங்களால் மட்டுமே படைக்கப்பட்ட பொருட்களாகும்... இந்தப் பண்பாடு முழுவதுமே அதன் இருத்தலுக்காக அந்த தேசங்களையே சார்ந்திருக்கிறது... மனித இனத்தை நாம் பண்பாட்டைத் தோற்று விப்பவர்கள், பராமரிப்பவர்கள், அழித்தொழிப்பவர்கள் என்ற மூன்று வகை யினங்களாகப் பிரித்தோமானால், முதல் வகையினத்தைப் பிரதி நிதித்துவம் செய்வதாகக் கருதப்படும் விதத்தில் ஆரியர்களின் கூட்டம் மட்டுமே இருக்க முடியும்," என்று ஹிட்லர் தனது மெய்ன் காம்ப் நூலில் அறிவித்தது போன்ற இடைநிறுத்தத்தை "மகத்தான புத்தகங்க"ளுக்கான திட்டங்களின் ரசிகர்களுக்கு அவை வழங்க வேண்டியிருக்கின்றன. இத்தகைய ஃபாசிசக் கட்டுக்கதைகளைப் பரப்பும் வேலையில் நமது பல்கலைக்கழகங்கள் தம்மை அறியாம லேயேகூட உடந்தையாக இருந்துவிடக் கூடாது.

காலம் மற்றும் வெளி நெடுகிலும் ஃபாசிசம் எழுச்சி பெற்று வரும் நிலையில், பள்ளிகளும் பல்கலைக்கழகங்களும் அதன் ஆசிரியர்களுடன் சேர்ந்து தேசியவாத அல்லது மரபுவாத இலட்சியங் களுக்கு அதிக அளவில் பரிவுகாட்டுபவர்களாக இருக்க வேண்டும் என்று உரிமைகோரி அழைப்பு விடுக்கும் முக்கியப் பிரமுகர் களும் அதிகரித்து வருகிறார்கள். ஹங்கேரியில் நடந்தது இதற்கு ஒரு சிறந்த உதாரணமாகும். விக்டர் ஓர்பான் அதிகாரத்துக்கு வந்த போது, அவர் பள்ளிகளை தாராளவாதக் கோட்பாட்டைக் கற்பிக்கும் இடங்கள் எனக் கண்டனம் செய்தார். முன்பு உள்ளூர்ப் பள்ளி வாரியத்தின் கட்டுப்பாட்டின்கீழ் இருந்த பள்ளிக்கல்விமுறையை அவர் தேசியமயமாக்கினார். அத்துடன் அனைத்து ஆசிரியர்களும் இணையவேண்டியிருந்த தொழில்முறை நிறுவனம் ஒன்றை அறிமுகப்படுத்தினார். அது "தேசத்தின் நலன்களுக்கே" சேவை செய்யும்படி அவர்களைக் கட்டுப்படுத்துவதாக இருந்தது. ஹங் கேரிய யூத எதிர்ப்பு எழுத்தாளர்களின் பணியால் ஒரு புதிய தேசிய மையப் பாடத்திட்டம் பரிந்துரைக்கப்பட்டது. குதிரைச்சவாரி மற்றும் ஹங்கேரிய நாட்டுப்புறப் பாடல்களைப் பாடுதல் போன்ற ஹங்கேரியின் மாட்சிமை வாய்ந்த, கட்டுக்கதை சார்ந்த, தேசியக் கடந்தகாலம் குறித்த ஆழ்ந்த உணர்வுகளைத் தூண்டும் நடவடிக்கைகளை ஊக்கப்படுத்த வேண்டுமென்று பள்ளிகளுக்குச் சொல்லப்பட்டது.

ஹங்கேரியிலேயே மிகச்சிறந்த பல்கலைக்கழகம் மத்திய ஐரோப்பியப் பல்கலைக்கழகமாகும். இது ஹங்கேரிய அரசிடமிருந்து சுதந்திரத்தைத் தக்கவைத்துக்கொண்டிருந்தது. இது ஒரு அந்நிய நிறுவனம் என்றும், இது உள்ளூர் ஹங்கேரியப் பள்ளிகளை மாற்றீடு செய்ய விரும்புகிறது என்றும், குடியேற்றத்துக்கு ஆதரவான மனப்போக்கு போன்ற உலகளாவிய தாராளவாத மதிப்பீடுகளைப் பரப்புகிறது என்றும் ஓர்பான் கருத்துரைத்தார். 2017 ஏப்ரலில் ஹங்கேரிய நாடாளுமன்றம் குடிவரவு எதிர்ப்புச் சட்டமொன்றை இணைத்துக் கொண்டதன் மூலம், இது ஓர் அமெரிக்கப் பல்கலைக்கழகமாக ஹங்கேரியில் செயல்படுவதற்கான தகுதியைப் பறித்துக்கொள்ளவும், அந்தப் பல்கலைக்கழகத்தின் துறைகளின் இயக்கத்தையும், மாணவர் களையும், தேசப்பாதுகாப்புக் காரணங்களுக்காகக் கட்டுப்படுத்தவும் விரும்பியது.

தேசிய நோக்கங்களுக்காகப் பாடத்திட்டத்தை வடிவமைக்கும் இதுபோன்ற முயற்சிகள் துருக்கி உள்ளிட்டு உலகெங்கும் நடந்து வருகின்றன. துருக்கி அதிபர் ரிசப் தய்யிப் எர்டோகன் தனக்கு எதிராக 2016இல் நடந்த ஆட்சிக்கவிழ்ப்பு முயற்சிக்குப் பிறகு, ஜனநாயகத்துக்கு ஆதரவான அல்லது இடதுசாரிகளுக்கு ஆதரவான உணர்வுகளைக் கொண்டிருந்தார்கள் என்ற சந்தேகத்தின் பேரில் துருக்கியப் பல்கலைக்கழகங்களில் பணியாற்றிய மூவாயிரத்து ஐநூறுக்கும் மேலான முதல்வர்கள் மற்றும் கல்வியாளர்களை அவர்களது பதவிகளிலிருந்து நீக்கியதே அவரது முதல் செயல்பாடாக இருந்தது. பலர் சிறையிலடைக்கப்பட்டார்கள். 2017 பிப்ரவரியில் வாய்ஸ் ஆப் அமெரிக்கா நிகழ்ச்சியொன்றின் நேர்காணலில் இல்டிஸ் தொழில்நுட்பப் பல்கலைக்கழகத்தில் அரசியல் அறிவியல் பேராசிரியர் பதவியிலிருந்து நீக்கப்பட்ட இஸ்மத் அக்ஸா, "பதவிநீக்கம் செய்யப்பட்ட இந்த மக்கள் ஜனநாயக இடதுசாரிச் சார்பு கொண்டவர்கள் மட்டுமல்ல, அவர்கள் நல்ல அறிவியலாளர்களாக, நல்ல கல்வியாளர்களாக இருக்கிறார்கள். அவர்களை நீக்கியதன் மூலம் அரசாங்கம் உயர்கல்வி என்னும் கருத்தையும் இந்த நாட்டிலுள்ள பல்கலைக்கழகங்கள் என்னும் கருத்தையும்கூடத் தாக்குதலுக்குள்ளாக்குகிறது," என்று கூறுகிறார்.[9] 2017இல் புதிய, முக்கிய விளைவுகளை ஏற்படுத்தக்கூடிய, ஏறக்குறைய சர்வாதிகாரிக்குரிய அதிகாரங்களைக் கொண்ட ஒரு கருத்து வாக்கெடுப்பில் வெற்றி

பெற்ற பிறகு, பள்ளிகளுக்கான ஒரு புதிய கல்வித்திட்டத்தை எர்டோகன் அறிமுகப்படுத்தினார். மதச்சார்பற்ற இலட்சியங்களுக்கு அழுத்தம் தராததாகவும், மதக் கருத்தியலுக்கு எதிராகச் செல்லும் பரிணாம வளர்ச்சி போன்ற அறிவியல் கொள்கைகளை நீக்கி விடுவதாகவும் அதன் இலக்கு இருந்தது. கெமல் அத்தாதுர்க் காலத்திலிருந்து துருக்கியின் கல்வி அமைப்பு உள்ளிட்டு, அதன் குடிமைச் சமூகத்தின் மையத்திலிருக்கும் மதச்சார்பற்ற தாராள வாத இலட்சியங்களைப் பிரதிபலிப்பதைவிடவும் "தேசிய மதிப்பீடு களை" பாதுகாக்கும் நோக்கம் கொண்ட, "தேசிய மற்றும் ஒழுக்க வியல் கல்வியின்" பார்வையில் துருக்கியின் வரலாறு கற்பிக்கப் படும் என்று கல்வி அமைச்சகம் அறிவித்தது.

அமெரிக்காவின் தீவிர வலதுசாரி வானொலி நிகழ்ச்சி அமைப் பாளர் ரஷ்லிம்பா தனது பிரபல காணொலி நிகழ்ச்சியில், "ஏமாற்றுதலின் நான்கு முனைகளான அரசாங்கம், கல்வித் துறை, அறிவியல், ஊடகம் ஆகியவை உள்ளன. இந்த நிறுவனங்கள் இப்போது ஊழல் மலிந்தவையாக, ஏமாற்றி வாழ்பவையாக இருந்து வருகின்றன," என்று இகழ்ந் துரைத்தார்.[10] ஃபாசிச அரசியல், நிபுணத்துவத்தை எப்படித் தாக்க முயல்கிறது, அதைக் கேலிக்குள்ளாக்குகிறது, மதிப்பிழக்கச் செய்கிறது என்பதற்கு மிகச் சரியான உதாரணத்தை இங்கு லிம்பா வழங்குகிறார். தாராளவாத ஜனநாயகத்தில் அரசியல் தலைவர்கள், தாங்கள் பிரதிநிதித்துவம் செய்கிறவர்களையும், அதுபோலவே கொள்கை மீதான யதார்த்தம் குறித்த கோருதல்களை மிகச் சரியாக விளக்கக்கூடிய நிபுணர் களையும், அறிவியலாளர்களையும் கலந்தாலோசிக்க வேண்டும் என்று கருதப்படுகிறார்கள்.

ஃபாசிசத் தலைவர்கள் இதற்கு மாறாக, "செயலின் மனிதர் களாக" இருக்கிறார்கள். கலந்தாலோசனை அல்லது விரிவான விவாதத்தை அவர்கள் பயன்படுத்துவதில்லை. 1941இல், "த ரீபெர்த் ஆஃப் யூரோப்பியன் மேன்" என்னும் கட்டுரையில், பிரஞ்சு ஃபாசிசவாதியான பியர் ட்ரியூ லா ரோச்சல் எழுது கிறார், "அது, பண்பாட்டை நிராகரிக்கும் ஒரு மனிதனாக இருப்பது; அது, கருத்துகளில் நம்பிக்கையில்லாத, அதனால் கோட்பாடுகளை நிராகரிக்கும் ஒரு மனிதனாக இருப்பது, அது, செயலில் மட்டுமே நம்பிக்கை கொண்ட, புகைப் படலம் போன்ற கட்டுக்கதையுடன்

ஒத்துப்போகும் விதத்தில் அந்தச் செயல்களைச் செய்து முடிக்கும் ஒரு மனிதனாக இருப்பது."[11] பல்கலைக்கழகங்களும், நிபுணர் களும் சட்டபூர்வமற்றதாக ஆக்கப்பட்டவுடன், ஃபாசிச அரசியல் வாதிகள் தங்கள் சொந்த யதார்த்தங்களை தங்கள் தனிநபர் விருப்பத்திற்கேற்ப உருவாக்குவதற்குச் சுதந்திரம் பெற்றவர்களாக இருக்கிறார்கள். "இடம்பெயர்ந்து வந்த சோசலிசவாதிகளுக்கும், கம்யூனிசவாதிகளுக்குமான ஒரு புகலிடமாக அறிவியல் மாறி விட்டது," என்று பல ஆண்டுகாலமாக லிம்பா அறிவியலைத் தாக்கி வருகிறார். தற்சமயம் அமெரிக்க அரசியலில், டிரம்பாலும், அவரது நிர்வாகத்தாலும் பருவநிலை அறிவியல் கேலிக்குள்ளாக் கப்பட்டு, எள்ளி நகையாடப்படும் நிலையில், அறிவியல் நிபுணத் துவம் இகழ்ந்துரைக்கப்படுவதன் வெற்றியை நாம் காண்கிறோம்.

நிபுணத்துவத்தின் மதிப்பை மறுப்பதன் மூலம் ஃபாசிச அரசியல் வாதிகள் நுட்பமான விவாதத்துக்கான தேவையையும் அகற்றிவிடு கிறார்கள். யதார்த்தம் அதைப் பிரதிநிதித்துவப்படுத்தும் நமது வழிமுறைகளைவிட எப்போதும் மிகவும் சிக்கலானதாகவே இருக் கிறது. அறிவியல் சார்ந்த மொழிக்கு இன்னும் அதிக அளவில் சிக்க லான துறைசார் சொற்றொகுதி தேவைப்படுகிறது. தனித்தன்மை களை உருவாக்குவதற்கான சொற்றொகுதி இல்லையானால் அந்தத் தனித்தன்மைகள் புலப்படாது போய்விடும். இயற்பியல் யதார்த்தம் போலவே சமூக யதார்த்தமும் பெரும்பாலும் சிக்கலானதாகவே இருக்கிறது. ஆரோக்கியமானதொரு தாராளவாத ஜனநாயகத்தில் தனித் தன்மைகளை உருவாக்குவதற்கான வளமானதும், பல வகைப்பட்டதுமான ஒரு சொற்றொகுதியைக்கொண்ட ஒரு பொது மொழியானது உயிரோட்டமான ஒரு ஜனநாயக நிறுவனமாக இருக்கிறது. அது இல்லையானால், ஆரோக்கியமான பொது உரை யாடல் சாத்தியமானதாக இருக்காது. அரசியலின் மொழியைத் தரம் தாழ்த்தவும், கீழ்த்தரமானதாக ஆக்கவுமே ஃபாசிசம் விரும்பு கிறது; அதன்மூலம் யதார்த்தத்தைத் திரையிட்டு மூட ஃபாசிச அரசியல் விரும்புகிறது.

1947இல் வெளியான விக்டர் க்ளெம்பெரரின் படைப்பான "த லேங்வேஜ் ஆஃப் த தேர்ட் ரீச்" தேசிய சோசலிசத்தின் மொழி பற்றிய படைப்பாகும். அந்த மொழியை அவர் எல் டி ஐ (லிங்குவா டெர்டி இம்பெரி என்பதன் சுருக்கம் இது) என்று அழைக்கிறார்.

மூன்றாவது அத்தியாயம் "வேறுபடுத்திக் காட்டும் அம்சம்: வறுமை" என்பது, "எல் டி ஐ கதியற்றதாக இருக்கிறது. அதன் வறுமை அடிப்படையான ஒன்றாகும்; அது வறுமையாக இருக்க வேண்டுமென்று சபதம் எடுத்துக்கொள்வதுபோல் இருக்கிறது," என்று தொடங்குகிறது. பொது உரையாடலை இந்தப் பாணியில் வறிதாக்குவதன் முக்கியத்துவம் குறித்து அடால்ஃப் ஹிட்லர் மிகவும் வெளிப்படையாக இருந்தார். மெய்ன் காம்ப் நூலில் பரப்புரை குறித்த அத்தியாயத்தில் அவர் எழுதுகிறார்:

> அனைத்துப் பரப்புரைகளும் ஜனரஞ்சகமானதாகவும் இருக்க வேண்டும். அத்துடன் யாரைக் குறியிலக்காகக் கொண்ட செய்யப்படுகிறதோ அவர்களில் குறைந்த அறிவுடையோரின் ஏற்புத்திறனின் அளவுக்கேற்ப தங்களின் பரப்புரையின் அறிவு மட்டத்தைக் கைக்கொள்ள வேண்டும். இவ்வாறாக, அதன் உள்ளத்து உயர்வை எந்த மக்கள் கூட்டத்தைப் பற்றிப்பிடிக்க வேண்டுமோ அந்த மக்களது எண் ணிக்கைக்கு ஏற்ற விகிதத்தில் அது ஆழமாகப் புதைக்கவேண்டும்... வெகுமக்களின் ஏற்புத் திறன் மிகவும் குறைவாகவே இருக்கும், அவர்களது புரிதலும் குறைவானது; இன்னொருபுறம் அவர்கள் மகத்தான மறக்கும் ஆற்றலைக் கொண்டிருக்கிறார்கள். அப்படியிருப்பதால், ஆற்றல் மிக்க பரப்புரைகள் அனைத்தும் மிகச்சில புள்ளிகளுக்குள் கட்டுப்பட்டதாக இருக்க வேண்டும். அந்தப் புள்ளிகள் முழக்கங்களின் வடிவில் கொண்டுவரப்பட வேண்டும்.[12]

ஆரோக்கியமான ஒரு ஜனநாயக அமைப்பில் மொழியானது தகவல் அளிப்பதற்கான ஒரு கருவியாக இருக்கும். ஃபாசிசப் பரப்புரையின் குறிக்கோள், கொள்கை குறித்த உரமிக்க, சிக்கலான பொது விவாதத்தை கேலிக்குள்ளாக்குவதோ ஏளனம் செய்வதோ அல்ல; அதற்கான சாத்தியத்தையே இல்லாமல் செய்து விடுவதாகும். க்ளெம்பெரரரின் கருத்துப்படி,

> ஒவ்வொரு மொழியும் அனைத்து மனிதத் தேவைகளையும் தன்னளவில் நிறைவு செய்வதை உறுதி செய்யும் திறன் வாய்ந்ததாக இருக்கிறது. அது பகுத்தறிவுக்கும், அது

> போலவே உணர்வுக்கும் பணிபுரிவதாக இருக்கிறது. அது தகவலாகவும், உரையாடலாகவும், தனியுரையாகவும், பிரார்த்தனையாகவும், முறையீடாகவும், கட்டளை யாகவும், வேண்டுதலாகவும் இருக்கிறது. எல்.டி.ஐ.யின் தனிப்பட்ட நோக்கமே எல்லோரிடமிருந்தும் அவர்களது தனித்தன்மையை அப்புறப்படுத்தி, அவர்களை ஒரு மந்தை யிலுள்ள சிந்தனையற்ற, சாதுவான கால்நடைகளாக மாற்றி, குறிப்பிட்ட ஒரு திசையில் செலுத்துவதும், வேட்டையாடுவதும், மிகப்பெரியதொரு உருளும் கரும் பாறையிலுள்ள அணுக்களாக மாற்றுவதும்தான். எல்.டி.ஐ. என்பது மக்கள் கூட்டத்தின் வெறித்தனத்தின் மொழி யாகும்.[13]

சொற்பொழிவின் இலக்கு அறிவைத் திருப்திப்படுத்துவதாக இருக்கக் கூடாது. மாறாக, மனஉறுதியைக் குலைப்பதாக இருக்க வேண்டும் என்பதே ஃபாசிச அரசியலின் மையக் கூறுகளில் ஒன்றாகும். 1925இல் இத்தாலிய ஃபாசிசப் பத்திரிகையொன்றில் பெயர் தெரியாத ஓர் எழுத்தாளர் எழுதுகிறார், "ஃபாசிசத்தின் மறைபொருள்தன்மையே அதன் வெற்றியின் நிரூபணமாகும்."[14] மெய்ன் காம்ப் நூலில் "தொடக்க நாட்களின் போராட்டம்: பேச்சாளரின் பாத்திரம்" என்ற தலைப்பிலான அத்தியாயத்தில் எளிமையான மொழியை மெய்ன் காம்ப் நூல் முழுக்க பொதுப் புலத்திலிருக்கும் சிந்தனைபூர்வமான விவாதத்தைப் பகுத்தறி வுக்குப்பொருந்தாத அச்சங்கள் மற்றும் வேட்கைகளைக்கொண்டு மாற்றீடு செய்வதே பரப்புரையின் நோக்கம் என்பதில் ஹிட்லர் தெளிவாக இருக்கிறார். 2018 பிப்ரவரி நேர்காணல் ஒன்றில் ஃஸ்டீவ் பன்னான் சொன்னார், "சதுப்புநிலத்தை நீர் வற்றச் செய் வதற்காக, பெண்ணைப் பூட்டிவைப்பதற்காக, ஒரு சுவரைக் கட்டி யெழுப்புவதற்காகத்தான் நாங்கள் தேர்ந்தெடுக்கப்பட்டோம். இது கலப்படமற்ற கோபமாக இருந்தது. கோபமும் அச்சமுமே மக்களை வாக்களிக்கச் செய்தது.[15]

மார்க்சியத்தையும் பெண்ணியத்தையும் பரப்புவதற்காகவும், தீவிர வலதுசாரி மதிப்பீடுகளுக்கு மையமான ஓர் இடத்தைத் தரத் தவறிவிட்டதற்காகவும், பல்கலைக்கழகங்கள் தீவிர வலதுசாரி இயக்கங்களால் தாக்கப்பட்டு வருவதை நாம் இப்போது

உலகெங்கும் காண்கிறோம். உலகிலேயே மகத்தான பல்கலைக் கழக அமைப்புக்கான இருப்பிடமான அமெரிக்காவிலே கூட பல்கலைக்கழகங்களின்மீது கிழக்கு ஐரோப்பிய பாணியிலான தாக்குதல்கள் நிகழ்த்தப்படுவதை நாம் காண்கிறோம். மாணவர் போராட்டங்கள் ஒழுக்கமற்ற கும்பல்களின் கலகங்கள் எனவும், சிவில் ஒழுங்குக்கு அச்சுறுத்தல்கள் எனவும் பத்திரிகைகளில் தவறாகப் பிரதிநிதித்துவம் செய்யப்படுகின்றன. ஃபாசிச அரசியலில், பல்கலைக் கழகங்கள் பொது உரையாடலில் தரம் தாழ்த்தப் படுகின்றன. அத்துடன் அறிவு மற்றும் நிபுணத்துவத்துக்கான நியாய பூர்வமான வள ஆதாரங்களாக இருக்கும் கல்வியாளர்கள் ஆராய்ச்சி என்னும் வேடம் தரித்து, ஓர் இடதுசாரிக் கருத்தியல் செயல்திட்டத்தைப் பரப்பும் தீவிர "மார்க்சியவாதிகள்" மற்றும் "பெண்ணியவாதிகள்" என்று பிரதிநிதித்துவம் செய்யப்பட்டு வலிமை குன்றும்படி செய்யப்படுகிறார்கள். உயர்கல்வி நிறுவனங் களைத் தரம் தாழ்த்துவதன் மூலமும், கொள்கையை விவாதிப் பதற்கான நமது ஒன்றிணைந்த சொற்றொகுதியை வறிதாக்குவதன் மூலமும் விவாதத்தை கருத்தியல் முரண்பாடாகப் ஃபாசிச அரசி யல் குறைத்துவிடுகிறது. இத்தகைய அரசியல் தந்திரங்களின் மூலம் 'பாசிச அரசியல் தகவல் வெளிகளைத் தரம் தாழ்த்தி, யதார்த்தத்தை மூடி மறைத்துவிடுகிறது. ●

4. யதார்த்தமற்ற நிலை

இலட்சியங்களைத் தமக்குத்தாமே எதிராகத் திருப்பிவிடுவதிலும், பல்கலைக்கழகங்கள் பாரபட்சத்தின் பிறப்பிடங்கள் என்று தரம் தாழ்த்தப்பட்டுக் கண்டனம் செய்யப்படுவதிலும் பரப்புரை வெற்றி யடையும்போது, யதார்த்தம் அதனளவில் சந்தேகத்துக்குள் தள்ளப் படுகிறது. நம்மால் உண்மையோடு ஒத்துப்போக முடிவதில்லை. ஃபாசிச அரசியல் சிந்தனாபூர்வமான விவாதத்தை அச்சத்தையும் கோபத்தையும் கொண்டு மாற்றீடு செய்கிறது. அது வெற்றி யடையும்போது, அதன் பார்வையாளர்கள் உறுதி குன்றச் செய்யும் இழப்புணர்வும், இந்த இழப்புக்குக் காரணமானவர்கள் என்று அது யாரைச் சொல்கிறதோ அவர்கள்மீது அவநம்பிக்கையும், கோபமும் கொள்ளும்படி விடப்படுகிறார்கள்.

யதார்த்தத்தைத் தனிநபர் ஒருவரின் அல்லது சில சமயம் ஓர் அரசியல்கட்சியின் அதிகாரபூர்வமான சொற்களைக் கொண்டு ஃபாசிச அரசியல் மாற்றீடு செய்கிறது. வழக்கமாகவும், மீண்டும் மீண்டும் வெளிப்படையாகப் பொய் பேசுவது இந்த நடை முறையில் ஒரு பகுதியாகும். அதன் மூலம் தகவல் வெளியை ஃபாசிச அரசியல் அழித்துவிடுகிறது. ஒரு ஃபாசிசத் தலைவரால் உண்மையை அதிகாரத்தைக்கொண்டு மாற்றீடு செய்யவும், பின் விளைவு குறித்து எந்தக் கவலையுமின்றி அடிமட்டமாய்ப் பொய் பேசவும் முடியும். உலகத்தை ஒரு தனிநபரைக்கொண்டு மாற்றீடு செய்வதன் மூலம், ஃபாசிச அரசியலானது விவாதங்களைப் பொதுவான தரநிர்ணயங்களின் மூலம் நம்மால் மதிப்பிட முடியாத வாறு செய்துவிடுகிறது. தகவல் வெளிகளை அழிப்பதற்கும், யதார்த்தத்தை உடைத்தெறிவதற்கும் ஃபாசிச அரசியல்வாதி தனிச் சிறப்பான உத்திகளைக் கொண்டுள்ளார்.

சமகால அமெரிக்க அரசியலை, அல்லது சமகால ரஷ்ய அரசியலை, அல்லது சமகால போலந்து அரசியலைக் கூர்ந்து கவனிக்கும் எவரும் சதிக்கோட்பாடுகளின் இருத்தலையும், அதன் அரசியல் உள்ளாற்றலையும் உடனடியாகக் கண்டுகொள்ள முடியும்.

சதிக்கோட்பாடுகளை வரையறுக்கும் கடும்பணி சிக்கலான பிரச்சினைகளை முன்வைக்கிறது. சதிக்கோட்பாடுகள் ஏதோ ஒரு வெளிக் குழுவை, "இலக்காக"க்கொண்டுள்ளன என்றும், ஏதோ ஒரு உட்குழுவுக்குச் சேவை புரிபவையாக இருக்கின்றன என்றும் நாம் நினைக்கவேண்டும் என்று தத்துவவாதி கிலியா நப்போலிடானோ குறிப்பிடுகிறார். அவர்களது இலக்குகளை முக்கியமாகக் குறியீட்டுரீதியில் பிரச்சினைக்குரிய செயல்பாடுகளுடன் இணைப்பதன் மூலம், அவற்றைப் பழித்துரைத்து நியாயமற்றதாக ஆக்கும் வகையில் சதிக் கோட்பாடுகள் இயங்குகின்றன. சதிக்கோட்பாடுகள் சாதாரணத் தகவலைப்போல் இயங்குவதில்லை; எல்லாவற்றுக்கும் மேலாக, அவை பெரும்பாலும் வழக்கத்துக்கு மாறானவையாக இருப்பதால் அவை நம்பப்பட வேண்டும் என்று எதிர்பார்க்கப்படுவதில்லை. அவற்றின் இலக்குகள் குறித்த நம்பகத்தன்மை பற்றியும் நேர்மைத் தன்மை பற்றியும் பொதுவான ஒரு சந்தேகத்தை உருவாக்கும் வகையிலேயே அவை பெரிதும் இயங்குகின்றன.

சதிக்கோட்பாடுகள், மையநீரோட்ட ஊடகங்களை நியாய மற்றவை ஆக்குவதற்குப் பயன்படுத்தப்படும் விமர்சனப் பொறிமுறைகளாக இருக்கின்றன. இவை, பொய்யான சதி வேலைகளுக்கு இடம்தரத் தவறுவதை பாரபட்சம் காட்டுவதாக ஃபாசிசவாதிகள் குற்றம்சாட்டுகிறார்கள். இருபதாம் நூற்றாண்டின் மிகவும் புகழ்பெற்ற சதிக் கோட்பாடு த புரோட்டோகோல்ஸ் ஆஃப் த எல்டர்ஸ் ஆஃப் ஜியோன் என்னும் நூலைச் சுற்றிச் சுழல்வதாக இருக்கலாம். இது நாஜிக் கருத்தியலின் அடிப்படையில் அமைந்திருந்தது. இந்நூல் இருபதாம் நூற்றாண்டின் தொடக்கத்திலான ஏமாற்றுவேலையாகும். இது உலகை ஆதிக்கம் செய்வதற்கான யூதர்களின் இரகசியத் திட்டத்தின் செயல்விளக்கக் கையேடு போல் எழுதப்பட்டிருப்பதாகக் கருதப்படுகிறது. 1864இல் வெளியான எ டயலாக் இன் ஹெல் என்னும் மாரிஸ்ஜோலியின்

நூலிலிருந்து இது அப்பட்டமாகத் திருடி எழுதப்பட்டதாகும். ஓர் அரசியல் நையாண்டியாக எழுதப்பட்ட இந்நூல் தாராளவாதத்துக்கு ஆதரவாகப் பேசும் மாண்டெஸ்க்யூவுக்கும், கொடுங்கோன்மைக்கு ஆதரவாகப் பேசும் மாக்கியவெல்லிக்கும் இடையில் நரகத்தில் நடக்கும் விவாதம்போல் எழுதப்பட்டது என்று ஆய்வாளர்கள் கண்டுபிடித்திருக்கிறார்கள். கொடுங்கோன்மைக்கு ஆதரவான மாக்கியவெல்லியின் வாதங்கள் புரோட்டோகோல்ஸ் நூலில் உலக ஆதிக்கத்தின்மீது நாட்டம் கொண்ட, யூதத் தலைவர்கள் என்று கருதப்படுகிற “எல்டர்ஸ் ஆஃப் ஜியோனின்” வாதங்களாக மாற்றப்பட்டுள்ளன. முதன்முதலாக, ரஷ்ய எழுத்தாளரும், மதம் சார்ந்த மறைஞானியுமான செர்ஜி நைலஸால் 1905இல் எழுதப்பட்ட த ஏன்டி கிறிஸ்ட் நூலில் ஒரு பின்னிணைப்பாக வெளியிடப்பட்டுள்ளதாகத் தோன்றுகிறது. 1906இல் இது செயின்ட் பீட்டர்ஸ்பர்க் செய்தித்தாள் ஒன்றில், “த கான்ஸ்பிரஸி, ஆர் த ரூட்ஸ் ஆஃப் த டிஸ்இன்டகிரேசன் ஆஃப் யூரோப்பியன் சொசைட்டி” என்ற தலைப்பில் வெளியிடப்பட்டது. 1907இல் செவிட்டூமையர்களுக்கான செயின்ட் பீட்டர்ஸ்பர்க் சொசைட்டியால் ஒரு நூலாக வெளியிடப்பட்டதாகத் தோன்றுகிறது. 1920களில் இது அமெரிக்கா உள்ளிட்டு உலகெங்கும் பல லட்சம் பிரதிகள் விற்பனையானது. அமெரிக்காவில் 1925 வாக்கில், மோட்டார் வாகன உற்பத்தியாளர் ஹென்றி ஃபோர்டால் ஐந்து லட்சம் பிரதிகள் மொத்தமாக உற்பத்தி செய்யப்பட்டு விநியோகிக்கப்பட்டன.

“த புரோட்டோகோல்ஸ்” நூலில் குறிப்பிட்டுள்ளபடி, மிகவும் மரியாதைக்குரிய மைய நீரோட்ட ஊடக நிறுவனங்கள் மற்றும் உலகளாவிய பொருளாதார அமைப்பை ஆதிக்கம் செலுத்துவது, ஜனநாயகம், முதலாளித்துவம் மற்றும் கம்யூனிசத்தைப் பரப்புவதற்கும், யூத நலன்களுக்கான அனைத்து முகமூடிகளுக்கும் அவற்றைப் பயன்படுத்திக்கொள்வது ஆகியவை தொடர்பான, உலகளாவிய சதியில் யூதர்கள் மையத்தில் இருக்கிறார்கள். ஹிட்லர் மற்றும் கோயபெல்ஸ் உள்ளிட்ட மிகவும் முக்கியமானவர்களும் செல்வாக்கு மிக்கவர்களுமான நாஜி தலைவர்கள் இந்தச் சதிக் கோட்பாடு உண்மையானதென்று உறுதியாக நம்பினார்கள். இந்த சர்வதேச யூதச் சதி குறித்து “யூதப் பத்திரிகைத்துறை” கடுமையாகக்

கண்டனம் செய்யத் தவறியதற்கும், குறிப்பிடுவதற்கேகூடத் தவறியதற்குமான கண்டனங்களை நாஜி எழுத்துகள் நெடுகிலும் நாம் காண்கிறோம்.

2016 அமெரிக்க அதிபர் தேர்தல் சதிக்கோட்பாடுகளின் தொடர்ச்சி ஒன்றால் பாழ்படுத்தப்பட்டது. இவை ஜனநாயகக் கட்சி வேட்பாளர் ஹில்லரி கிளின்டனையும், அதுபோலவே முஸ்லிம்கள் மற்றும் அகதிகளையும் உள்ளிட்டு பல்வேறு குறியிலக்குகளைத் தாக்குவதை நோக்கமாகக் கொண்டிருந்தன. ஒருவேளை அப்படிப்பட்ட வழக்கத்துக்கு மாறான கோட்பாடாக "பிஸ்ஸாகேட்" இருந்திருக்கலாம். அதைப் பரப்பியவர்கள் குறிப்பிடுவதன்படி, கிளின்டனின் பரப்புரை மேலாளர் ஜான் பொடெஸ்டாவிடமிருந்து கசிந்த மின்னஞ்சல்கள் ஜனநாயக் கட்சியைச் சேர்ந்த பேரவை உறுப்பினர்கள் பாலுறவு கொள்வதற்காக வாஷிங்டன் டி.சி.யிலுள்ள ஒரு பிஸ்ஸாரியாவிலிருந்து இளவயதுக் குழந்தைகளைக் கடத்துவது தொடர்பான சங்கேதச் செய்திகளை வெளிப்படுத்துவதாக சொல்லப்பட்டது. இந்தக் கோட்பாடுகள் சமூக ஊடகங்களில் சுற்றுக்கு விடப்பட்டன. அவற்றின் வழக்கத்துக்கு மாறான இயல்பின் காரணமாக, ஆச்சரியப்படத்தக்கவிதத்தில் அவை பரவலாக ஏற்றுக்கொள்ளப்பட்டன. கிளின்டனையும், ஜனநாயக வாதிகளையும் குறித்த பல சதிக்கோட்பாடுகளில் இதுவும் ஒன்று என்றபோதிலும், தேசிய அளவில் இது மிகப் பெரிய கவனத்தைப் பெற்றது. இதற்குக் காரணம் இதன் தீவிர விசித்திரத்தன்மை மட்டுமல்ல, மாறாக, வட கரோலினாவைச் சேர்ந்த எட்கர் மாடிசன் வெல்ச் என்பவர் அந்த பிஸ்ஸா விற்பனையகத்தில் அதன் உரிமையாளர்களை எதிர்கொள்வதற்காகவும், பாலியல் அடிமைகளாக இருந்ததாகக் கருதப்பட்டவர்களை விடுவிப்பதற்காகவும் கையில் துப்பாக்கியுடன் தோன்றினார். இந்தச் சதியின் நோக்கம் அதன் தாக்குதல் இலக்குகளான ஜனநாயகவாதிகளைத் தீவிர ஒழுக்கக்கேடான நடவடிக்கைகளோடு தொடர்புபடுத்துவதாக இருந்தது.

சதிக்கோட்பாடுகளை சாதாரணத் தகவல்களாகப் பாவிக்கக் கூடாது என்பதற்கு ஆதாரமாக "பிஸ்ஸாகேட்" உதாரணத்தை கனக்டிகட் பல்கலைக்கழகத் தத்துவவாதி மைக்கேல் லிஞ்ச் பயன்படுத்துகிறார். ஜனநாயகக் கட்சியைச் சேர்ந்த பேரவை உறுப்பினர்களுக்கு குழந்தைப் பாலியல் அடிமைகளைக் கடத்தும் பிஸ்ஸா

விற்பனையகம் ஒன்று வாஷிங்டன் டி.சி.யில் இருக்கிறது என்று ஒருவர் நம்புவாரானால், அவர் எட்கர் மாரிசன் வெல்ச்சைப் போல்தான் நடந்துகொள்வார் என்பதை லிஞ்ச் சுட்டிக்காட்டு கிறார். இருப்பினும் அவரது செயல்களுக்குக் காரணமாக இருந்த வர்களான "பிஸ்ஸாகேட்" சதி குறித்து தவறாகத் தகவல் பரப்பி யவர்கள் அவரை வெளிப்படையாகக் கண்டனம் செய்தார்கள். "பிஸ்ஸாகேட்" சதியைச் சாதாரணத் தகவலாகப் பாவிக்கக் கூடாது என்பதுதான் லிஞ்ச்சின் கருத்தாகும். சதிக்கோட் பாடுகளின் இயங்குமுறை அவற்றின் தாக்குதல் இலக்குகளைப் பழி தூற்றுவதாகவும், கேடானதாகக் காட்டுவதாகவுமே இருக்கிறது. ஆனால், அவை உண்மையானவை என்று பார்வையாளர்களைத் திருப்திப்படுத்துவதன் மூலமாக அவற்றைச் செய்யவேண்டிய அவசியம் அவற்றுக்கு இருப்பதில்லை. "பிஸ்ஸாகேட்" விசயத் தில், சதிக்கோட்பாடானது மோசமான சாடைப்பேச்சு மற்றும் அலதூறு செய்வதன் மட்டத்திலேயே இருந்தது.

அதிபர் ஒபாமா கென்யாவில் பிறந்தவர். அதனால் அமெரிக்க அதிபராகத் தகுதியற்றவர் என்ற நம்பிக்கையிலான "பிறப்பிட வாதம்" என்று அழைக்கப்பட்ட சதிக்கோட்பாட்டை பத்திரி கைகள் தணிக்கை செய்ததாகக் கருதப்பட்டது குறித்து அவற்றின் மீது தாக்குதல் மேற்கொண்டதன் மூலம் டொனால்ட் டிரம்ப் மைய நீரோட்ட அரசியலின் கவனத்துக்கு வந்தார். 2012 மே 29இல், சி.என்.என் நேர்காணலொன்றில் அந்தச் செய்தியை வெளியிடாத தற்காக வுல்ஃப் பிளிட்சரையும் சி.என்.என்னையும் டிரம்ப் வசை பாடினார். ஏனெனில் டிரம்பின் கருத்துப்படி, அவர்கள் ஒபாமா வுக்கு வேலை செய்தார்கள். இதற்கு மாறாக, ஃபாக்ஸ் நியூஸ் டிரம்புக்கு அவரது சதிக் கோட்பாடுகளை விளம்பரப்படுத்து வதற்கு தயார்நிலையிலாள ஒரு மேடையை வழங்கியது. அதிபர் டிரம்ப் இங்கு வெளியாளாக இருக்கவில்லை; சதிக்கோட்பாடுகள் அவற்றின் இருத்தலைப் புறக்கணிப்பவர்களைத் தாக்குவதற்கான கருவிகளாக இருக்கின்றன. அவற்றை வெளியிடாததன் மூலம் ஊடகமானது பாரபட்சமானதாகவும், தாம் வெளியிட மறுக்கும் அந்தச் சதியில் முழுமுற்றான அளவில் ஒரு பகுதியாகவும் தோன்றும் படி செய்யப்படுகிறது.

சதிக்கோட்பாடுகள் யதார்த்தம் குறித்த புலனுணர்வுகளின் மீது செல்வாக்குச் செலுத்துபவையாக மட்டுமே இருப்பதில்லை; அவை

யதார்த்தமான நிகழ்வுகளின் போக்கை வடிவமைக்கக் கூடியவை யாகவும் இருக்கின்றன. போலந்தின் வலதுசாரி ஆளும்கட்சியான பிஜஎஸ் சமூகப் பழமைவாதத்துக்கும், தாராளாத ஜனநாயக நிறுவனங்களை வெறுத்தொதுக்குவதற்கும் பெயர்பெற்றதாக இருக்கிறது. ஆனால், “பிறப்பிட வாதம்” என்னும் சதி டொனால்ட் டிரம்பை அமெரிக்க அரசியலின் மைய நீரோட்டத் தினுள்ளும், அதிபர் பதவிக்கும் நம்பவியலாதவிதத்தில் கொண்டு வந்ததுபோல், பிஜஎஸ் கட்சி ஒவ்வொரு சிறு பகுதியிலும் சதிக்கோட்பாடுகளின் இயக்கத்தின் மூலமே ஆட்சிக்கு வந்தது என்பதை போலந்துக்கு வெளியே உள்ளவர்கள் அதிகமாக கவனத்தில் எடுத்துக்கொள்வதில்லை. 2010 ஏப்ரல் 10 அன்று போலந்து அதிபர் லெஹ் கஸின்ஸ்கி மற்றும் அந்நாட்டின் முதல் பெண்மணியையும், போலந்து ஆயுதப்படையின் இராணுவ தளபதியையும், தேசிய வங்கியின் தலைவரையும், போலந்தின் அரசியல் உயர்குடி உறுப்பினர்கள் வேறு பலரையும் ஏற்றிவந்த விமானம், ரஷ்யாவிலுள்ள ஸ்மோலென்ஸ்க் விமான நிலையத்தில் தரையிறங்க முயன்றபோது, ஒரு காட்டுக்குள் மோதி விபத்துக் குள்ளானது. இந்தத் தூதுக்குழு கட்டின் என்ற இடத்தில் நடந்த படுகொலையின் எழுபதாவது நினைவு நாளைக் கொண்டாடு வதற்காகச் சென்றுகொண்டிருந்தது. இந்த இடத்தில் போலந்து நாட்டின் அதிகாரிகள் படையணியைச் சேர்ந்த இருபதாயிரத் துக்கும் மேற்பட்டவர்கள் ரஷ்ய இரகசியப் போலீசாரால் கொல்லப் பட்டிருந்தனர். இந்த விமான விபத்து போலந்துக்கு தேசிய அளவி லான ஒரு துன்பியலாக இருந்தது. இதற்கான காரணங்களைக் கண்டறிவதற்காக ரஷ்யாவாலும், போலந்தாலும் அமைக்கப்பட்ட ஆணையங்களும், அது போலவே, விமான ஓட்டியின் அறை யிலிருந்து கிடைத்த குரல் பதிவுக் கருவியில் பதிவாகியிருந்த பேச்சின் அச்சுப்படிகளும் விமான ஓட்டியின் தவறுதான் குற்றத் துக்குக் காரணம் எனத் தீர்மானித்தன.

இருப்பினும் இந்த விபத்துக்குப் பிறகு ரஷ்யா மற்றும் போலந் தால் அமைக்கப்பட்ட விசாரணை ஆணையங்களினால் வெளி யிடப்பட்ட அதிகாரபூர்வமான கதையாடல்களை பி.ஐ.எஸ்.ஸின் முக்கிய அரசியல்வாதிகள் கேள்வி கேட்கத் தொடங்கினர். இதற்குப் பின்னான பி.ஐ.எஸ். கட்சியின் தந்திரோபாயம் போலந்தின் மிதவாத

அரசாங்கத்தையும், அதுபோலவே ரஷ்ய அரசாங்கத்தையும் விமானத்தை வீழ்த்தியது மற்றும் அந்தக் குற்றத்தை மூடிமறைத்தது தொடர்பான ஒரு சதியில் சிக்கவைப்பதாக இருந்தது. பி.ஐ.எஸ். கட்சியுடன் தொடர்புடைய முக்கிய நபர்கள் அந்த விமான விபத்து குறித்து இருபதுக்கும் மேற்பட்ட வெவ்வேறு சதிக்கோட்பாடுகளை உலவவிட்டனர். மைய நீரோட்டப் பத்திரிகைகள் "ஸ்மோலென்ஸ்க் குழு"வினரை சதிக்கோட்பாட்டாளர்கள் என்றும், இவர்கள் நாட்டைத் துண்டாட விரும்புகிறார்கள் என்றும் இகழ்ந்தன. சதிக் கோட்பாட்டைப் பரப்புபவர்கள் பத்திரிகைகள் பாரபட்சமாக நடந்துகொண்டதற்காக அவற்றைக் கேடானவையாகக் காட்டவும், பழிதூற்றவும் செய்தார்கள். பி.ஐ.எஸ். கட்சியின் நாடாளுமன்ற வெற்றி, நாட்டின் முதன்மையான ஜனநாயக நிறுவனங்கள், அரசாங்கம் மற்றும், பத்திரிகைகளின் மீதான நம்பிக்கையை வலுவிழக்கச் செய்வதற்கு அது சதிக்கோட்பாடுகளை எப்படிப் பயன்படுத்திக் கொண்டது என்பதைப் பொருத்ததாகும். தாராளவாத ஜனநாயக நிறுவனங்களின் வெளிப்பூச்சுகளால் மூடிமறைக்கப்பட்ட பொய்யான நடத்தை என்று கருதப்பட்ட, வழக்கத்திற்கு மாறான வலதுசாரி சதிக்கோட்பாடுகள் குறித்த விவாதங்களைத் தணிக்கை செய்ததற்காக, தாராளவாத ஊடகங்களை ஃபாசிச அரசியல்வாதிகள் அவமதிக்கிறார்கள். அமெரிக்காவின் விசயத்தில், அந்நிய சக்திகள் மற்றும் இஸ்லாம் (அதிபர் பாரூக் ஒபாமா கென்யாவில் ஒரு முஸ்லிமாகப் பிறந்தார் என்று "பிறந்த இடம்" குறித்த சதிக்கோட்பாட்டில் குறிப்பிடப்படுவதாக இருப்பது போலவும், ஹங்கேரி மற்றும் போலந்தின் விசயத்தில் யூத எதிர்ப்பு மற்றும் கம்யூனிச எதிர்ப்பு என்பதாக இருப்பது போலவும்) குறித்த அச்சம் போன்ற சமூகத்தின் பிறர் குறித்த, மிகவும் மருட்சியான அம்சங்களைத் தூண்டி சதிக்கோட்பாடுகள் செயலாற்றுகின்றன. அவநம்பிக்கைக்கும், பிறர் குறித்த மருட்சிக்கும் காரணமாக இருப்பது, தாராளவாத ஊடகங்களைத் தணிக்கை செய்வது அல்லது இழுத்து மூடுவது போன்ற கடுமையான நடவடிக்கைகளை நியாயப்படுத்துவது, "அரசின் எதிரிகளை" சிறையிலடைப்பது ஆகியவை சதிகளின் இலக்காகும்.

அமெரிக்கக் கோடீஸ்வரரும், மனிதநேயவாதியுமான ஜார்ஜ் சோரோஸ் ஹங்கேரிய யூத வம்சாவளியைச் சேர்ந்தவராவார்.

சோரோஸின் மனித நேய நிறுவனமான ஓபன் சொஸைட்டி ஃபவுண்டேசன்ஸ் அவரது சொந்த நாடான ஹங்கேரி உள்ளிட்ட நூற்றுக்கும் அதிகமான நாடுகளில் ஜனநாயகத்தைக் கட்டமைக்கும் முயற்சிகளில் ஈடுபட்டுள்ளது. ஹங்கேரியில் அதற்கான அவரது ஆதரவு அங்குள்ள முன்னணிப் பல்கலைக்கழகமான சென்ட்ரல் யூரோப்பியன் பல்கலைக்கழகத்தை நிறுவுவதற்கு இட்டுச்சென்றது. தேசத்தின் கிறித்தவ அடையாளத்தை நீர்த்துப்போகச்செய்வதற்காக கிறித்தவரல்லாத குடியேறிகள் ஹங்கேரியில் பெருகுவதற்கான "சோரோஸ் திட்டம்" ஒன்று இருந்தது என்று 2017இல் ஹங்கேரியப் பிரதமர் விக்டர் ஓர்பான் வாதிட்டார். ஜார்ஜ் சோரோஸுக்கும், அவரது திட்டம் என்று கூறப்பட்டதற்கும் எதிராக, சோரோஸைத் தாக்குதல் இலக்காகக் கொண்ட, அப்பட்டமான யூத எதிர்ப்பைப் பிரதிநிதித்துவம் செய்வதாகப் பலராலும் கருதப்பட்ட விளம்பரப் பலகைகளையும், தொலைக்காட்சி விளம்பரங்களையும் உள்ளிட்ட நடவடிக்கைகளை ஓர்பானின் அரசாங்கம் முன்னெடுத்தது. அந்த யூத நிதி நிறுவனரிடம் கிறித்தவரல்லாத குடியேறிகளை ஹங் கேரியில் பெருகச்செய்வதற்கான திட்டம் இருந்ததற்கான ஆதாரம் எதுவும் நிச்சயமாக இல்லை. ஆனால் மைய நீரோட்ட ஊடகங் களில் இதற்கான ஆதாரம் எதுவும் இல்லாததே அவற்றின் மீதான சோரோஸின் கட்டுப்பாட்டுக்கான ஆதாரமாக ஓர்பானின் அரசாங் கத்தால் எடுத்துக்கொள்ளப்பட்டது. உண்மையில் அப்போது யதார்த்தத்தைச் சாமர்த்தியமாகக் கையாண்டவராக ஓர்பான்தான் இருந்திருக்கிறார்.

சர்வாதிபத்தியம் குறித்த இருபதாம் நூற்றாண்டின் மகத்தான கோட்பாட்டாளரான ஹன்னா அரென்ட் ஜனநாயகத்துக்கு எதிரான அரசியலில் சதிக்கோட்பாடுகளின் முக்கியத்துவம் குறித்து தெளி வான எச்சரிக்கையை வழங்கியுள்ளார். சர்வாதிபத்தியத்தின் தோற்றுவாய்கள் என்னும் நூலில் அவர் எழுதுகிறார்:

> அப்படிப்பட்ட மர்மத்தன்மைதான் தலைப்புகளைத் தேர்வு செய்வதற்கான முதல் அளவுகோலாக இருக்கிறது... இந்த வகையான பரப்புரையின் தாக்கம் நவீன வெகு மக்களின் தலையாய குணாம்சம் ஒன்றுக்குச் செயல் விளக்கம் தருகிறது. தங்கள் சொந்த அனுபவம் தொடர்பான, யதார்த்தத்தில் உள்ள, கண்ணுக்குப் புலப்படக்கூடிய

எதையும் அவர்கள் நம்புவதில்லை; தங்கள் கண்களுக்கும், காதுகளுக்கும் மாறாக, தங்கள் கற்பனைகளையே அவர்கள் நம்புகிறார்கள். அந்தக் கற்பனைகள் உலகளாவிய உட னடித்தன்மை கொண்டதும், தன்னளவில் முரண்பாடற்ற தன்மை கொண்டதுமான ஏதோ ஒன்றால் பற்றிக் கொள்ளப்படக்கூடியதாக இருக்கலாம். வெகுமக்களைத் திருப்திப்படுத்துபவை உண்மைகளல்ல, புதிதாகக் கண்டு பிடிக்கப்பட்ட உண்மைகளும்கூட அல்ல, மாறாக, தாங் களும் ஒரு பகுதியாக இருப்பதாக அவர்கள் கருதும் இந்த அமைப்பின் முரண்பாடற்ற தன்மையை மட்டுமே அவர்கள் நம்புகிறார்கள். மீண்டும்மீண்டும் நிகழும் ஒரு செயல்... முக்கியமானதாக இருப்பதற்கு ஒரே காரணம் அது காலத்தில் இருக்கும் முரண்பாடற்ற தன்மையைக் கொண்டு அவர்களைத் திருப்திப்படுத்துகிறது என்பது தான்.[1]

சதிக்கோட்பாடுகளின் பார்வையாளர்கள் தங்கள் சொந்த அனு பவத்தைப் புறக்கணிக்கத் தயாராக இருக்கிறார்கள் என்ற காரணத் தால், சதிக்கோட்பாடுகள் விளக்கிக் காட்டத்தக்க விதத்தில் தவறாக இருக்கின்றன என்பது பெரும்பாலும் முக்கியமற்றதாக இருக்கிறது. "அமெரிக்க நீதிமன்றங்களுக்கான அமெரிக்கச் சட்டங்கள்" என்னும் டெக்ஸாஸ் சட்டப்பேரவையின் சட்ட முன்வரைவு, 2017 ஜூனில் டெக்ஸாஸ் ஆளுநர் கிரெக் அப்பாட்டால் கையெழுத்திடப்பட்டு சட்டமாக ஆனது. அது முஸ்லிம்கள் ஷரியாத் சட்டத்தை கொண்டு வருவதைத் தடுக்கும் நோக்கிலானதாக இருக்கிறது. முஸ்லிம்கள் டெக்ஸாஸை பிறர் அறியாமல் இஸ்லாமியக் குடியரசாக மாற்ற முயல்கிறார்கள் என்பது, ஒபாமா அரசாங்கத்தைக் கவிழ்ப்பதற்காகக் கிறித்தவரைப்போல் நடிக்கும் ரகசிய முஸ்லிம் என்னும் கருது கோளைப்போல் உள்ளார்ந்தவிதத்தில் நிகழ முடியாததாகும். இருந்த போதிலும் இந்தச் சதிக்கோட்பாடுகள் காத்திரமானவையாக இருப்ப தற்குக் காரணம், அவை அந்நியர்கள் மற்றும் அவர்களது கலாச் சாரங்கள் குறித்த அச்ச உணர்வு அல்லது வெறுப்புணர்வு போன்ற, அச்சுறுத்தல்களாகக் கருதப்படுகின்ற, பகுத்தறிவுக்குப் பொருந்தாத உணர்வெழுச்சிகளுக்கு வேறு வகையான எளிய விளக்கங்களை வழங்குகின்றன. அமெரிக்க அரசாங்கத்தைக் கவிழ்ப்பதற்காக

இரகசியமாக ஒரு முஸ்லிமாக இருக்கும் அதிபர் ஒபாமா ஒரு கிறித்தவரைப்போல் நடிக்கிறார் என்னும் கருத்து, அவர் அதிபர் பதவிக்கு உயர்வது குறித்து பெரும்பாலான வெள்ளையின மக்கள் கொண்டிருக்கும் பகுத்தறிவற்ற அச்ச உணர்வைப்பரப்புவது, தொலைதூர நிலப்பரப்புகளில் நிகழ்த்தப்படும் தீவிரவாத நட வடிக்கைகள் குறித்த ஐ.எஸ்.ஐ.எஸ். பரப்புரை காணொலிகள் ஆகியவை இணைந்து, முஸ்லிம்கள் ஷரியா சட்டத்தை டெக் ஸாஸுக்குள் ரகசியமாகக் கொண்டுவர முயற்சிக்கிறார்கள் என்னும் அச்ச உணர்வை அறிவுப்பூர்வமானதாக ஆக்குகிறது. பகுத்தறி வுக்குப் பொருந்தாத அச்சங்களுக்கும், வெறுப்புகளுக்குமான ஒருவிளக்கமாக சதிச் சிந்தனையை ஒருமுறை மக்கள் ஏற்றுக் கொண்டார்களானால், ஆழ்ந்த அரசியல் சிந்தனையில் அவர்கள் பகுத்தறிவால் வழிநடத்தப்படுவது நின்றுபோய்விடும்.

∞

கண்மூடித்தனமான சதிக்கோட்பாடுகளைப் பரப்புவது ஃபாசிச இயக்கங்களுக்குப் பயனுள்ளதாக இருக்கிறது. இருப்பினும் தாராள வாத ஜனநாயகத்தின் பொதுச் சதுக்கத்தில் எப்போதும் பகுத்தறிவே வெற்றியடையும் என்றால், இது எப்படி நடக்க முடியும்? கருத்து களின் சந்தைக்களத்தில் இறுதியில் உண்மையே மேலோங்கும் என்பதன் காரணமாக, பிறர் கருத்துக்களை முழுமையாகப் பரப்பு வதற்கான அனைத்துச் சாத்தியங்களுக்கும், தாராளவாத ஜனநாயகம் ஆதரவளிக்கிறதா?

ஒருவேளை பேச்சு சுதந்திரத்துக்கு ஆதரவான தத்துவத்தின் மிகவும் புகழ்பெற்ற வாதம் ஜான் ஸ்டூவர்ட் மில்லால் தெளிவாக முன்வைக்கப்பட்ட வாதமாக இருக்கலாம். அவரது 1859ஆம் ஆண்டுப் படைப்பான ஆன் லிபர்ட்டி என்னும் நூலில் இந்த இலட்சியத்துக்கு ஆதரவாக அவர் வாதிடுகிறார். அதில், “சிந்தனை மற்றும் கலந்துரையாடல் குறித்த சுதந்திரம்” என்னும் அத்தியாயம் 2இல், எந்தவொரு அபிப்பிராயத்தையும் வெளியிட முடியாத வாறு செய்வது தவறானதாகும், அது உண்மைக்கு மாறானதாக இருந்த போதிலும்கூட, என்று அவர் நிறுவ முயல்கிறார். உண் மைக்கு மாறான ஓர் அபிப்பிராயத்தை வெளியிட முடியாமல்

செய்வது தவறானதாகும். ஏனெனில், "தவறான தோடான (உண்மையின்) மோதலில்" இருந்துதான் அறிவு உதித்தெழுகிறது. வேறு வார்த்தைகளில் சொன்னால் விவாதம், ஏற்பின்மை மற்றும் கலந்துரையாடலின் இரைச்சலிலிருந்து வெற்றிகரமாக வெளிப் படும்போது மட்டும்தான் உண்மையான நம்பிக்கை அறிவாக மாறு கிறது.

மில் சொல்வதன்படி, எதிரெதிரான நிலைபாடுகளோடான ஆழமான விவாதத்தின் விளைவாக மட்டுமே அறிவு தோன்று கிறது. அது உண்மையான எதிராளிகளின் மூலம் அல்லது அக வயமான உரையாடலின் மூலம் நிகழ்வதாக இருக்க வேண்டும். இந்தச் செயல்முறை இல்லையானால் உண்மையான நம்பிக் கையேகூட வெறும் "தப்பெண்ணமாக" மட்டுமே இருந்துவிடும். அனைத்துப் பேச்சுகளையும் நாம் அனுமதிக்க வேண்டும், தவறான கோருதல்களையும், சதிக்கோட்பாடு களையும்கூட. ஏனெனில், அப்படி அனுமதித்த பிறகு மட்டுமே அறிவைப் பெறுவதற்கான ஒரு வாய்ப்பு நமக்குக் கிடைக்கும்.

சரியாகவோ அல்லது தவறாகவோ மில்லின் ஆன் லிபர்ட்டி நூலை "கருத்துகளின் சந்தைக்களம்" என்னும் உருப்படிவத்தோடு பலரும் தொடர்புபடுத்துகிறார்கள். இந்தப் புலம் தனது சொந்த விருப்பப்படி செயல்படுவதற்கு விடப்படுமானால், அது தப்பெண் ணத்தையும், பொய்மையையும் வெளியில் விரட்டியடித்துவிட்டு, அறிவை உற்பத்தி செய்யும். ஆனால், "கருத்துக்களின் சந்தைக் களம்," என்னும் எண்ணம் பொதுவாக ஒரு சுதந்திரச் சந்தையைப் போலவே அதன் நுகர்வோரின் கற்பனை உலகக் கருத்தாக்கம் என்பது, ஒரு தரப்பு தனது காரணங்களின் மூலம் அதனை எதிர் கொள்வதாகவும் இறுதியில், உண்மை முற்றிலுமாக வெளிப்படும் வரை, காரணங்களின் பரிமாற்றத்தின் மூலம் உரையாடல் நடை பெறுவதாகவும் கருதுவதாகும். ஆனால் தகவல் தெரிவிப்பதற் காக மட்டுமே உரையாடல் பயன்படுத்தப்படுவதில்லை. உரை யாடலானது கண்ணோட்டங்களை அப்புறப்படுத்துவதற்காகவும், அச்சங்களை உருவாக்குவதற்காகவும், தப்பெண்ணங்களை உயர்த் திப் பிடிப்பதற்காகவும்கூடப் பயன்படுத்தப்படுகிறது. ஜெர்மன் மொழியின் மீது ஃபாசிச அரசியலால் கடைந்தெடுத்து உருவாக்கப் பட்ட மாற்றங்கள் குறித்து எர்னெஸ்ட் காஸ்ஸிரர் எழுதுகிறார்:

நமது அரசியல் கட்டுக்கதை குறித்தும், அவை பயன் படுத்தப்படும் விதம் குறித்தும், நாம் ஆய்வு செய்தோ மென்றால், அவற்றில், நாம் மிகவும் ஆச்சரியப்படத் தக்க விதத்தில், நமது அறமதிப்பீடுகள் அனைத்தும் வேறு விதமான மதிப்பீடுகளால் மாற்றியமைக்கப்பட்டிருப்பது மட்டுமல்லாமல் மனிதப் பேச்சைக்கூட மாற்றியமைக்கப் பட்டிருப்பதையும் நாம் கண்டுகொள்ள முடியும்... புதிய சொற்கள் புனையப் பட்டிருக்கின்றன. பழைய சொற்களே கூட புதிய பொருளில் பயன்படுகின்றன; அவை பொருள ளவில் ஆழமான மாற்றத்தை அடைந்திருக்கின்றன. விவ ரணைரீதியான, தர்க்கரீதியான அல்லது சொற்பொருள் ரீதியான அர்த்தத்தைப் பெற்றிருந்த இந்தச் சொற்கள் இப்போது குறிப்பிட்ட தாக்கங்களை உருவாக்குவதற்கும், குறிப்பிட்ட உணர்ச்சிகளைத் தூண்டுவதற்குமான மந்திரச் சொற்களாக வகுத்தமைக்கப்பட்டிருக்கின்றன என்னும் உண்மை, இந்தப் பொருள் மாற்றத்தையே சார்ந்திருக்கிறது. நாம் பயன்படுத்தும் சாதாரணச் சொற்கள் பொருள் தாங்கிய வையாக இருக்கின்றன; ஆனால் இந்த நச்சுத் தன்மை கொண்ட சொற்கள் உணர்வுகளையும், வன்மைமிக்க வேட்கைகளையும் தாங்கியவையாக இருக்கின்றன.[2]

“கருத்துகளின் சந்தைக்களம்” என்னும் வாதத்துக்கு, சொற்கள் அவற்றின் “விவரணைரீதியான, தர்க்கரீதியான சொற்பொருள் ரீதியான அர்த்தத்திலேயே பயன்படுத்தப்பட வேண்டும் என்பது முன்னூகமாக இருக்கிறது. ஆனால் அரசியலில், இன்னும் தெளி வான விதத்தில் ஃபாசிச அரசியலில், மொழி சாதாரணமாக அல்லது இன்னும் முக்கியமாகத் தகவலைத் தெரியப்படுத்து வதற்குப் பயன்படுத்தப்படுவதற்கு மாறாக, உணர்ச்சியைத் தூண்டு வதற்காகவே பயன்படுத்தப்படுகிறது.

பேச்சு சுதந்திரத்தக்கான “கருத்துகளின் சந்தைக்களம்” பாணியி லான வாதம், பகுத்தறிவற்ற வெறுப்புணர்வுகள் மற்றும் தப்பெண் ணத்தின் சக்தியின் மீதான பகுத்தறிவின் ஆற்றலை ஏற்றுக்கொள் வதற்கானதாக சமூகத்தின் அடியோட்டமான பண்புக்கூறுகள் இருந்தால் மட்டுமே செயல்படுவதாக இருக்கும். இருப்பினும், சமூகம் பிரிக்கப்பட்டிருப்பதாக இருக்குமானால், தந்திரம் வாய்ந்த

ஓர் அரசியல்வாதி, வெறுக்கப்படும் குழுக்களின் உறுப்பினர்களுக்கு எதிராக மொழியைப் பயன்படுத்தி, அச்சத்தையும், கவனத்தைக் கவரும் வகையிலான தப்பெண்ணங்களையும் விதைப்பதற்கும், பழிவாங்குவதற்கும் இந்தப் பிரிவினையைத் தவறாகப் பயன் படுத்துகிறார். பகுத்தறிவைக்கொண்டு இத்தகைய பகட்டாரவாரப் பேச்சை எதிர்கொள்வது ஒரு கைத்துப் பாக்கிக்கு எதிராக துண் டறிக்கையொன்றைப் பயன்படுத்துவதற்கு ஒப்பானதாகும்.

அர்ப்பணிப்புகொண்ட எதிராளிகளுக்கிடையிலான வாதங் களிலிருந்து அறிவு தோன்றும் என்று, அறிவு மட்டுமே தோன்றும் என்று மில் எண்ணுவதாகத் தோன்றுகிறது. மில்லைப் பொறுத்த வரையில், அப்படிப்பட்ட ஒரு செயல்முறை தப்பெண்ணங்களை அழித்துவிடுகிறது. அப்படியானால் ரஷ்யத் தொலைக்காட்சி வலைப்பின்னல் அமைப்பான ஆர்டி (ஸிஜி) குறித்து மில் மகிழ்ச்சி கொள்பவராக இருப்பார். அந்த வலைத்தளத்தின் குறிக்கோள் வாசகம் "கொஸ்டியன் மோர்" என்பதாகும். மில் சொல்வது சரியாக இருக்குமென்றால், நியோ நாஜிகளிலிருந்து தீவிர இடதுசாரிகள் வரை சாத்தியமான அளவுக்கு விரிவானவிதத்தில் வேறுபட்ட அரசியல் குரல்களுக்கு இடமளிக்கும் ஆர்டி ஆனது அறிவு உற்பத்திக்கான ஆதார அளவுகோலாக இருக்க வேண்டும். இருப் பினும், ஆர்டியின் அரசியல் தந்திரம் அறிவுக்காக வடிவமைக்கப் பட்டதாக இருக்கவில்லை. அடிப்படை ஜனநாயக நிறுவனங்கள் மீதான நம்பிக்கையைக் குலைப்பதற்கான ஒரு பரப்புரை உத்தி யாகவே அது வடிவமைக்கப்பட்டது. குரல்களின் குழப்பமான சந்தடிக்கிடையில் புறவய உண்மை மூழ்கடிக்கப்பட்டது. ஆர்டியின் தாக்கமும், அதுபோலவே அமெரிக்கா உட்பட உலகெங்கும் உள்ள சதிக்கோட்பாடுகளை உருவாக்கும் எண்ணற்ற வலைத் தளங்களின் தாக்கமும், உண்மையில் ஜனநாயகப் போட்டிக்குத் தேவைப்படும் யதார்த்தத்தை நிலைகுலையச் செய்கின்றன.

மில் இங்கு எதைத் தவறாகப் புரிந்துகொள்கிறார்?

ஒப்புக்கொள்ளப்பட்ட முன்னூகங்களின் தொகுதி ஒன்று தேவைப்படுகிறது. இருவருக்கிடையிலான பூசலைச் சண்டை யிட்டுத் தீர்ப்பதிலும்கூட அதற்கான விதிமுறைகள் குறித்த ஒப்புதல் தேவைப்படுகிறது. அதிபர் ஒபாமாவின் மருத்துவ சேவைத்திட்டம் நல்ல கொள்கையாக இருந்ததா என்பது குறித்து

நானும் நீங்களும் ஒத்த கருத்துக் கொள்ளாதிருக்கலாம். ஆனால் அதிபர் ஒபாமா அமெரிக்காவை அழிக்க நினைக்கும் ரகசியமான முஸ்லிம் உளவாளி என்று சந்தேகிப்பவராக நீங்களும், அப்படிச் சந்தேகிக்காதவனாக நானும் இருந்தால் நமது விவாதம் ஆக்க பூர்வமானதாக இருக்காது. ஒபாமாவின் மருத்துவசேவைக் கொள்கைக்கான செலவுகள் மற்றும் பயன்கள் குறித்து நாம் பேசப்போவதில்லை. மாறாக, அவரது கொள்கைகள் மாறுபட்ட, ஜனநாயகத்துக்கு எதிரான செயல்திட்டம் ஒன்றை மூடிமறைத் திருக்கிறதா என்பதைப் பற்றியே நாம் பேசுவோம்.

ஆர்டிக்கான தந்திரோபயத்தை வகுத்தளிப்பதில் ரஷ்யப் பரப் புரையாளர்கள் அல்லது "அரசியல் தொழில்நுட்பர்கள்," குழப்ப மான அபிப்பிராயங்களின் சந்தடிகள் மற்றும் வழக்கத்துக்கு மாறான சாத்தியங்களையும் கொண்டு, ஆக்க பூர்வமான விசா ரணையை அனுமதிக்கக்கூடியதும், உலகம் குறித்த பகிர்ந்து கொள்ளப்பட்டதுமான, அடிப்படைப் பின்புலமாக இருக்கும் முன்னூகங்களின் தொகுதியை ஒருவரால் நிலைகுலையச் செய்ய முடியும் என்று அறிந்திருந்தார்கள். உதாரணமாக, 2014 அக்டோபர் 29 அன்று வாஷிங்டன் வாட்ச்[3] வானொலி நிகழ்ச்சியில் டோனி பெர்க்சன் ஊகமாகக் குறிப்பிட்டது போல், பருவநிலை மாற்றம் குறித்து நமக்குச் சொல்லும் அறிவியலாளர்கள் ஓரினப்புணர்ச்சி தொடர்பான ஒரு இரகசியச் செயல்திட்டத்தை வைத்திருக் கிறார்கள் என்று ஒருவர் சந்தேகிப்பாரானால் அவருக்குப் பருவ நிலைக் கொள்கை குறித்து சிந்தனாபூர்வமாக விவாதிப்பது சிரம மானதாகவே இருக்கும். விவாதத்தின் மூலம் அறிவுவளர்ச்சியைச் செயல்படுத்தும் ஒரு நடைமுறையில், ஒவ்வொரு அபிப்பிராயத் தையும் பொது வெளியில் அனுமதிப்பதும், அதை ஆழ்ந்து ஆராய் வதற்கு உரிய நேரத்தை ஒதுக்குவதும் பயன் தராது என்பதுடன் அதற்கான சாத்தியத்தையே அழித்துவிடுவதாகவும் இருக்கும். இந்த அச்சுறுத்தலின் முன்னிலையில் தாராளவாத ஜனநாயக அமைப்பில் உள்ள பொறுப்பான ஓர் ஊடகம் உண்மையை வெளி யிட முயற்சிக்க வேண்டும். சாத்தியமான ஒவ்வொரு கொள்கை யையும், யாரேனும் ஒருவரால் அது ஊக்குவிக்கப்படும் காலம் வரையிலும், அது எவ்வளவு தான் விசித்திரமானதாக இருந்த போதிலும் அதை வெளியிட வேண்டும் என்ற உந்துதலை நிரா கரிக்க வேண்டும்.

∞

சதிக்கோட்பாடுகளை அரசியலுக்கான வழக்கத்திலுள்ள நடை முறையான உலோக நாணயமாக மாற்றுவது மற்றும் மைய நீரோட்ட ஊடகங்களுக்கு அவப்பெயர் உண்டாக்குவது ஆகிய வற்றைச் செய்யும்போது என்ன நடக்கிறது என்றால், ஜனநாயக ரீதியான விரிவான விவாதத்துக்கான பின்னணியை வழங்கக் கூடிய பொதுவான யதார்த்தம் ஒன்று மக்களுக்கு இல்லாமல் போய்விடுகிறது. அப்படிப்பட்ட ஒரு சூழ்நிலையில், மக்கள் பின்பற்றிச் செல்வதற்கு உண்மை அல்லது நம்பகத்தன்மைக்கு மாறான அடையாளக்குறிகளைத் தேடிக் காணவேண்டியிருக்கும் என்பதைத் தவிர வேறு வழி இருப்பதில்லை. இப்படிப்பட்ட நிகழ்வுகளில் என்ன நடக்கிறதென்றால், உலகம் முழுவதும் நாம் காண்பதுபோல், இனக்குழு அடையாளங்களுக்காகவும், தனிப் பட்ட மனக்குறைகளை முன்வைப்பதற்காகவும், பொழுது போக்குக் காகவும் குடிமக்கள் அரசியலை நாடுகிறார்கள். செய்தி என்பது பந்தயவிளையாட்டாக மாறும்போது, வலிமையான மனிதன் குறிப் பிட்ட அளவுக்குப் புகழை அடைகிறான். செய்தியைத் தகவல் செல்வதற்கான குழாய்கள் என்பதாகவும், சிந்தனாபூர்வமான விவா தத்தை, வலிமையான மனிதனை நட்சத்திரமாகக்கொண்ட ஒரு கண்கவர் காட்சியாகவும் ஃபாசிச அரசியல் மாற்றிவிடுகிறது.

நாம் பார்த்ததுபோல் ஃபாசிச அரசியல் பத்திரிகைகள் மற்றும் பல்கலைக்கழகங்கள் மீதான, நம்பிக்கையைச் சீர்குலைக்க விரும்பு கிறது. ஆனால், ஆரோக்கியமான ஜனநாயக சமூகம் ஒன்றில் தகவல்புலம் என்பது ஜனநாயக நிறுவனங்களை மட்டுமே உள் ளடக்கியதாக இருப்பதில்லை. பொதுவான சந்தேகத்தையும், அவநம்பிக்கையையும் பரப்புவது, சககுடிமக்கள் மத்தியில் பரஸ் பர மரியாதைக்கான பிணைப்புகளை வலுவிழக்கச்செய்து, நிறு வனங்கள் மீது மட்டுமின்றி, ஒருவர் மீது ஒருவருக்கான பரஸ் பர அவநம்பிக்கையின் ஆழக்கிணறுகளில் அவர்களை விட்டுவிடு கிறது. ஆரோக்கியமான தாராளவாத ஜனநாயக அமைப்பு ஒன்றின் அடிப்படையாக விளங்கும் குடிமக்களுக்கு இடையிலான பரஸ்பர மரியாதை தொடர்பான உறவுகளை அழிக்கவும், தலைவர் என்னும் ஒரு நபர்மீது மட்டுமான நம்பிக்கையைக் கொண்டு அவற்றை முற்றிலுமாக மாற்றீடு செய்யவும் ஃபாசிச அரசியல் விரும்புகிறது. ஃபாசிச அரசியல் அதன் வெற்றிகரமான நிலையில்

இருக்கும்போது, அதன் ஆதரவாளர்களுக்குத் தலைவர் மட்டுமே தனித்துவமான விதத்தில் நம்பத்தகுந்தவராக இருக்கிறார்.

2016 அமெரிக்க அதிபர் தேர்தலில் டொனால்ட் டிரம்ப் மீண்டும் மீண்டும் வெளிப்படையாகப் பொய் பேசினார். நீண்டகாலம் மிகவும் புனிதமானதாக இருந்துவரும் தாராளவாத நடைமுறைகளை ஏற்க மறுத்தார். அமெரிக்காவின் மையநீரோட்ட ஊடகங்கள் அவரது பொய்கள் பலவற்றையும் கீழ்ப்படிதலோடு வெளியிட்டன. அவரது எதிராளியான ஹில்லரி கிளின்டன் தாராளவாத நடைமுறைகளைச் சம மதிப்போடு பின்பற்றினார்; அவரது எதிராளியின் ஆதர வாளர்களை அவர் “ஒழுக்கங்கெட்டவர்கள்” என்று கூறிய இந்த நடைமுறைகள் தொடர்பான ஒரு மீறல், முடிவற்ற விதத்தில் அவர் முகத்தில் திருப்பி வீசப்பட்டது. இருப்பினும் மீண்டும் மீண்டும் அமெரிக்கர்கள் டிரம்பையே மெய்யான வேட்பாளராகக் கண்டார்கள். பொதுவிவாதத்துக்குப் பொருத்தமற்றதாகக் கருதப் பட்ட அதிர்ச்சி தரக்கூடிய உணர்ச்சிப்பாங்குகளுக்குக் குரல் தருவதன் மூலம் டிரம்ப் தன் மனதிலுள்ளதைப் பேசுபவராக எடுத்துக்கொள்ளப்பட்டார். வெளிப்படையான விதத்தில் அவர் நேர்மையற்றவராக இருந்தபோதிலும், மிகச் சிறந்த, தந்திரப் பூர்வமான நடத்தையை வெளிக்காட்டுவதன் மூலம், இப்படித்தான் ஓர் அரசியல்வாதி மிகவும் மெய்யான வேட்பாளராகக் காணப்படு பவராக இருப்பார்.

ஒரு ஜனநாயக அமைப்பில் குறிப்பிட்ட சில நிலைமைகளில் இந்த வகையான அரசியலுக்கான சாத்தியம் உருவாகிறது.[4] பரப்புரை ரீதியாக இன்னொரு வகையில் திரிக்கப்பட்ட அர்த்தத்தில், பொது நன்மையை எதிர்ப்பதன் மூலம், தாங்கள் பொதுநன்மையின் பிரதி நிதிகள் என்ற செய்தியைத் தெரிவிப்பதற்கு அரசியல்வாதிகளால் முடியும். தடுமாறச் செய்யும் இந்தச் சூழ்நிலை எப்படிச் சாத்திய மாகிறது என்பதைக் காண்பதற்கு சமீபத்திய கடந்தகாலத்தில் அமெரிக்க அரசியல் நடைமுறையில் இத்தகைய நிலைமைகள் எப்படி உருவாயின என்பதை ஒருவர் கூர்ந்து கவனிக்கலாம்.

கூட்டாட்சி ஆய்வறிக்கை எண்.10இல், அமெரிக்கா பிரதி நிதித்துவ ஜனநாயக வடிவத்தை ஏற்றுக்கொண்டு, ஜனநாய கத்தின் மாண்புகளை யார் மிகச் சிறப்பாகச் செய்கிறார்களோ அவர் களையே தலைவர்களாகத் தேர்ந்தெடுக்க விரும்ப வேண்டும் என்று

ஜேம்ஸ் மாடிசன் வாதிட்டார். அனைத்துக் குடிமக்களின் பொது வான நலன்களை மனதில் கொண்டிருப்பதைக் காட்ட விரும்பும் வேட்பாளர்களையே ஒரு தேர்தல் பரப்புரை முன்னிறுத்த வேண்டும் என்று கருதப்பட்டது. பிரதிநிதித்துவ ஜனநாயகத்தால் வழங்கப்பட வேண்டும் என்று கருதப்படுகிற பாதுகாப்புகளை இரண்டு காரணிகள் படிப்படியாக அழித்துவிடுபவையாக இருக் கின்றன. முதலாவதாக, பதவிக்குப் போட்டியிடும் வேட்பாளர்கள் பெருந்தொகையைத் திரட்டவேண்டியிருக்கிறது. (2010ஆம் ஆண்டு சிட்டிசன்ஸ் யுனைடெட் அமைப்பு தொடர்பான அமெரிக்க உச்சநீதிமன்றத்தின் முடிவின் காரணமாக, அப்போதிருந்து இது இன்னும் அதிக அளவில் நடக்கிறது). இதன் விளைவாக வேட் பாளர்கள் தங்களுக்கு அதிக அளவில் நிதி வழங்குபவர்களின் நலன்களைப் பிரதிநிதித்துவம் செய்கிறார்கள். இருப்பினும், அமெரிக்கா ஒரு ஜனநாயக அமைப்பாக இருப்பதன் காரணமாக, அவர்கள் பொதுநலன்களைப் பிரதிநிதித்துவம் செய்பவர்களாகவும் காட்டிக்கொள்ளவேண்டிய முயற்சியிலும் ஈடுபடவேண்டியிருக் கிறது. தங்களுடைய பரப்புரை நடவடிக்கைகளுக்கு நிதி வழங்கும் பன்னாட்டு நிறுவனங்களின் தனித்துவமான நலன்களும்கூட பொது நலன்களுக்கானவையே என்று அவர்கள் பாவனை செய்ய வேண்டியிருக்கிறது.

இரண்டாவதாக, சில வாக்காளர்கள் ஜனநாயக மதிப்பீடு களைப் பகிர்ந்துகொள்பவர்களாக இருப்பதில்லை. அரசியல் வாதிகள் அவர்களையும் ஈர்க்கவேண்டியிருக்கிறது. பெரிய அளவி லான சமத்துவமின்மைகள் நிலவும்போது, பிரச்சினை மோசமான தாக ஆகிறது. சில வாக்காளர்கள் எளிமையான விதத்தில், குறிப் பாக, தங்கள் சொந்த மதம், இனம், பாலினம் அல்லது பிறப்பு நிலைக்குச் சாதகமான ஓர் அமைப்புமுறையால் அதிகமாக ஈர்க்கப் படுகிறார்கள். நிறைவேறாத எதிர்பார்ப்புகளிலிருந்து பெருகிவரும் வெறுப்புணர்வை ஆதிக்கநிலையிலுள்ள மரபுகளைப் பகிர்ந்து கொள்ளாததாகத் தோன்றும் சிறுபான்மைக் குழுக்களுக்கு எதிராகத் திருப்பிவிட முடிகிறது. அவர்களைச் சென்றடையும் பொருட்கள் பெரும்பான்மைக் குழுக்களிடமிருந்து எடுத்துக்கொள்ளப்படும் பொருட்களாக, எதிரான ஒருவிதத்தில், தந்திரமிக்க அரசியல் வாதிகளால் பிரதிநிதித்துவம் செய்யப்படுகின்றன. சில வாக்காளர்கள்

தங்களது நிறைவேறாத எதிர்பார்ப்புகளுக்குப் பொருளாதார மேட்டுக்குடியினரின் நடத்தைதான் காரணம் என்பதற்கு மாறாக, இத்தகைய சிறுபான்மைக் குழுக்கள்தான் காரணமெனக் காண் கிறார்கள். வேட்பாளர்கள் ஜனநாயக மதிப்பீடுகளைப் புறக் கணிக்காமல் இருக்கவேண்டிய அதேசமயத்தில் இந்த வாக்காளர் களை ஈர்க்கவேண்டியுமிருக்கிறது. இதன் விளைவாக, எதிராளிக் குழுக்களின் பார்வைகளை விட்டுவிடுவது குறித்த குற்றச்சாட்டைத் தவிர்ப்பதற்காக, குடியரசுக் கட்சியின் "தெற்கத்தியத் தந்திரம்" போல், அரசியல்வாதிகள் பலரும் வெறுப்புணர்வைத் தங்கள் நலனுக்குப் பயன்படுத்துவதற்காக, சங்கேதமொழியைப் பயன் படுத்துகிறார்கள். குடியரசுக் கட்சியின் அரசியல் செயல் திட்டங் களை வகுத்தளிப்பவரும், இழிபுகழ் வாய்ந்தவரும், முன்பு ரீகனின் வெள்ளைமாளிகை ஆலோசகர்களில் ஒருவருமான (பிறகு, ஜார்ஜ் எச்.டபிள்யூ. புஷ்ஷின் 1988 ஆண்டு வெற்றிக்கான பரப்புரை மேலாளராக இருந்தவருமான) லீஅட்வாட்டர் 1981இல், ஒரு நேர் காணலில், அரசியல் அறிவியலாளர் அலெக்சாண்டர் லாமிஸிடம், இனவெறிக் கருத்தை வெளிப்படையாகத் தெரிவிப்பது காலப் போக்கில் குறைந்து வருகிறது என்று விவரித்தார்:

> 1968வாக்கில் "கறுப்பன்" என்று உங்களால் சொல்ல முடியாது; அது உங்களைப் புண்படுத்தும், தீய பின்விளைவை ஏற்படுத்தும். அதனால் நீங்கள் வெள்ளையின மாணவர் களின் கட்டாயப் பேருந்துப் பயணம், மாநிலங்களின் உரிமைகள் என்றெல்லாம் சொல்லவேண்டியிருக்கிறது, நீங்கள் மிகவும் அரூபமாகப் பேசுபவராக ஆகிவிடு கிறீர்கள், நீங்கள் பேசும் இந்த விசயங்கள் எல்லாம் முற்றிலும் பொருளாதார விசயங்களாக இருக்கின்றன. இவற்றின் துணை விளைவாக இருப் பது, வெள்ளை யர்களை விடவும் கறுப்பர்களே மிகவும் மோசமாகத் துன்புறுகிறார்கள்.[5]

இது போன்ற உத்திகள் ஒன்றும் ரகசியமானதல்ல. இத்தகைய காரணங்களால் அமெரிக்க அரசியல் பெரும்பாலான வாக்காளர் களுக்கு நேர்மையற்றதாகத் தோன்றுகிறது. அது குறித்து அவர்கள் சலிப்புற்று இருக்கிறார்கள் - ஒழுக்கநெறிகளுக்குக் கட்டுப்பட்ட, நேர்மையான அரசியல்வாதிகளுக்காக அவர்கள் ஏங்குகிறார்கள்.

அரசியல்வாதிகள் எது எப்படி இருக்கிறதோ அதை அப்படியே சொல்ல வேண்டும் என்று அவர்கள் விரும்புகிறார்கள். தெளிவான மதிப்பீடுகளின் தொகுதி ஒன்றினைப் பகிர்ந்துகொள்ளாதவர்களாக இருந்தபோதிலும் அப்படிப்பட்ட வேட்பாளர்களையே அவர்கள் நாடுவார்கள்.

ஆனால், குறிப்பாக, உண்மையானதும், நம்புவதற்குக் கடின மானதுமான காரணங்களால், பார்வைக்குத் தோன்றுவது எதுவும் போலித்தனம் ஒன்றின் ஆழமான அடுக்காக இருக்கப் போகிறது என்பது வாக்காளர்களுக்குப் பழகிப்போனதாக ஆகிவிடும்போது, தாங்கள் போலித்தனமானவர்களாக இல்லை என்பதை அரசியல் வாதிகள் எப்படி சமிக்ஞைக் காட்ட முடியும்?

ஜனநாயக மதிப்பீடுகளின் தீவிர ஆதரவாளர்களாக தங்களைப் பிரதிநிதித்துவம் செய்துகொள்வது வேட்பாளர்களுக்கு போலித் தனம் குறித்து விரிந்து பரவிக்கிடக்கும் வெறுப்புணர்வை முன் வைப்பதற்கான ஒருவழியாகும். ஒரு ஜனநாயகப் பண்பாட்டில் இத்தகைய வேட்பாளர்கள்தான் கோட்பாட்டுரீதியாகவும் ஈர்ப் பானவர்களாக இருப்பார்கள். இருப்பினும் குறிப்பிட்ட அரசியல் சூழ்நிலைகளில் இது நம்பகமான உத்தியாக இருப்பதில்லை. பொதுவான அவநம்பிக்கை நிலவும் ஒரு சூழ்நிலையில் உண்மை யிலேயே பொதுநன்மையைப் பிரதிநிதித்துவம் செய்வதாக ஒருவர் தன்னைத்தானே பிரதிநிதித்துவம் கொள்வது சிரமமானதாகும். இன சமத்துவம் அல்லது பாலினச் சமத்துவம் போன்ற ஜனநாயக மதிப்புகளை நிராகரிப்பவர்கள், அல்லது அத்தகைய சமத்துவ மின்மைகள் நிலவவில்லை என்று முற்றிலுமாக மறுப்பவர்களு மான வாக்காளர்களுக்கு இது ஆர்வத்துக்குரியதாக இருக்காது. தீவிரமாகப் போராடுபவர்கள் என்று தங்களைப் தாங்களே பிரதி நிதித்துவம் செய்துகொள்ளும் வேட்பாளர்களுக்கிடையில் ஜன நாயக மதிப்பீடுகளை ஆதரிக்கும் வாக்காளர்களுக்குக் கடுமையான போட்டி இருக்கும்.

ஆனால், இதே உத்தியைப் பின்பற்றும் பிற வேட்பாளர் களோடு போட்டியிடாமலேயே ஓர் அரசியல்வாதி நேர்மையான வராகத் தோற்றமளிப்பதற்கு ஒரு வழி இருக்கிறது; எந்தக் கவலையும் இல்லாமல் பிரிவினைக்கும், மோதலுக்கும் ஆதரவாக

நிற்பதே அது. அப்படிப்பட்ட ஒரு வேட்பாளர் முஸ்லிம்களுக்கும், நாத்திகர்களுக்கும் மேலாக கிறித்தவர்களையும் அல்லது அமெரிக்காவில் பிறந்த சுதேசிகளுக்கும், குடியேறிகளுக்கும் மேலாக, அல்லது கறுப்பர்களுக்கு மேலாக வெள்ளையர்களையும், அல்லது ஏழைகளுக்கு மேலாகப் பணக்காரர்களையும் வெளிப்படையாக ஆதரிப்பவராக இருக்கக்கூடும். அவர்கள் வெளிப்படையாகவும், அதிர்ச்சியூட்டத் தக்கவிதத்திலும் பொய் சொல்வார்கள். சுருக்கமாகச் சொல்வதென்றால், புனிதமான ஜனநாயக மதிப்பீடுகள் என்று கருதப்படுகிறவற்றை வெளிப்படையாகவும், திட்டவட்டமாகவும் மறுப்பதன் மூலம், உண்மைத்தன்மையை ஒருவரால் அடையாளப்படுத்த முடியும்.

இத்தகைய அரசியல்வாதிகள் உண்மையானதும், கற்பனையானதுமான போலித்தனத்தால் ஆதிக்கம் செலுத்தப்படுவதாகத் தோன்றும் ஓர் அரசியல் பண்பாட்டில் ஒரு புதிய காற்றின் சுவாசமாக இருப்பார்கள். தாங்கள் ஈர்க்க விரும்பும் வாக்காளர்களால் வெறுக்கப்படும் குழுக்களை வெளிப்படையான தாக்குதல் இலக்காகக் கொள்வதன் மூலம், அவர்களிடம் இருப்பதாகக் கருதப்படும் உண்மைத் தன்மையை அவர்கள் வெளிப்படுத்திக்கொள்வார்களானால், அவர்கள் தனிப்பட்ட விதத்தில் கட்டாயமாக நம்பப்படவேண்டியவர்களாக இருப்பார்கள். ஜனநாயக மதிப்பீடுகள் குறித்த இத்தகைய வெளிப்படையான மறுப்பு அரசியல் துணிவு என்பதாகவும், உண்மைத்தன்மைக்கான ஓர் அடையாளமாகவும் ஏற்றுக்கொள்ளப்படுவதாக இருக்கும். திறமை வாய்ந்த வெகுஜனத்தலைவர் ஒருவர் உதித்தெழுவதற்கு ஜனநாயகத்தில் சுதந்திரங்கள் ஓர் அனுமதியை அளிப்பவையாக இருக்கின்றன என்றும், இந்த வெகுஜனத்தலைவர் இத்தகைய சுதந்திரங்களைத் தனக்குச் சாதகமாகப் பயன்படுத்திக்கொண்டு, யதார்த்தத்தைத் துண்டுதுண்டாகக் கிழித்தெறிந்துவிட்டு, அதற்குத் தன்னைத் தானே ஒரு மாற்றாக வழங்குபவராக இருக்கிறார் என்றும், பிளேட்டோ கண்டதில் நியாயம் இல்லாமல் இல்லை.

பிளேட்டோவும், அரிஸ்டாட்டிலும் இந்தத் தலைப்பில் எழுதிய காலந்தொட்டே சமத்துவமின்மையால் நஞ்சாக்கப்பட்ட மண்ணில் ஜனநாயகம் தழைக்காது என்பதை அரசியல் கோட்பாட்டாளர்கள் அறிந்திருக்கிறார்கள். இத்தகைய பிரிவினைகளால் உருவாக்கப்

படும் வெறுப்புணர்வுகள் வெகுஜனத் தலைவர் ஒருவரின் தாக்குதல் இலக்குகளாக மட்டுமே இருப்பதில்லை. ஓர் ஆரோக்கியமான தாராளவாத ஜனநாயகத்துக்கு அவசியமானதாக இருக்கும் பகிர்ந்துகொள்ளப்படும் யதார்த்தத்துக்கு, எதிர்பாராது நிகழும் சமத்துவமின்மை உயிருக்கு ஊறு விளைவிக்கும் ஆபத்தாக இருக்கிறது என்பது இன்னும் முக்கியமான விசயமாகும். சமத்துவமின்மைகளால் பயனடைபவர்கள் எப்போதும் தங்கள் முன்னுரிமைகளால் ஏற்படும் தற்செயல் நிகழ்வுகளை அங்கீகரிப்பதைத் தடுக்கப்படக்கூடிய குறிப்பிட்ட சில பொய்த்தோற்றங்களால் சுமையேற்றப்பட்டிருக்கிறார்கள். சமத்துவமின்மைகள் குறிப்பிடத்தக்க விதத்தில் முழுமையாக வளர்ச்சியடையும்போது, இந்தப் பொய்த்தோற்றங்கள் உருமாற்றமடையவேண்டியிருக்கின்றன. தனது பாத்திரம் கடவுளால் தேர்வு செய்யப்பட்டதாக இருக்கும் என்று சந்தேகிக்காத சர்வாதிகாரி, அரசர் அல்லது பேரரசர் யாராவது இருக்கிறார்களா? தனது இனரீதியான மேல்நிலையை, தனது ஏகாதிபத்திய விரிவாக்கங்கள் அல்லது வெற்றிகளை நியாயப்படுத்த வேண்டும் என்ற நம்பிக்கையின் அடிப்படையிலான போலி மயக்கங்களை விரும்பி வரவேற்காத காலனிய சக்தி ஏதாவது இருக்கிறதா? உள்நாட்டுப்போருக்கு முன்பு அமெரிக்காவின் தெற்குப் பகுதியில், அடிமை முறையானது அடிமைப்படுத்தப்பட்டவர்களுக்கு மகத்தானதொரு வரமாக இருந்தது என்று வெள்ளையர்கள் நம்பினார்கள். தப்பியோடுவதற்கு, கலகம் செய்வதற்கும் முயற்சி செய்த அடிமைப்படுத்தப்பட்ட மனிதர்கள் மீதான தெற்கத்திய தோட்ட உரிமையாளர்களின் மட்டுமீறிய கண்டிப்பு, அத்தகைய நடத்தை நன்றிகெட்ட தனமானது என்ற உறுதியான நம்பிக்கையின் காரணமாக, சிறுதிற மானதாக இருக்கவில்லை.

அதீதப் பொருளாதார ஏற்றத்தாழ்வு தாராளவாத ஜனநாயகத்துக்கு நஞ்சாகவே அமையும். ஏனெனில், அது யதார்த்தத்தை மூடிமறைக்கும் மருட்சித்தோற்றங்களை உற்பத்தி செய்கிறது; சமூகத்தின் பிரிவினைகளைத் தீர்த்து வைப்பதற்காக ஆழ்ந்த பரிசீலனைகளுக்கான சாத்தியங்களை வேரறுத்துவிடுகிறது. பெரிய ஏற்றத்தாழ்வுகளின் மூலமாகப் பயனடைபவர்கள் தங்களுக்கான சிறப்புரிமையை முயன்று பெற்றதாக நம்ப விரும்புகிறார்கள். அவர்களுக்கு இந்த மருட்சித் தோற்றம், யதார்த்தம் எப்படி இருக்கிறதோ அதை அப்படியே பார்ப்பதற்குத் தடையாக

இருக்கிறது. சமூகப் படிநிலைகளால் வெளிப்படையாகப் பயனடையாதவர்களையேகூட அவை அப்படித்தான் இருக்கின்றன என்று நம்பும்படி செய்ய முடிகிறது. இவ்வாறாக, அமெரிக்காவில் உள்ள ஏழைகளான வெள்ளையினக் குடிமக்கள், தங்கள் தோலின் நிறத்தைப் பகிர்ந்துகொள்கிற, மட்டுமீறிய வசதி படைத்த வெள்ளையர்களுக்கான வரி வெட்டுகளை ஆதரிக்கும்படி வலையில் சிக்கவைக்கப்படுகிறார்கள்.

தாராளவாத சமத்துவம் என்பதன் பொருள், அதிகாரத்திலும், செல்வ வளத்திலும் வெவ்வேறு மட்டத்தில் இருப்பவர்களாக இருந்தபோதிலும் அவர்கள் சமமான முக்கியத்துவம் கொண்டவர்களாகவே கருதப்படுவார்கள் என்பதாகும். தாராளவாத சமத்துவம் என்பது, அதற்கான விளக்கத்தின் மூலமாக, பொருளாதார ஏற்றத்தாழ்வுகளுடன் ஒத்திசைந்து போவதாகப் பொருள்படுவதாக இருக்கிறது. இருப்பினும், பொருளாதார ஏற்றத்தாழ்வு போதுமான அளவு தீவிரமானதாக ஆகும்போது, அதை நீடிக்கச் செய்வதற்குத் தேவைப்படுவதாக இருக்கும் கட்டுக்கதைகள் தாராளவாத சமத்துவத்துக்கும் அச்சுறுத்தலாகவும் இருக்கவேண்டியிருக்கிறது.

நாடகப்பாங்கான பொருளாதய ஏற்றத்தாழ்வு தொடர்பான நிலைமைகளின் கீழ் எழும் கட்டுக்கதைகள் பொது உரையாடலுக்குப் பொருத்தமான பொதுவான நடுவராக இருக்கும் இந்த உலகம் புறக்கணிக்கப்படுவதை நியாயப்படுத்துகின்றன. யதார்த்தத்தை முற்றிலுமாக அழிப்பதற்காக, ஃபாசிச அரசியலானது, தாராளவாதத்தின் இலட்சியமான சமத்துவத்தை அதன் எதிர்நிலையான படிநிலை அமைப்பைக் கொண்டு மாற்றீடு செய்கிறது.

5. படிநிலை அமைப்பு

மனிதர்களின் தலைவிதிகள் சமமானவையாக இருக்கவில்லை. மனிதர்கள் அவர்களது உடல்நலம் மற்றும் செல்வவளம் அல்லது சமூக அந்தஸ்து அல்லது வேறு எந்த நிலையை எடுத்துக்கொண்டாலும் வேறுபட்டவர்களாக இருக்கிறார்கள். மேற்கண்ட சூழ்நிலைகள் ஒவ்வொன்றிலும் அதிகச் சலுகை பெற்றவரான ஒருவர், ஏதேனும் ஒருவழியில், தனது நிலை "சட்டபூர்வமான"தாகவும், தனது வாய்ப்பு நலம் "தக்க தகுதி வாய்ந்த"தாகவும் இருக்கும்படி பார்த்துக்கொள்ளவேண்டிய முடிவற்ற தேவையை உணர்பவராக இருக்கிறார் என்பதையும், மற்றவர்களது பாதகநிலை என்பது அவர்களின் "தவறா"லேயே வந்தது என்பதாகவும் முந்தையவர் உணர்கிறார் என்பதையும் எளிய அவதானமே காட்டுவதாக இருக்கிறது. அதாவது இந்த வேறுபாட்டுக்கான தற்செயலான காரணங்கள் எப்போதும் மிகவும் வெளிப்படையாகத் தெரியக்கூடியவையாக இருப்பது எந்த வித்தியாசத்தையும் ஏற்படுத்துவதில்லை.

– மேக்ஸ் வெபர், பொருளாதாரம் மற்றும் சமூகத்தில் சட்டம் குறித்து (1967), 335

தாராளவாதக் குடியுரிமையின் வரலாறு என்பது - சட்டத்தின் கீழான சமத்துவம் தொடர்பானது - பொதுவாக விரிவாக்கம் என்பதாகவே இருந்துவருகிறது. சில உதாரணங்களைச் சொல்லவேண்டுமென்றால், அது அனைத்து இனங்களையும், மதங்களையும், பாலினங்களையும் படிப்படியாகச் சுற்றி வளைத்து வருகிறது. அரசியல் தத்துவத்திலும்கூட இதுதான் உண்மை. உதாரணமாக, மாற்றுத்திறன் கருத்தியலாளர்களால் செல்வாக்குச் செலுத்தப்பட்ட தத்துவவாதிகள் பெரும்பாலான சூழ்நிலைகளில் அரசியல் முடிவை எடுப்பதில் தங்கள் ஆற்றலைச் செயல்படுத்த முடியாதவர்களையும் சேர்த்துக்கொள்ளும் விதத்தில் மனித கண்ணியத்தின் உள்ளார்ந்த

நோக்கத்தை விரிவாக்கியிருக்கிறார்கள். இருபத்தொன்றாம் நூற்றாண்டில், பெரும்பாலான தாராளவாத சிந்தனையாளர்கள், உடல் ரீதியான துன்பத்தை உணர்தல், உணர்வெழுச்சிகளை உணர்தல் மற்றும் அடையாளத்தையும் பரிவுணர்ச்சியையும் பல்வேறு வழிகளில் வெளிப்படுத்துதல் ஆகியவற்றுக்கான ஆற்றலை உள்ளடக்குவதற்காக, சர்வதேச மனித அந்தஸ்துக்கும், கண்ணியத்துக்குமான பெருந்தன்மையான ஓர் அங்கீகாரத்தைச் சேர்த்துக்கொண்டார்கள்.

ஃபாசிசக் கருத்தியலின்படி, தாராளவாத ஜனநாயகக் கொள்கையால் முன்நிபந்தனையாகக் கொள்ளப்படும் மரியாதை தொடர்பான சமத்துவத்துக்கு முற்றிலும் முரண்பாடான விதத்தில், மாறுபட்ட தன்மையின் மூலமாக, இயற்கையானது அதிகாரம் மற்றும் ஆதிக்கத்தின் படிநிலைகளைத் திணிக்கிறது.

படிநிலை என்பது ஒருவகையான பெரிய அளவிலான போலி நம்பிக்கையாகும். இது ஃபாசிச அரசியலால் தவறாகப் பயன்படுத்துவதற்குத் தயாரான ஒன்றாக இருக்கிறது. சமூக உளவியலின் முக்கியமான ஒரு கிளையான சமூக ஆதிக்கக் கொள்கையின் முன்னோடிகளான ஜிம் சிடானியஸ் மற்றும் ஃபெலிசியா ப்ராட்டோ ஆகியோர் "நியாயப்படுத்தும் கட்டுக்கதைகள்[1] என்ற பெயரின்கீழ் இந்தப் போலி நம்பிக்கைகளை ஆய்வு செய்துள்ளனர். முந்தைய பதினைந்து ஆண்டு காலத்தைச் சேர்ந்த சமூக ஆதிக்கக் கொள்கை குறித்த 2006ஆம் ஆண்டு இலக்கிய மதிப்புரை ஒன்றின் தொடக்கப்பகுதிகள் கீழ்க்கண்ட கோருதலை உள்ளடக்கியுள்ளது:

> ஒரு சமூகத்தின் அரசாங்க வடிவம் எதுவாக இருந்தாலும், அதன் அடிப்படை நம்பிக்கையின் உள்ளடக்கங்கள் அல்லது அதன் சமூகம் மற்றும் பொருளாதார ஏற்பாடுகளின் சிக்கலான தன்மையானது மனித சமூகங்கள் குழு அடிப்படையிலான சமூகப் படிநிலைகளை ஒருங்கிணைத்துக்கொள்ளத் தூண்டுகிறது. இந்தப் படிநிலைகளில் குறைந்தபட்சம் ஒரு குழு மற்ற குழுக்களைவிட மிகப் பெரிய சமூக அந்தஸ்தையும், அதிகாரத்தையும் அனுபவிப்பதாக இருக்கிறது.[2]

சமூகத்தைப் படிநிலைகளாக ஒருங்கிணைத்துக் கொள்வதற்கான மானுடத்தூண்டுதலை ஃபாசிசக் கருத்தியல் தனக்குச் சாதகமாக எடுத்துக்கொள்கிறது. அத்துடன் ஃபாசிச அரசியல்வாதிகள்

அவற்றின் படிநிலைகளை மாற்ற முடியாத உண்மைகள் என்று நியாயப்படுத்துவதற்கான கட்டுக்கதைகளைப் பிரதிநிதித்துவம் செய்கிறார்கள். படிநிலைக்கான அவர்களது அடிப்படை நியாயப் படுத்தலாக இயற்கையே இருந்துவருகிறது. ஃபாசிசவாதியைப் பொறுத்த அளவில், சில மரபுகள் வேறு சிலவற்றைவிட அதிக சக்தி வாய்ந்தவை என முன்வைக்கும் இயற்கை விதியே சமத் துவக் கொள்கைக்கான ஒரு மறுப்பாகும். அந்த இயற்கை விதி பெண்களைவிட மேலானவர்களாக ஆண்களையும், மற்ற குழு வினரைவிட மேலானவர்களாக ஃபாசிசத்தால் தேர்ந்துகொள்ளப் பட்ட தேசத்தின் உறுப்பினர்களையும் முன் வைப்பதாகக் குறிப் பிடப்படுகிறது.

ஃபாசிச எழுத்துகளில் இயற்கை என்பது திரும்பத்திரும்ப எடுத் தாளப்படுகிறது. அமெரிக்க உள்நாட்டுப் போரில் விலகிப்போன நாடுகளின் கூட்டமைப்பின் துணைக் குடியரசுத் தலைவரான அலெக்சாண்டர் ஹெச். ஸ்டீபன்ஸ் 1861 மார்ச் 21 அன்று கார்னர்ஸ்டோன் உரை என்று அறியப்பட்ட ஓர் உரையை ஆற்றி னார். அதில், அமெரிக்க அரசியல் அமைப்பில் புனிதப்படுத்தப் பட்டுள்ள சுதந்திரம் மற்றும் சமத்துவக் கொள்கைகளை இயற்கை விதிகள் தொடர்பான விதிமீறல்கள் என்று அவர் இகழ்ந்துரைக்கிறார்:

(சமத்துவத்திற்கு) முற்றிலும் எதிரான கருத்தோடு நமது புதிய அரசாங்கம் அமைக்கப்பட்டுள்ளது; கறுப்பர் என்பவர் வெள்ளை மனிதருக்குச் சமமானவரல்ல என்பதும், மேலான ஓர் இனத்துக்கு அடிமையாகக் கீழ்ப்பட்டிருப்பது என்பது அவரது இயல்பும், வழக்கமான நிலைமையும் ஆகும் என்பதுமான மகத்தான உண்மையின்மீது அதன் அடித்தனம் கட்டியமைக்கப்பட்டுள்ளது; அதன் மீதுதான் அதற்கான மூலைக்கல் இடப்பட்டுள்ளது.[3]

தாராளவாத ஜனநாயகக் கொள்கைகள் இயற்கையோடு முரண்பட்டுள்ளன என்பதும், அதன் காரணமாக அவை கைவிடப் படவேண்டியவை என்பதுமான ஃபாசிச தர்க்கவியலின் தனிச் சிறப்பான பண்புக் கூறை கார்னர்ஸ்டோன் உரை விரித்துரைக்கிறது:

இயற்பியல் அல்லது இயந்திரவியலில் ஒரு கொள்கைக்கு எதிராக வெற்றிகரமாகப் போரிடுவதுபோல் அரசியலில் போரிடுவது அசாத்தியமானது என்பதால், தெற்கத்தியர் களாகிய நாம் அடிமைமுறை என்னும் இந்த விசயத்தில்,

முற்றிலுமாகப் பணிந்து போகும்படி கட்டாயப்படுத்தப் படுவோம் என்று, பிரதிநிதிகள் சபையில், தீர்மானகரமான தீவிரத்தோடு, வடக்கு மாநிலங்களில் ஒன்றைச் சேர்ந்த ஒரு கனவான் ஒரு சமயம் அறிவித்ததை நான் நினைவு கூர்கிறேன். அதாவது, அடிமைமுறையை நம்மோடு இருந்து வரும்படி பேணிவருபவர்களாகிய நாம், ஒரு கொள்கைக்கு எதிராகப் போரிடுகிறோம். அந்தக் கொள்கை இயற்கையில் அமைந்துள்ள ஒன்றான மனிதர்களின் சமத்துவம் தொடர் பான கொள்கை என்று அவர் கூறுகிறார். அவருக்கு நான் அளித்த பதில், அவரது சொந்த வாதத்தின்படியே நாம் முற்றிலுமாக வெற்றி பெறுவோம். அத்துடன் அவரும் அவரது கூட்டாளிகளும் முற்றிலுமாகத் தோல்வியடை வார்கள் என்பதாகும். இயற்பியல் அல்லது இயந்திர வியலில் ஒரு கொள்கைக்கு எதிராக வெற்றிகரமாகப் பேராடுவதுபோல அரசியலில் போரிடுவது அசாத்திய மானது என்று அறிவிக்கப்பட்ட அந்த உண்மையை நான் ஏற்றுக்கொள்கிறேன்; ஆனால் அவரும் அவரோடு சேர்ந்து செயல்படுபவர்களும்தான் ஒரு கொள்கைக்கு எதிராகப் போராடுகிறார்கள் என்று அவரிடம் நான் சொன்னேன். கடவுளால் சமமற்றதாக ஆக்கப்பட்டிருந்த விசயங்களை அவர்கள் சமமானதாக ஆக்க முயற்சிக்கிறார்கள்.

பிரிந்துபோன தென் மாநிலங்களின் கூட்டணியானது இயற்கை விதிகளோடான, “கறாரான, இணங்கிப்போகும் கொள்கைகள் மீது கட்டியமைக்கப்பட்டுள்ளது.” இந்த இயற்கை விதிகளே நமது புதிய கட்டமைப்பின் “உண்மையான ‘மூலக்கல்’லாக இருக் கின்றன,” என்று ஸ்டீபன்ஸ் பிரகடனம் செய்கிறார். இனரீதியான தாழ்வுநிலையின் சமத்துவமின்மையை மறுப்பவர்களை “உண்மை யின் என்றென்றும் நிலைத்திருக்கும் கொள்கைகளை” நிராகரிக்கும் ‘வெறியர்கள்’ என ஸ்டீபன்ஸ் இகழ்ந்துரைக்கிறார். ஹிட்லரின் ரீச் குடியரசைப்போல் பிரிந்து போன தென் மாநிலங்களின் கூட்ட மைப்பு “இயற்கையில் உள்ள மேட்டிமைக் கொள்கை”யான இன ரீதியான படிநிலைக் கொள்கையைப் பாதுகாப்பதற்காகக் கட்டி யமைக்கப்பட்டதாகும்.

பல்கலைக்கழகங்களில் அறிவாற்றல் அல்லது வன்முறைக்கான மனப்பாங்கு போன்ற அம்சங்களில் மரபணுரீதியான வேறுபாடுகள்

குறித்து "சிந்தனைபூர்வமான உரையாடலு"க்கு அழைப்பு விடுக்கும் ஆற்றல்மிக்க குரல்கள் இன்னும் இருக்கின்றன. இனச் சமத்துவத்தில் உறுதியான நம்பிக்கை கொண்டவர்கள் என்பதற்காக, அடிமை ஒழிப்புக் கோட்பாட்டினரைப் பகுத்தறிவற்ற "வெறியர்கள்" என்று கண்டனம் செய்யும் ஸ்டீபன்ஸின் தெளிவான ஓர் எதிரொலியை இவர்களிடம் நாம் காண்கிறோம். அரசியல் அறிவியலாளர் சார்லஸ் மர்ரே மற்றும் ஹார்வர்ட் உளவியலாளர் ஸ்டீபன் பிங்கர் போன்ற பிரமுகர்கள் வழியாக "இன அறிவியலானது மைய நீரோட்ட உரையாடலுக்குள் எவ்வாறு கசியவிடப்படுகிறது" என்று 2016 மார்ச்சில் த கார்டியன் பத்திரிகையில் "இன அறிவியலின் வரவேற்கத்தகாத மீட்பாக்கம்" என்ற கட்டுரையில் காவின் இவான்ஸ் விவரிக்கிறார். இவான்ஸின் கருத்துப்படி, 2005இல், "அஸ்கெநாஸி யூதர்கள் குறிப்பாகப் பிறக்கும்போதே கூர்மதிகொண்டவர்கள்," என்ற பார்வையைப் பிரபலப்படுத்தத் தொடங்கினார். இந்தப் பார்வை, "இன அறிவியலின் புன்னகைக்கும் முகம்," என்று இவான்ஸால் விவரிக்கப்பட்ட ஒரு பார்வையாகும்; அஸ்கெநாஸி யூதர்கள் குறிப்பாக பிறக்கும்போதே கூர்மதி கொண்டவர்கள் என்ற உரிமை கோருதல் பிற குழுக்களைக் குறித்தும், அவற்றின் "பிறக்கும்போதேயான கூர்மதி" குறித்துமான முடிவுகளுக்கு வரும்படி வாசகனை வரவேற்கிறது. "சராசரியாக, ஆண்களைவிடப் பெண்கள் வேறுபட்ட அறிவுத் திறன்கள் மற்றும் உணர்வெழுச்சிகளைக் கொண்டவர்களாக இருக்கிறார்களா" மற்றும் "பணம் கடன் கொடுத்தலுக்குத் தேவையான கூர்மதி இருந்ததன் காரணமாகத் தேர்ந்தெடுக்கப்பட்ட அஸ்கெநாஸி யூதர்களின் மூதாதையர்கள் சராசரியாக, யூத சமயத்தைச் சாராதவர்களைவிட அறிவுக்கூர்மை வாய்ந்தவர்களாக இருந்தார்களா?" மற்றும் "வெள்ளை மனிதர்களைவிட ஆப்பிரிக்க - அமெரிக்க ஆண்களுக்குச் சராசரியாக, டெஸ்டோஸ் டெரோன் சுரப்பு உயர்மட்ட அளவுகளில் இருக்கின்றதா?" என்பவை உள்ளிட்ட ஆபத்தான கருத்துகளை ஆய்வாளர்கள் ஆய்வுசெய்வதை "அரசியல் சரித்தன்மை" எவ்வாறு தடுக்கிறது என்று 2007இல் த எட்ஜுக்கான இணையவழி நிகழ்ச்சி ஒன்றில் பிங்கர் குறைபட்டுக்கொள்கிறார். சமத்துவமின்மைக்கு இயற்கையான ஓர் ஆதாரத்தைத் தேடுபவர்களான இந்தத் துணிவுமிக்க உண்மைதேடிகள் சமத்துவத்துக்கான தங்கள் இதயத்தின் வேண்டுதலை நிராகரிப்பதற்குப் பகுத்தறிவால் உந்தப்படுகிறார்கள் என்பதை முன்வைப்பதாக இருக்கிறது

என்பதுதான் இந்த வகையான எழுத்து குறித்த அக்கறைக்கான காரணமாகும். இந்த ஆய்வு சந்தேகத்துக்குரியதாக இருக்கப் போகிறது என்பது நன்கு மெய்ப்பிக்கப்பட்டுள்ளது. இருப்பினும், ஸ்டீபன்ஸால் உண்மை என்பதாகக் குறிப்பிடப்படும் சமத்துவ மின்மைக்கான, இயற்கையான ஆதாரத்துக்கான தேடுதல் ஏதோ ஒருவிதத்தில் இயேசுநாதரின் குருதிக் கலத்துக்கான தேடுதல் போல் தொடர்கிறது.

மதிப்புமிக்கவற்றுக்கான இயற்கையான படிநிலைகள் இருக் கின்றன என்றும், அவற்றின் இருத்தலே சமத்துவத்துக்கான கவன மான பரிசீலனையின் கடமைப்பொறுப்பை இல்லாமல் செய்து விடுகிறது என்றும் ஃபாசிசவாதிகள் வாதிடுகிறார்கள். இவ்வகை யான மதிப்பிடுதலை 2016இல் நடந்த அமெரிக்க அதிபர் தேர்தலில், டொனால்ட் டிரம்பின் ஆதரவாளர்களின் வார்த்தை களில் ஒருவர் காணலாம். “தகுதியற்ற” பயனாளிகள் என்று அவர்களால் கருதப்பட்டவர்களுக்கு அமெரிக்க அரசாங்கத்தால் இலவசமாக வழங்கப்பட்ட மருத்துவ சேவை குறித்து வழக்கமாக அவர்கள் ஏளனமாகப் பேசிவந்தார்கள். அதன் மூலம் அவர்கள் அடிக்கடி குறிப்பிட்டுக்காட்டுவது தங்கள் சக கறுப்பினக் குடி மக்களைத்தான். டிரம்ப் அமெரிக்க அதிபர் தேர்தலில் நின்ற போது, “தகுதி வாய்ந்தது” எதிர் “தகுதியற்றது,” என்பதில், இனத்தின் மூலமாகப் பயன்மதிப்பின் படிநிலை ஒன்றுக்கு அமெரிக்கர்கள் தகுதிப்படுத்தப்பட்ட நீண்ட வரலாற்றை அவர் தனக்குச் சாதக மாகப் பயன் படுத்திக்கொண்டார்.

“தகுதி வாய்ந்தது” மற்றும் “தகுதியற்றது” ஆகிய இரண்டுக்கும் இடையில் ஒன்றை நியாயப்படுத்துவதற்கான காரணம் குறித்து பத் திரிகையாளர்கள் கேட்டபோது, இத்தகையை சொற்றொகுதியைப் பயன்படுத்தும் அமெரிக்கர்கள் இனவேறுபாட்டுக்கான மொழி யைக் காட்டிலும், எடுத்த எடுப்பிலேயே “கடுமையாக உழைப்ப வர்கள்” எதிர் “சோம்பேறிகள்” என்னும் மொழியைச் சென்றடைந்து விடுகிறார்கள். ஆனால், இது சக குடிமக்களை இத்தகைய வகை பாடுகளாகப் பிரிப்பதை நியாயப்படுத்துவதாக இருக்கவில்லை. முதலாவதாக, அமெரிக்காவில், இனவாதம் கறுப்பு நிறத்தோடு சோம்பேறித்தனத்தைத் தொடர்புபடுத்தும் வடிவத்தை அடிக்கடி எடுத்துக்கொள்கிறது. இத்தகைய மொழி எப்போதும் இனப்படி நிலை மூலமான பிரிவினைக்கான இரகசியக் குறியீடாக இருந்து

வருகிறது. இரண்டாவதாக, கடின உழைப்பிற்கு ஓர் ஆற்றல் இருப்பதாக ஊகிப்பதன் மூலம் அடிப்படையான சம மரியாதை வென்றெடுக்கப்படுகிறது என்பதாக தாராளவாத ஜனநாயகத்தின் எந்தப் பகுதியும் இருக்கவில்லை. தாராளவாத ஜனநாயகத்தின் பின்னுள்ள கருத்து, நாம் அனைவரும் சமூகத்தின் அடிப்படை நன்மைகளைப் பெறுவதற்குச் சமமான அளவில் தகுதி வாய்ந்த வர்கள் என்பதாகும்.

அறிவாற்றல் மற்றும் சுய கட்டுப்பாட்டையொட்டிய திசை வழி யில் மக்கள் குழுக்களிடையே வித்தியாசங்கள் இருப்பதற்கு ஆதர வாகச் சிலர் வாதிடுபவர்களாக இருப்பார்கள். அவர்களே இதற்கு மாறாக, அனைவரையும் சமமான கண்ணியத்தோடு மதிப்பிட வேண்டும் என்றும் கோருவார்கள். இருந்தபோதிலும், மற்றவர்கள் சமமாக நடத்தப்படுவதை ஆதரிப்பதற்கும், அதேசமயத்தில், முறைப்படியான குழு வித்தியாசங்களில் நம்பிக்கைவைப்பதில் உள்ள சிரமத்துக்குமான தனிச்சிறப்பான உதாரணங்களை வர லாறு நமக்குத் தருகிறது. 1920இல் "ஆண்களின் ஆட்சி குறித்து" என்னும் தனது கட்டுரையில் டபிள்யூ.ஈ.பி.துப்வா, கொள்கையைத் தீர்மானிப்பதில் பெண்களுக்கு சமமான கருத்துரிமையை வழங்கத் தவறியது குறித்துப் பின்வருமாறு எழுதுகிறார்:

> ...பெண்பாலினத்தவர் கீழ்ப்படிந்து இருக்க வேண்டும் என்னும் பிடிவாதமான கொள்கையின் காரணமாகவும், அவர்களுடைய நலன்களை அவர்களது கணவர்கள் அல்லது பிற ஆண்கள் பார்த்துக்கொள்வார்கள் என்று வாதிடப்படுவதன் காரணமாகவும், பெண்கள் நவீன ஜன நாயகத்திலிருந்து விலக்கிவைக்கப்பட்டவர்களாக இருந்து வருகிறார்கள். இப்போது வெளிப்படையாகத் தோன்றும் விதத்தில் பெரும்பாலான கணவர்கள், தந்தையர்கள் மற்றும் சகோதரர்கள் பெண்களின் தேவைகள் என்று இதுவரையில் தெரிந்தவற்றை, தங்களுக்குத் தெரிந்த அளவில் அல்லது உணர்ந்தவிதத்தில் பார்த்துக்கொள் வார்கள்... இந்த விலக்கிவைக்கப்பட்ட மேதைமை நமக்கு எவ்வளவு தூரம் தவிர்க்கமுடியாத தேவையாக உள்ளது என்பதை உணர்வதற்கு உலகெங்கும் உள்ள பாலினங்களின் உறவுகளில் நிலவும் திருப்தியின்மை மற்றும் குழந்தை களின் பிரச்சினையையும் நாம் பார்க்கவேண்டியிருக்கிறது.[4]

அறிதல் திறன்கள் அல்லது ஒருவரது சொந்த நடவடிக்கைகளைக் கட்டுப்படுத்துதலுக்கான செயலாற்றலில் மரபணுரீதியான குழு வேறுபாடுகள் இருக்கின்றன என்ற நம்பிக்கையின் முன்னிலையில், சமமான பயன்மதிப்பு என்னும் ஓர் அறத்தைப் பேணுவதில் உள்ள சிரமத்தை இத்தகைய உதாரணங்கள் மறைமுகமாகக் குறிப்பிட்டுக் காட்டுகின்றன. உதாரணமாக, யதார்த்தத்தோடான முரண்பாட்டின் காரணமாக, பாலினங்கள் அல்லது இனம் அல்லது இனக் குழுக்களுக்கிடையிலானவை போன்ற இந்தவகையிலான படிநிலை வித்தியாசங்களில் நம்பிக்கை வைக்கும்படி யாரும் கட்டாயப் படுத்தப்படுவதில்லை. மதரீதியான அதிகாரப்பூர்வமான ஆணை அல்லது அறிவியல் ஆராய்ச்சியின் மூலமாக இவற்றை நிலை நிறுத்துவதற்கான பல நூற்றாண்டுகால முயற்சிகள் இருந்த போதிலும்கூட, இத்தகைய படிநிலைகளுக்கான நம்பத்தகுந்த ஆதாரங்கள் எதுவும் இருக்கவில்லை. அறிவாற்றல் அல்லது சுய கட்டுப்பாட்டுக்கான திறனாற்றலின் இனரீதியான வேறுபாடு களுக்கு ஆதரவாக தீவிரமாக வாதிடுபவர்கள், தாராளமற்ற ஒழுக்க நெறி அல்லது அரசியல் விளைவுகளை மறுக்கும் அதே சமயத்தில், தாங்கள் தவறாக வழிநடத்தப்படுபவர்களாக இருப்பதை விரும்பி ஏற்றுக்கொள்கிறார்கள்.

∞

பயன்மதிப்பின் படிநிலைகளை நிலைநிறுத்துவது நிச்சயமாக அதிகாரத்தை அடைவதற்கும், அதைத் தக்கவைத்துக்கொள்வதற்கு மான ஒருவழியாகும். இது, தாராளவாத ஜனநாயகம் நியாய பூர்வமற்றதாக ஆக்க முயற்சிக்கும் ஒருவகையான அதிகாரமாகும். இந்த விசயத்தில் தாராளவாத இலட்சியக் கருத்துகளை விமர்சிப் பவர்கள் மரபான இடது மற்றும் மரபான வலது என இரு தரப்பிலும் இருக்கிறார்கள். தாராளவாதத்தை விமர்சிக்கும் இடது சாரி விமர்சகர்கள், கட்டமைப்புரீதியிலும், வரலாற்றுரீதியிலுமான ஏற்றத்தாழ்வுகளை அது கணக்கில் எடுத்துக்கொள்ளத் தவறியதாக ஊகிக்கிறார்கள். அப்படிச் செய்யத் தவறுவதன் காரணமாகத் தாராளவாதச் செயல்முறையானது, கடந்தகால அநீதிக்கான பரி காரங்களை ஒரு வகையில் உள்ளடக்குவதில்லை என்பதையும் சுட்டிக்காட்டுகிறார்கள். தாராளவாதத்தை விமர்சிக்கும் இடதுசாரி

விமர்சகர்கள், சமத்துவம் மற்றும் சுதந்திரத்துக்கான தாராளவாத இலட்சியக் கருத்துகள் ஆதிக்கக் குழுக்களின் அதிகாரத்தைக் கட்டிக் காக்கப் பயன்படுத்தப்படலாம் என்றும்கூட வாதிடுகிறார்கள். உதாரணமாக, கட்டிக்காக்கப்பட்ட கட்டமைப்புரீதியான அநீதி தொடர்பான பரிகாரத்துக்கான வழிகள் -உத்தேசமாகச் சொன்னால், நேர்மறைச் செயல்பாட்டுத் திட்டங்கள் - சமமாக நடத்தப்படுவது தொடர்பான தாராளவாத இலட்சியக் கருத்துகளை மீறுபவையாக இருக்கின்றன. தாராளவாத இலட்சியக் கருத்துக்களை விமர்சிக்கும் வலதுசாரி விமர்சகர்கள், வேறொரு சுவைநலத்தைக் கொண் டுள்ளனர். ஆதிக்கக் குழுக்கள் மற்றும் அவர்களது மரபுகளின் முன்னுரிமை கொண்ட அந்தஸ்தை இடமாற்றம் செய்வதற்கு விளிம்புநிலைப்பட்ட குழுக்கள் தாராளவாதச் சமத்துவத்தை ஓர் ஆயுதமாகப் பயன்படுத்திக்கொள்ள முடியும் என்று வலதுசாரி விமர்சகர்கள் எச்சரிக்கிறார்கள்.

தாராளவாதத்தை விமர்சிக்கும் இடதுசாரி மற்றும் வலதுசாரி ஆகிய இருதரப்பும் அதிகாரத்தில் இடம்பெற்றுள்ள வேறுபாடு களைத் தாராளவாத இலட்சியக் கருத்துகள் புறக்கணித்துவிடு கின்றன என்ற உண்மையின் மீது கவனத்தைக் குவிக்கின்றன. இவ்வாறு புறக்கணிப்பதன் மூலம் தாராளவாத இலட்சியக் கருத்துகள் ஏற்கெனவே உள்ள ஏற்றத்தாழ்வுகளைக் கட்டிக்காக் கின்றன என்று இடதுசாரி விமர்சகர்கள் வாதிடுகிறார்கள். அதிகாரத்தில் இடம்பெற்றுள்ள வேறுபாடுகளைப் புறக்கணித்து விடுவதன் மூலம் தாராளவாதம், தங்களுக்குரிய முன்னுரிமை கொண்ட அந்தஸ்தை வலிந்து கவிழ்க்கக்கூடியதாகவும், அதன் மூலம் அதை நியாயமற்ற "அதி காரப் பகிர்தலின்" பாதிப்புக்கு உள்ளாக்கக்கூடியதாகவும் ஆக்கிவிடுவதாக வலதுசாரி விமர்சகர்கள் வாதிடுகிறார்கள். தாராளவாதம் குறித்தும் பின்னதாகக் குறிப்பிடப் படும் விமர்சனம் ஹிட்லரின் எழுத்துகளிலும், அது போலவே த புரோட்டகோல்ஸ் ஆப் த எல்டர்ஸ் ஆப் ஜியோன் நூலிலும் வெளிப்படையாக இருப்பதை நாம் காண்கிறோம்.

யூதர்கள் சார்பாக இந்த உலகத்தை வெற்றிகொண்டு அதை ஆதிக்கம் செலுத்த வேண்டும் என்பதற்காக, யூத மக்களுக்காக, யூத மக்கள் மத்தியில் தலைவர்களாக இருந்ததாகக் கருதப்பட்டவர் களால், செயல்விளக்கக் கையேடுபோல் எழுதப்பட்ட த

புரோட்டகோல்ஸ் நூலானது ஒரு போலி ஆவணம் என்பதை நினைவுபடுத்தவேண்டியுள்ளது. "தாராளவாதம் என்று அழைக்கப் படும் சுதந்திரம் குறித்த கருத்தை எதிராளிக்குத் தொற்றும்படி செய்யவேண்டும்," என்று வாசகருக்கு அறிவுறுத்துவதோடு அது தொடங்குகிறது. புரோட்டகோல்ஸின் கருத்துப்படி, யூதர்களுக்குச் சமமான உரிமைகள் வழங்கப்படுவதை அங்கீகரிக்கும்படி கிறித்த வர்களை ஈர்ப்பதன் மூலம், தாராளவாதம் எதிராளியை (இங்கு அது கிறித்தவர்) பலவீனப்படுத்துகிறது. கிறித்தவர்கள் தாராள வாதத்தை ஏற்றுக்கொள்வார்களானால், அவர்கள் பிற மதக் குழுக் களுக்குச் சமமான மரியாதையையும், சமமான அங்கீகாரத்தையும் வழங்குவதற்கு இட்டுச்செல்லப்படுவார்கள். அதன் மூலம் மரபான ஆதிக்க நிலையை விட்டுக்கொடுப்பார்கள்:

அரசியல் சுதந்திரம் என்பது ஒரு கருத்துதானே தவிர, அது மெய்மை அல்ல. ஒரு கருத்து என்னும் இந்தத் தூண்டில் இரையைக் கொண்டு, அதிகாரத்தில் உள்ள இன்னொரு தரப்பாரை நசுக்குவதற்கு ஒரு தரப்பைச் சேர்ந்த மக்கள் கூட்டத்தை ஈர்க்கும் நோக்கில், இந்தக் கருத்தை எப்போது பயன்படுத்தவேண்டியிருக்கிறதோ அப் போது பயன்படுத்த வேண்டும் என்று ஒருவர் அறிந்திருக்க வேண்டும். தாராளவாதம் என்று அழைக்கப்படும், சுதந்திரம் என்னும் இந்தக் கருத்து எதிராளியைத் தொற்றிக்கொள்ளுமானால், இந்தக் கடும் பணி எளிதில் நிறைவேறிவிடும். அத்துடன், ஒரு கருத்தை முன்னிட்டு அவர் தனது அதிகாரத்தில் சிறிதளவை விட்டுத்தர விரும்புவார். இங்குதான் மிகச்சரியாக நமது கோட்பாட்டின் வெற்றி தெளிவாகத் தெரிகிறது; வாழ்க்கையின் சட்டத்தின் மூலமாக, அரசாங்கத்தால் தளர்த்தப்படும் கடிவாளக் கயிறுகள் உடனடியாக ஒரு புதிய கையால் பற்றிக்கொள்ளப்பட்டு ஒன்றிணைக்கப்படும். ஏனெனில், தேசத்தின் குருட்டு வல்லமையானது வழிகாட்டுதல் இல்லாமல் ஒரே ஒருநாள்கூட இருக்க முடியாது. அத்துடன் ஏற்கனவே தாராளவாதத்தால் பலவீனப்படுத்தப்பட்ட பழைய அதிகாரத்தின் இடத்தில் புதிய அதிகாரம் சரியாகப் பொருந்திக் கொள்ளும்.

"அரசியல் சுதந்திரம் என்பது ஒரு கருத்துதானே தவிர மெய்ம்மை அல்ல," என்னும் கூற்றில், புரோட்டகோல்ஸ் நூலின் ஆசிரியர்கள், இயற்கையானது ஒரு குழுவைத்

தலைமை தாங்கவும், ஆதிக்கம் செலுத்தவும் கோருவதால் அரசியல் சுதந்திரமும், அதன் விளைவான அரசியல் சமத் துவமும் ஒரு மாயையாகும்; அது சாத்தியமில்லாததுமாகும் என்னும் ஸ்டீபன்ஸின் கார்னர்ஸ்டோன் உரையை எதிரொலிக்கிறார்கள். ஆதிக்கக் குழுக்களின் உறுப்பினர் களிடம் "அரசியல் சுதந்திரம்" அல்லது "தாராளவாதம்" குறித்த கட்டுக்கதையைப் பரப்புமாறு த புரோட்ட கோல்ஸ் மறைமுகமாகக் குறிப்பிடுகிறது. "அரசியல் சுதந் திரம்" குறித்த கட்டுக்கதையை ஏற்றுக்கொள்வதன் மூலம், அதிகாரத்தில் உள்ளவர்கள் அதிகாரத்தில் இல்லாதவர் களுக்குச் சமமான அந்தஸ்தை வழங்குவார்கள். ஆனால், "வாழ்க்கையின் சட்டம்," அதாவது இயற்கையானது ஒரு குழுவின் ஆட்சியை நிர்ப் பந்திப்பதால், ஆதிக்கத்தில் உள்ள கிறித்தவர்களால் யூதர்களுக்கு ஒருமுறை சிறிதளவு அதிகாரம் வழங்கப்பட்டுவிட்டால், கிறித்தவர்களிட மிருந்து யூதர்கள் அனைத்து அதிகாரத்தையும் பறித்துக் கொள்ள முடியும்.

ஃபாசிசவாதியைப் பொறுத்தவரை, சமத்துவம் என்பது தாராள வாதத்தின் ட்ரோஜன் குதிரையாகும். ஒடீசியஸின் பாத்திரம்-யூதர் களாலும், ஓரினப்புணர்ச்சியாளர்களாலும், முஸ்லிம்களாலும், வெள்ளையரல்லாதாராலும், பெண்ணியவாதிகளாலும், இன்ன பிறராலும் நடிக்கப்படக்கூடும். தாராளவாத சமத்துவக் கோட் பாட்டைப் பரப்புபவர் எவராக இருந்தாலும் அவர், "சுதந்திரம் என்னும் கருத்தால் தொற்றப்பட்ட," ஓர் ஏமாற்றுப்பேர்வழியாக இருக்கிறார் அல்லது தேசத்தின் எதிரியாக, நேர்மையற்றதும், உண்மையில் குறுகிய நோக்கங்களைக் கொண்டதுமாக மட்டுமே இருக்கும் தாராளவாத இலட்சியக் கருத்துகளைப் பரப்புபவராக இருக்கிறார்.

ஃபாசிசத் திட்டம், உண்மையான "தேசத்தின்" உறுப்பினர்கள் தங்கள் அந்தஸ்தை இழப்பது குறித்த கவலையுடன், வெறுக்கப் பட்ட சிறுபான்மைக் குழுக்களுக்குச் சமமான அங்கீகாரம் கிடைப்பது குறித்த அச்சத்தையும் ஒருங்கிணைக்கிறது. இருபதாம் நூற்றாண் டைச் சேர்ந்த கு க்ளக்ஸ் க்லான்களைப் பொறுத்தவரை, யூதர்கள், கறுப்பின சமத்துவத்தின் பின்னணியில் அடிக்கடி இருந்த சக்தியாகக்

கருதப்பட்டனர்; தூயவெள்ளை இரத்தத்தை நீர்த்துப்போகச் செய்வதற்காகவும், அதேசமயம், கிறித்தவ இன அரசை வலுவிழக்கச் செய்வதற்காகவும் யூதர்கள் கறுப்பின சமத்துவத்தை உயர்த்திப் பிடிக்க விரும்புகிறார்கள். த புரோட்டகோல்ஸ் ஆஃப் ஜியோன் நூலுக்கு 1923இல் ஃபாசிசக் கோட்பாட்டாளர் ஆல்ஃபிரட் ரோஸன் பர்க் எழுதிய கருத்துரையில், “எல்லாவகையான யூதர்களும் ஒவ்வொருநாளும் சுதந்திரத்துக்காகவும் அமைதிக்காகவும் போராடுவது போல் பாவனை செய்வது அனைவரும் நன்கு அறிந்ததே; அவர்களது பேச்சாளர்கள் மனிதாபிமானமும், மனித குலநேயமும் ஒழுகப்பேசுவதால் யூதர்களின் நலன்கள் மேம்படுத்தப்படுமானால் அப்படிப் பேசுவார்கள்,”[5] என்று எழுதுகிறார். நாஜி கருத்தியலில், நாஜிகளும் யூதர்களைப் போல், இயற்கை குறித்த அதேவிதமான படிநிலைப் பார்வைகளையே கொண்டுள்ளார்கள். ஆனால் அதை முன்னோக்கிச் செலுத்துவதற்கு தாராளவாத ஜனநாயகம் குறித்த உலகளாவிய கொள்கைகளைப் புறத்தோற்றமாகப் பயன்படுத்திக் கொள்வார்கள். மரபு சார்ந்த ஃபாசிச அரசியல் நாம் பார்த்தது போல், தாராளவாத ஜனநாயகத்தின் உண்மையான பாதுகாவலர்களைப் பிரதிநிதித்துவம் செய்வதற்காக, அதன் இலட்சியக் கருத்துகளை நியாயப்படுத்துவதுபோல் காட்டிக்கொள்வது என்பது, அவற்றை வலுவிழக்கச்செய்யும் வேலையில் ஈடுபடுவதாக மட்டுமே இருக்கும்.

ஃபாசிசவாதிகளின் கருத்துப்படி, தாராளவாதிகளும் மார்க்சியவாதிகளும் (அல்லது “கலாச்சார மார்க்சியவாதிகள்”) சமத்துவம் மற்றும் சுதந்திரத்தின் இலட்சியக் கருத்துகளை முன்னெடுத்து, ஆதிக்கக் குழுவின் உறுப்பினர்களிடம் தங்கள் கருத்துகளை “தொற்றுகளை”ப் போல் பரவச் செய்கிறார்கள். அவை, அவர்களுடைய அதிகாரத்தை விருப்பத்தோடு கைமாற்றித் தருவதற்கு அவர்களை இட்டுச்செல்கின்றன. பெண்களின் சமத்துவம் தொடர்பான விசயத்தில், தாராளவாத இலட்சியக் கருத்துகளை ஏற்றுக் கொள்வது ஃபாசிசக் கட்டுக்கதைகளுக்கு அடிப்படையாக இருக்கும் நல்லொழுக்கம் கொண்ட தந்தைவழிச் சமூகத்தின் அழிவுக்கு இட்டுச்செல்வதாகவே இருக்கும். தாராளவாத இலட்சியக்கருத்துகள் வெள்ளை தேசத்தின் “தூய இரத்த”த்தைக் குடியேற்றத்தின் மூலம் மாசுபாட்டுக்கு இட்டுச்செல்வதாக இருக்கின்றன என்று

லின்ட்பெர்க்கின் 'அமெரிக்காதான் முதலில்' இயக்கம் அந்தக் கருத்துகளை மறுக்கிறது. சமகால ரஷ்யாவின் விசயத்திலும், அது போலவே அமெரிக்க கிறித்தவ வலதுசாரிகள் விசயத்திலும், தாராளவாத ஜனநாயகம், குடியேற்றத்தை நியாயபூர்வமானதாக ஆக்குவதற்கும், குடியேறிகளின் மூலமாக எதிர்பார்க்கக்கூடிய மக்கள்கூட்ட வன்புணர்ச்சியை அறிமுகப்படுத்துவதற்கும், ஓரினப் புணர்ச்சியையும் அத்துடன் சேர்ந்துவருவதான "நல்லொழுக்கத்தை இழக்கும்" பாவ நிலைக்கும் இட்டுச்செல்கிறது.

∞

படிநிலை அமைப்பு இன்னொரு வகையிலும் ஃபாசிச அரசியலுக்கு ஆதாயமளிக்கிறது. இந்த ஆதாயத்துக்குப் பழக்கப்பட்டவர்களாக இருப்பவர்கள், தாராளவாத சமத்துவம், பலியாகும் நிலைக்கான ஓர் ஆதாரமாக இருக்கிறது என்னும் பார்வைக்கு எளிதாக இட்டுச்செல்லப்படுகிறார்கள். படிநிலை அமைப்பால் ஆதாயம் அடைபவர்களாக இருப்பவர்கள் தங்கள் சொந்த உயர்வுநிலை தொடர்பான ஒரு கட்டுக்கதையைத் தமதாக்கிக் கொள்கிறார்கள். அது சமூக யதார்த்தம் குறித்த அடிப்படை மெய்மைகளை புறமொதுக்கி விடுவதாக இருக்கும். தாராளவாதிகளால் முன்வைக்கப்படும் சகிப்புத் தன்மைக்கும், உள்ளடக்குதலுக்குமான வேண்டுகோள்களின் மீது, மற்ற குழுக்களின் மூலமான அதிகாரக் கைப்பற்றுதலுக்கான முகமூடிகள் என்ற அடிப்படையில் அவர்கள் அவநம்பிக்கை கொள்வார்கள். படிநிலை அந்தஸ்து இழப்பின் காரணமான சினமுற்றுப் பலியாகும் உணர்வுநிலையைப் ஃபாசிச அரசியல் தனக்கான இரையாக ஆக்கிக்கொள்கிறது.

சரிந்துகொண்டிருக்கும் பேரரசுகள் இந்த இழப்பு குறித்த உணர்வின் காரணமாக, குறிப்பானவிதத்தில், ஃபாசிச அரசியலின் செல்வாக்குக்கு உட்பட்டுவிடுகின்றன. படிநிலையை உருவாக்குதல் என்பது பேரரசின் ஒட்டுமொத்த இயல்பிலேயே இருக்கக்கூடிய விசயமாகும்; பேரரசுகள் தங்களது காலனித்துவத் துணிகரச் செயல்களை தங்கள் சொந்த விதிவிலக்கான தன்மை தொடர்பான கட்டுக்கதைகளைக் கொண்டு நியாயப்படுத்துகின்றன. சரிவின் போக்கில், மக்கள் கூட்டம் தேசிய அளவிலான ஓர் அவமான உணர்வுக்கு எளிதாக இட்டுச்செல்லப்படுகிறது. அது பல்வேறு நோக்கங்களுக்குப்

பயன்படுத்தப்படும்விதத்தில் ஃபாசிச அரசியலால் ஆயத்தப் படுத்தப்படுகிறது. பத்தொன்பதாம் நூற்றாண்டின் பிற்பகுதியிலும், இருபதாம் நூற்றாண்டின் தொடக்கத்திலுமான கால கட்டத்தின் போது, ஓட்டோமான் பேரரசு மாபெரும் தகர்வைச் சந்தித்தது. லிபியா, அல்பேனியா, மாசிடோனியா, போஸ்னியா, ஹெர்ஸ கோவினா மற்றும் கிரீட் உள்ளிட்டு, ஆப்பிரிக்கா மற்றும் ஐரோப்பாவில் 4,00,000 சதுரமைலுக்கும் மேற்பட்ட நிலப் பரப்பை அது இழந்தது. ஓட்டோமான் சுல்தானின் ஆட்சி 1908இல் தூக்கியெறியப்பட்டது. 1913இல் அதிதீவிர தேசியவாதிகளால் பேரரசு கைப்பற்றப்பட்டது. அவர்கள் துருக்கிய இனத்தின் முற்றிலும் தூய கடந்தகாலக் கட்டுக்கதை குறித்த ஒரு பார்வையைப் போதித்தார்கள். அது துருக்கியர் அல்லாத, முஸ்லிம் அல்லாத, சிறுபான்மையினரால் அச்சுறுத்தலுக்குள்ளாகும் இடத்தில் இருப்பதாகக் கூறப்பட்டது. (ஓட்டோமான் பேரரசின் தாயகமான நவீன கால துருக்கி, உலகத்தின் மிகவும் சக்திவாய்ந்ததும், நீண்டகாலம் நீடித்திருந்ததுமான கிறித்தவப் பேரரசுகளாக பைசாண்டியம் இருந்த நிலையில், இங்கு இந்தக் கட்டுக்கதை குறிப்பிடத்தக்க அளவில் தீவிரமானதாக இருந்தது). இருபதாம் நூற்றாண்டின் இரண்டாவது பத்தாண்டுகளில், வரலாற்றில் மிகக் கொடூரமான குற்றங்களில் ஒன்றான, துருக்கியிலிருந்த அர்மீனியக் கிறித்தவ மக்களின் படுகொலையை நிகழ்த்துவதற்கு இந்த அவமான உணர்வையும், வெறுப்புணர்வையும் தங்களுக்குச் சாதகமாகப் பயன்படுத்திக் கொள்ள அவர்களால் முடிந்தது.

த நேசன் பத்திரிகையில் 2016 ஜூனில் எழுதிய "இப்போது ஏன்? முட்டாள்தனம்: இதுதான் பேரரசு," என்னும் கட்டுரையில், டொனால்ட் ட்ரம்பின் அரசியல், 2016 தேர்தல் பரப்புரையின் பின்னணியில் காத்திரமானதாக இருக்கிறது என்று நியூயார்க் வரலாற்றாளர் கிரெக் கிராண்டின் வாதிடுகிறார். ஏனெனில், இது அமெரிக்கப் பேரரசுக்கு சரிவு ஏற்படும் காலத்தின்போது நிகழ்கிறது. பனிப்போருக்குப் பின்னால், உலகத்தில் எஞ்சியுள்ள ஒரே ஒரு வல்லரசாக கோலோச்சிய யுகம் கடந்துசெல்வதை நாம் பார்த்துக் கொண்டிருக்கிறோம். இந்தக் கட்டுரையில் ஒரு பேரரசு தனது மக்களிடையே தனது உயர்வுநிலை குறித்த திருப்திதரக்கூடிய ஒரு கட்டுக்கதைக்குக் காரணமாகிறது என்றும் அதன் மூலம் சமூக

ரீதியானதும், கட்டமைப்புரீதியானதுமான பல்வேறு பிரச்சினை களை மூடிமறைக்கிறது என்றும் அப்படிச் செய்யாவிட்டால் இந்தப் பிரச்சினைகள் அரசியல் சிக்கல்களுக்கு இட்டுச்சென்றுவிடும் என்று அவர் வாதிடுகிறார். ஒரு காலத்தில் ஆற்றல்மிக்கதாக இருந்த ஒரு பேரரசின் மறைவால் அதன் குடிமக்கள் தங்களது விதிவிலக்கான தன்மை என்பது ஒரு கட்டுக்கதைதான் என்ற உண்மையை எதிர்கொள்ளவேண்டியவர்களாக இருக்கிறார்கள். 2008இல், அதிபர் தேர்தலில் பராக் ஒபாமா வெற்றிபெற்ற காலம் தொடங்கி, "பேரரசின் பாதுகாப்பு வால்வு மூடிக்கொண்டது, ஈராக்கில் நடந்த பேரழிவுப் போரோடு சேர்ந்து, 2008இன் பொருளாதார நெருக்கடி அதைப் பசைபோட்டு ஒட்டிவிட்டது... ஏனென்றால் புதிய தாராள வாதம் மற்றும் புதிய பழைமைவாதத்தின் சிதைவுகளிடையே ஒபாமா அதிகாரத்துக்கு வந்தார். பேரரசு, பேரார்வங்களை நீர்த்துப் போகச் செய்யவும், நலன்களைத் திருப்திப்படுத்தவும், பிரிவினை உணர்வுகளை ஒற்றுமைப்படுத்தவும் இனியும் முடியாததாக ஆகி விட்டது," என்று கிராண்டின் எழுதுகிறார்.

ஏகாதிபத்தியப் படிநிலை அமைப்பு குலைந்துபோய், யதார்த்தம் அப்பட்டமாகக் கிடக்கும்படி விடப்படும்போது, உயர்வுநிலை குறித்த நன்கு பரிச்சயமானதும், திருப்தி தருவதுமான பொய்த் தோற்றத்தைப் பேணிக்காப்பதற்கான ஒரு பொறியமைப்பாக, பண்பாட்டுரீதியான, இனரீதியான, மதரீதியான, பாலின அல்லது தேசிய ரீதியான உயர்வுநிலையைப் பாதுகாப்பதற்கான, எப்போதும் பல வீனமானதும், சிக்கலானதுமான போராட்டத்தின் விளைவுகளி லிருந்து எழும் நியாயமற்ற இழப்பு மற்றும் பலியாக்கப்படும் நிலையின் விளைவான உணர்வை ஃபாசிச அரசியல் மேலோங்கச் செய்கிறது. ●

6. பலியாகும் நிலை

ஃபாசிச அரசியலில் சமத்துவமும், இனப்பாகுபாட்டின் எதிரும் புதிருமான நோக்கங்களும் ஒன்றோடு ஒன்றாகக் கலந்துவிடுகின்றன. 1866இன் குடிமை உரிமைகள் சட்டம் தெற்கைச் சேர்ந்த, புதிதாக விடுதலையான கறுப்பின அமெரிக்கர்களை அமெரிக்கக் குடி மக்களாக ஆக்கியது. அத்துடன் அவர்களது குடிமை உரிமை களையும் பாதுகாப்பதாக இருந்தது. அந்தச் சட்டம் 1866 மார்ச் 16 அன்று செனட்டிலும், பேரவையிலும் வாக்களிக்கப்பட்டு நிறை வேற்றப்பட்டது. பின்னர் அந்த மாதத்தில், "வெள்ளையரல்லாத இனத்தின் பாதுகாப்புக்காக உருவாக்கப்பட்ட இந்தச் சட்டம், வெள்ளை இனத்தின் பாதுகாப்புக்காக அரசாங்கத்தால் வழங்கப் பட்ட எந்தவொன்றுக்கும் அப்பால் செல்வதாக இருக்கிறது" என்ற அடிப்படையில், அதிபர் ஆண்ட்ரூ ஜான்சன் குடிமை உரிமைகள் சட்டத்துக்கு அனுமதி தர மறுத்தார். கறுப்பின சமத்துவத்தின் எதிர்காலம் நோக்கிய ஒரு பாதையின் தொடக்கத்தில் கிடைத்த குறைந்தபட்சப் பாதுகாப்பை, "வெள்ளை இனத்துக்கு எதிரான பாகுபாடு"[1] என்று ஜான்சன் உணர்ந்ததாக டபிள்யூ. இ.பி. துப்வா குறிப்பிடுகிறார்.

இன்று, சமத்துவம் நோக்கி கடந்த ஐம்பது ஆண்டுகளில் அமெரிக் காவில் ஏற்பட்டுள்ள முன்னேற்றத்தை வெள்ளை அமெரிக்கர்கள், தான்தோன்றித் தனமானவிதத்தில் மிகைப்படுத்தி மதிப்பிடுகி றார்கள். கறுப்பு மற்றும் வெள்ளை அமெரிக்கர்களுக்கிடையிலான பொருளாதார ஏற்றத்தாழ்வு, மறுகட்டமைப்புக் காலகட்டத்தின் போது உச்சத்தில் இருந்தது; வெள்ளை அமெரிக்கக் குடும்பம் சராசரி யாகத் திரட்டிய ஒவ்வொரு 100 டாலருக்கும், கறுப்பினக் குடும்பம் சராசரியாகத் திரட்டியது வெறும் 5 டாலர்தான்; இருப்பினும், ஜெனிபர் ரிச்சிசன், மைக்கெல் கிராஸ் மற்றும் ஜூலியன் ரக்கர் ஆகியோர், "இனரீதியான பொருளாதார சமத்துவத்தை அமெரிக்கர்கள்

தவறாகப் புரிந்துகொள்கிறார்கள்," என்னும் தலைப்பிலான 2017ஆம் ஆண்டு ஆய்வுக்கட்டுரையில், இந்த உண்மை குறித்து பரவலாக அறியாதிருக்கும் வெள்ளை அமெரிக்கர்கள் இனரீதியான பொருளாதார ஏற்றத்தாழ்வு கவனத்தை ஈர்க்கும் விதத்தில் குறுகிவிட்டது என்று நம்புகிறார்கள் என்று எழுதுகிறார்கள்.[2] டொனால்ட் டிரம்பின் ஆதரவாளர்களில் நாற்பத்தைந்து சதவீதம்பேர் அமெரிக்காவில் உள்ள இனக்குழுக்களில் வெள்ளையர்கள் மிகவும் பாகுபாடு காட்டப்படுபவர்களாக இருக்கிறார்கள் என்று நம்புகிறார்கள்; டிரம்ப் ஆதரவாளர்களில் 54 சதவீதம் பேர் அமெரிக்காவில் உள்ள மதக்குழுக்களால் கிறித்தவர்கள் மிக அதிகமாகத் துன்புறுத்தப்படுபவர்களாக உள்ளனர் என்று நம்புகிறார்கள். வெறுக்கப்படுதல் மற்றும் ஒடுக்கப்படுதல் குறித்த உணர்வுகளுக்கும், உண்மையான ஏற்றத்தாழ்வு மற்றும் பாகுபாட்டுக்கும் இடையில் நிச்சயமாக ஒரு தனிப்பட்ட வேறுபாடு இருக்கிறது.

ஆதிக்கக்குழுக்களின் பல்வேறு வழிகளில் அச்சுறுத்தப்படுவதாக உணரும் மரபான சிறுபான்மைக் குழுக்களின் உறுப்பினர்கள் அனுபவங்கள் அதிகரித்து வருவது குறித்த ஆதாரங்கள் தொடர்பான சமூக உளவியல் ஆய்வுகளுக்கு ஒரு நீண்ட வரலாறு இருக்கிறது.[3] மிகச் சமீபத்தில், சிறுபான்மைக் குழுக்களின் உறுப்பினர்களோடு அதிகாரத்தைச் சமமாகப் பகிர்ந்துகொள்ளவேண்டியிருக்கும் என்ற எதிர்பார்ப்பில் ஆதிக்கக்குழுவுக்கு, தான் பலியாகிவிட்டதான உணர்வுகள் ஏற்படுவது தொடர்பான நிகழ்வுகளை, அதிகரித்து வரும் சமூக உளவியல் ஆதாரங்களின் முக்கியப் பகுதிகள் உறுதிப்படுத்துகின்றன. 2050 வாக்கில் அமெரிக்கா "பெரும்பான்மை - சிறுபான்மை," நாடாக, அதாவது அமெரிக்காவில் வெள்ளையர்கள் பெரும்பான்மையர்களாக இருக்கப்போவதில்லை என்ற உண்மையின் மீது சமீபத்தில் பெருமளவு கவனம் செலுத்தப்படுகிறது. வெள்ளை அமெரிக்கர்கள், இந்தத் தகவலின் தனிச் சிறப்பான தன்மையைச் சாதகமாக்கிக்கொண்டு, அதை எதிர்கொள்வதற்கு ஆயத்தமாகும்போது என்ன நிகழ்கிறது என்பது குறித்து சில சமூக ஊடகவியலாளர்கள் கவனமாக ஆராய்ந்து பார்த்திருக்கிறார்கள்.

விரைவில் வரவிருக்கும் 'பெரும்பான்மை - சிறுபான்மை நாடு' என்னும் தேசிய அளவிலான மாற்றத்தைத் தனிச் சிறப்பானதாக

ஆக்குவது, அரசியல்ரீதியாக உறுப்பினர்களாக இணையாத வெள்ளை அமெரிக்கர்களின் ஆதரவை வலதுசாரிக் கொள்கை களுக்குக் குறிப்பிடத்தக்க அளவு அதிகரிக்கச் செய்தது என்று 2014இல் ஓர் ஆய்வில் உளவியலாளர்களான மாரீன் கிரெய்க்கும், ஜெனிபர் ரிச்சீசனும் கண்டறிந்தார்கள்.[4] உதாரணமாக, பெரும் பான்மை வெள்ளை அமெரிக்கர்கள் என்பதிலிருந்து பெரும் பான்மை வெள்ளையரல்லாதவர் என்பதாக, நாட்டில் வரவிருக்கும் இனரீதியான ஒரு மாற்றம் பற்றிப் படிப்பது என்பது, பெரும் பான்மை வெள்ளை அமெரிக்கக் குடிமக்களை நேர்மறை நட வடிக்கையை ஆதரிப்பதில் அதிக நாட்டம் இல்லாதவர்களாகவும், குடியேற்றத்தின்மீது கட்டுப்பாடுகள் விதிப்பதில் அதிக நாட்டம் கொண்டவர்களாகவும், அத்துடன், ஒருவேளை, ஆச்சரியப்படத் தக்க விதத்தில் நாட்டின் பாதுகாப்புச் செலவுகளை அதிகரிப்பது போன்ற “இனச்சார்பற்ற” பழமைவாதக் கொள்கைகளுக்கு அதிக அளவில் ஆதரவளிப்பவர் களாகவும் ஆக்குவதாக இருக்கக்கூடும். இந்த ஆய்வைத் தொகுத்து வழங்கக்கூடிய, வரவிருக்கும் மதிப்புரை ஒன்றில், மாரீன் கிரெய்க், ஜூலியன் ரக்கர் மற்றும் ஜெனிபர் ரிச்சீசன் ஆகியோர், வெள்ளை அமெரிக்கர்கள் (அதாவது சம காலத்தில் இனரீதியாகப் பெரும்பான்மையாக இருப்பவர்கள்) வரவிருக்கும் ‘பெரும்பான்மை - சிறுபான்மை’ மாற்றத்தைத் தங்களது ஆதிக்க நிலையின் (சமூக, பொருளாதார, அரசியல் மற்றும் பண்பாடு) அந்தஸ்துக்கு ஓர் அச்சுறுத்தலாக உணர்கிறார்கள் என்ப தற்கு வளர்ந்துவரும் இந்த ஆய்வுப் பணி தெளிவான ஆதாரத்தைக் கண்டறிகிறது,”[5] என்று எழுதுகிறார்கள். அச்சுறுத்தப்படும் உணர் வானது, அரசியல்ரீதியாக வலதுசாரி இயக்கங்களுக்கு ஆதரவாக ஒழுங்குபடுத்தப்படக்கூடும். இந்த இயக்கவியல் அமெரிக்காவின் இயல்புக்கு அப்பாற்பட்டது; இது பெரும்பாலும் குழு உளவி யலின் பொதுவான ஒரு அம்சமாக இருக்கிறது.குடியுரிமை யையும், அதிகாரத்தையும் சிறுபான்மையினரோடு பகிர்ந்துகொள்ள வேண்டியிருக்கும் நிலையில், பலியாகும் நிலை குறித்த உணர்வை ஆதிக்கக் குழுக்கள் அவர்களுக்குச் சாதகமாகப் பயன்படுத்திக் கொள்வது தற்கால சர்வதேச ஃபாசிச அரசியலின் உலகளாவிய ஒரு கூறாக உள்ளது.

∞

பாகுபாட்டின் முன்னிலையில், ஒடுக்கப்பட்ட குழுக்கள் ஆபத்துக்குள்ளான தங்கள் அடையாளங்களின் சார்பாகப் பெருமித உணர்வைப் பிரகடனம் செய்யும் இயக்கங்கள் வரலாறு நெடுகவும் எழுச்சி பெற்றிருக்கின்றன. மேற்கு ஐரோப்பாவில், நச்சுத்தன்மை கொண்ட யூத எதிர்ப்புக்கு எதிர்வினையாக ஜியோனிச இயக்கத்தின் யூததேசியவாதம் எழுச்சி பெற்றது. அமெரிக்காவில், நச்சுத்தன்மை கொண்ட இனவாதத்துக்கு எதிர்வினையாகக் கறுப்பின தேசியவாதம் எழுச்சி பெற்றது. இந்த தேசியவாத இயக்கங்கள், அவற்றின் வேர்களைப் பொறுத்த அளவில், ஒடுக்குமுறைக்கான எதிர்வினைகளாக இருந்தன. காலனிய எதிர்ப்புப் போராட்டங்கள் வழக்கமாகத் தேசியவாதப் பதாகையின் கீழ் இடம்பெற்றன; உதாரணமாக, இந்திய தேசியத்தை பிரிட்டிஷ் ஆட்சிக்கு எதிரான ஒரு கருவியாக மகாத்மா காந்தி பயன்படுத்தினார். ஒடுக்குமுறையிலிருந்து எழும் இந்த வகையான தேசியவாதத்தின் வேர் ஃபாசிசமாக இருப்பதில்லை. தேசிய வாதத்தின் இத்தகைய வடிவங்கள், அவற்றின் தொடக்க நிலைக் கட்டமைப்புகளில் சமத்துவத்தால் இயக்கப்பட்ட தேசியவாத இயக்கங்களாக இருந்தன.

காலனியத்தில், ஏகாதிபத்திய தேசம் வழக்கமாக உலகளாவிய இலட்சியங்களுக்குப் பொறுப்பேற்றுள்ளதாகத் தன்னை முன்வைக்கிறது. உதாரணமாக, கென்யாவிலிருந்த பிரிட்டிஷ் காலனியவாதிகள் கிறித்தவத்தை உலகளாவிய இலட்சியக்கருத்து என்றும், உள்ளூரிலிருந்து பழங்குடிகளின் மதங்கள் பலவற்றையும் நாகரிக முதிர்ச்சியற்றவை, காட்டு மிராண்டித்தனமானவை என்றும் முன்வைத்தன. இந்த மதரீதியான ஒடுக்குமுறைக்கான ஓர் எதிர்வினையாக, பிரிட்டனுக்கு எதிராக மாவ் மாவ் கிளர்ச்சி மரபான கிகியூ மதத்தைப் பேராண்மை மிக்கதாக உயர்த்திப் பிடித்தது - மாவ் மாவ் கலகக்காரரர்கள் கிகியு தெய்வமான ங்காயின் முன்னிலையில் சத்தியப் பிரமாணம் எடுத்துக்கொண்டார்கள். மாவ் மாவ் காலனிய எதிர்ப்புப்போராட்டம் தேசியவாதம் சார்ந்து, மதவாத இலட்சியக் கருத்துகளைக் காலனியத்தோடு போரிடுவதற்கும் பயன்படுத்திக் கொண்டது. ஆனால் மாவ் மாவ் போராட்டத்தின் இலக்கு பிரிட்டிஷ் மத மரபுகளுக்கு மேலாக கிகியு மத மரபுகளை உயர்நிலையில் வைக்க வேண்டும் என்பதல்ல. கிகியு மரபுகள் நாகரிக

முதிர்ச்சியின்மையின், காட்டுமிராண்டித்தனத்தின் வடிவங்கள் என்னும் பிரிட்டிஷ்காரர்களின் பேய்த்தனமாக்கலுக்கு எதிராக அவற்றின் சமத்துவத்துக்கான போராட்டமே அதன் இலக்காக இருந்தது. அவ்வாறு செய்வதற்காக, பிரிட்டிஷ் மரபுகளின் மதிப்பை மறுதலிப்பதற்கான ஒருவழியாக அல்லாமல், அதற்கு மாறாக, சமமான மதிப்பிற்கான ஒரு நிர்ப்பந்தத்துக்கு அழுத்தத்தைக் கொடுப்பதற்கான ஒரு வழியாக, இந்த மரபுகளை உயர்த்திப் பிடிக்கவேண்டிய அவசியம் நேரிட்டது. அவற்றைத் தெய்வீகத் தன்மை கொண்டதாகவும், தனிச் சிறப்பானவையாகவும் வைக்க வேண்டியிருந்தது. ஆகவே, இந்த வகையான தேசியவாதம் எந்த விதத்திலும் சமத்துவத்துக்கு எதிரானதல்ல. மாறாக, அதன் தோற்றங்கள் மாறுபட்டவையாக இருந்தபோதிலும்கூட, சமத்துவமே அதன் இலக்கு ஆகும்.

இன்று அமெரிக்காவில் பிளாக் லைவ்ஸ் மேட்டர்ஸ் இயக்கத்தைப் பொறுத்த அளவிலும் விசயம் இதுவேதான். அதன் எதிரிகள் இந்த முழக்கத்தைக் கறுப்பர்களின் உயிர் வாழ்க்கைகள் மட்டுமே முக்கிய மானவை என்னும் நியாயமற்ற தேசியவாதக் கோரிக்கை என்று பிரதிநிதித்துவம் செய்ய முயற்சிக்கிறார்கள். ஆனால் இந்த முழக்கம் அமெரிக்காவில் உள்ள வெள்ளையர்களின் உயிர்வாழ்க்கையின் மதிப்பு தொடர்பான மறுதலிப்பாக இருக்கும் நோக்கத்தைக் கொண்டதாகப் பெரும்பாலும் இருக்கவில்லை. அதைவிடவும், அமெரிக்காவில் வெள்ளையர்களின் உயிர்வாழ்க்கை மற்றவர்களின் உயிர் வாழ்க்கையைவிட முக்கிய மானதாக எடுத்துக்கொள்ளப்பட்டதாக இருக்கவில்லை என்பதைச் சுட்டிக்காட்டும் நோக்கத்தையே கொண்டிருக்கிறது. சமமான மரியாதை தொடர்பான தோல்வி குறித்த கவனத்தை ஈர்ப்பதே பிளாக் லைவ்ஸ் மேட்டர்ஸ் முழக்கத்தின் நோக்கமாகும். அதன் பின்னணியில், கறுப்பினத்தவரின் உயிர் வாழ்க்கையும்கூட முக்கிய மானதுதான்," என்றே அது பொருள்படும்.

ஃபாசிசத்தின் மையமாக இருப்பது இனக்குழுவுக்கு, இன அடையாளத்துக்கு, மதத்துக்கு, மரபுக்கு, ஒரே வார்த்தையில் சொன்னால், தேசத்துக்கு விசுவாசமாக இருப்பதாகும். ஆனால் சமத்துவத்தை இலக்காகக் கொண்டுள்ள ஒருவகை தேசியவாதத்தோடு அப்பட்டமாக முரண்படும் விதத்தில், ஃபாசிச தேசிய

வாதமானது தாராளவாத ஜனநாயகக் குறிக்கோளுக்கான ஒரு மறுதலிப்பாக இருக்கிறது; இது அதிகாரம் மற்றும் அந்தஸ்தின் படிநிலையில் ஓர் இடத்தைப் பாதுகாத்துக்கொள்வதையும், பேணுவதையும் அல்லது ஈட்டிக்கொள்வதையும் இலக்காகக் கொண்ட, மேலாதிக்கத்துக்குச் சேவை செய்யும் ஒரு தேசிய வாதமாகும்.

∞

ஒடுக்குமுறையால் தூண்டப்பட்ட தேசியவாதத்துக்கும், மேலாதிக்கத்தை நோக்கமாகக்கொண்ட தேசியவாதத்துக்கும் இடையிலான வித்தியாசம் சமத்துவத்தோடான அவற்றின் உறவுகளை ஒருவர் ஆழ்ந்து சிந்திக்கும்போது புலப்படாததாக இருக்கக் கூடும். சிறப்புரிமை அந்தஸ்தை இழப்பதோடு சேர்ந்துவருவதாக அல்லது வராததாக இருக்கும் கவலையானது, கலப்படமற்ற விளிம்புநிலைக்குத் தள்ளப்படுவதோடு சேர்ந்துவரும் ஒடுக்கப்படும் உணர்வை ஒத்ததாக இருப்பினும், அதுவும் ஒரு கவலை தான். எனது மதத்தின் விடுமுறை நாட்கள் தேசிய விடுமுறை நாட்களாக இருக்கும் ஒரு நாட்டில் நான் வளர்ந்து வந்திருப்பேன் என்றால், என் குழந்தைகளுக்கு, இன்னும் அதிக சமத்துவக் கொள்கைகளைப் பின்பற்றுகிற நாட்டில் அவர்களது மத விடுமுறை நாட்களும், மரபுகளும் பலவற்றில் ஒன்றாக இருப்பது விளிம்புநிலைக்குத் தள்ளப்பட்ட உணர்வைத் தருவதாகவே இருக்கும். நான் பார்க்கும் திரைப்படங்களிலும், நான் காணும் தொலைக்காட்சி நிகழ்ச்சிகளிலும் வரும் ஒவ்வொரு பாத்திரமும் என்னைப் போலவே இருக்கும் ஒரு நாட்டில் நான் வளர்ந்து வந்திருப்பேன் என்றால், அப்படியில்லாத முதன்மைக் கதாபாத்திரத்தைப் பார்க்கும்போது, அது விளிம்புநிலைக்குத் தள்ளப்பட்ட உணர்வைத் தருவதாகவே இருக்கும். எனது பண்பாடு இனியும் "எனக்கானதாக" இருக்கவில்லை என்று நான் உணரத் தொடங்குவேன். ஆண்களை நாயகர்களாகவும், பெண்களை அவர்களைப் போற்றி வணங்குகிற, செயல்முனைப்பற்ற பொருட்களாகவும் பார்த்தபடி நான் வளர்ந்து வந்திருப்பேன் என்றால், வேலை செய்யும் இடத்திலும், போர்க்களத்திலும் பெண்களைச் சமமான வர்களாகக் கருதவேண்டியிருக்குமானால், அது, எனது பிறப்புரிமை

பறிக்கப்படுவது போன்ற ஒடுக்கப்பட்ட உணர்வை ஏற்படுத்துவதாக இருக்கும். நியாயமற்ற ஏற்றத்தாழ்வுகளைச் சரிசெய்வது எப்போதும் அத்தகைய அநீதிகளால் பயன் பெறுவோருக்கு வேதனை தருவதாகவே இருக்கும். சிலரால் இந்த வேதனை தவிர்க்க முடியாத ஒடுக்குமுறை என்று உணரப்படுவதாக இருக்கும்.

∞

ஆதிக்கம் செலுத்துவதற்கான அந்தஸ்தை இழப்பதோடு சேர்ந்து வரும் கவலையுணர்வின் வேதனைப்பாடல்களை ஃபாசிசப் பரப்புரை முக்கிய அம்சமாகக்கொண்டுள்ளது. கலப்படமற்ற இந்த இழப்புணர்வு, ஃபாசிச அரசியலால் சூழ்ச்சியானவிதத்தில் கையாளப்பட்டு, கடந்தகாலத்தைச் சேர்ந்த, தொடர்ந்து நிகழ்ந்து வருவதான அல்லது புதிய வடிவங்களிலான ஒடுக்குமுறையை நியாயப்படுத்துவதற்குச் சாதகமாகப் பயன்படுத்திக்கொள்ளப் படுகிறது.

கட்டமைப்புரீதியான பொருளாதாரக் காரணங்களால் வேலையற்றவராக இருந்துவரும் தொழிலாளிவர்க்கத்தைச் சேர்ந்த ஒரு வெள்ளை ஆண்மகனிடம் "உனது சிறப்புரிமையைச் சரிபார்த்துக் கொள்," என்று சொல்வது, அவருக்கு வெள்ளை மேலாதிக்க நிலையின் செயல்திட்டத்தில் தன்னால் ஆடத்தக்க ஆடுகளம் ஒன்றைக் கண்டுகொள்வதற்கான சாத்தியத்தை அதிகரிக்கச் செய்வதாகவே இருக்கும். அத்தகைய ஆர்வமிக்க தாராளவாத உரிமைக் கட்டளைகளைக்கொண்ட ஃபாசிச அரசியல், மாபெரும் விளையாட்டை உருவாக்குகிறது. கட்டமைப்பு சார்ந்த ஏற்றத்தாழ்வை ஆய்வு செய்வதற்கு கறுப்பினக் குடிமக்களுக்கு எப்போதும் முழுமையாகக் கிடைத்திராத சுதந்திரத்தின் மட்டங்களை வெள்ளையின ஆண்களுக்கும், சற்றே குறைந்த அளவில் வெள்ளையினப் பெண்களுக்கும் இனம் மற்றும் பாலின அடிப்படையிலான அந்தஸ்து எவ்வாறு வழங்கப்படுகிறது என்பது குறித்து வெளிப்படுத்தப்படும் வலுவான ஆதாரத்தின் மீதான ஒட்டுமொத்தமான பொதுக்கருத்து அவசியப்படுகிறது. வெள்ளையர்கள் அன்றாடம் பயணம் செய்யும் பாதுகாக்கப்பட்ட சமூக யதார்த்தத்தை அடையாளம் கண்டுகொள்வதற்கான ஓர் அழைப்பே "உனது சிறப்புரிமையைச் சரிபார்த்துக்கொள்" என்பதாகும். இருப்பினும் இந்தச்

சொற்றொடர் தாராளவாத மேட்டுக்குடியினரைப் பொறுத்த வரையில் பொதுவெளியில் போலித்தனமாக வெடித்தெழுந்த தாகும். ஏனெனில், வெள்ளைத் தேசியவாதப் பரப்புரை 2017இல் அமெரிக்காவில் கறுப்பினக் குடி மக்களுக்கு எதிரான இனவாதம் இருப்பதாகக் கண்டுணரவில்லை. மாறாக, வெள்ளையர்களுக்கு எதிரான இனவாதம் இருப்பதாகவே கண்டுணர்ந்தது.

கட்டமைப்புரீதியான ஏற்றத்தாழ்வுகளை முன்வைப்பதற்கு ஆதரவாக எடுக்கப்படும் நீண்ட கடுமையான முயற்சிகளைச் சீர் குலைப்பது, தவறாகப் பிரதிநிதித்துவம் செய்வது மற்றும் தலை கீழாக மாற்றுவது ஆகியவற்றின் மூலம் ஃபாசிச அரசியல் அவற்றை மூடிமறைக்க முயற்சி செய்கிறது. நேர்மறை நடவடிக்கை அதன் சிறப்பான நிலையில் கட்டமைப்புரீதியான ஏற்றத்தாழ்வை அடை யாளம் காணவும், முன்வைக்கவும் தக்க விதத்தில் வடிவமைக்கப் பட்டிருந்தது. ஆனால், நேர்மறை நடவடிக்கையைக் குறை கூறுபவர்களில் சிலர், அது தனிநபர் தகுதியோடு தொடர்பற்றது என்று தவறான விதத்தில் முன்வைக்கிறார்கள். அத்துடன் நேர் மறை நடவடிக்கைக்கு ஆதரவாக கடுமையாக உழைக்கும் வெள்ளையர்களுக்குத் தீங்கிழைக்கும் விதத்தில் அவர்களைத் தங்கள் இனம் அல்லது பாலின அடிப்படையிலான “தேசிய”த்துக்கு இணங்கி நடப்பவர்கள் என்று எவ்வித ஆதாரமுமின்றி மறு வார்ப்பு செய்கிறார்கள். ஒரு காலத்தில் கேள்விக்கிடமற்றதாகவும், நிலையானதாகவும் இருந்த ஓர் உயர்மதிப்பை - கறுப்பராக இல்லாமல், வெள்ளையராக இருப்பதால் வரும் உயர் மதிப்பை - இழக்கும் அனுபவம் வெள்ளையரின் பலியாகும் நிலை தொடர்பான மொழி ஒன்றால் எளிதாகக் கைப்பற்றிக் கொள்ளப் படுகிறது.

அமெரிக்காவில் 1990களில் ஆண்கள் உரிமை களப்பணியாளர் இயக்கம் (எம்.ஆர்.ஏ) சிறப்புரிமையின் இழப்பைப் பலியாகும் நிலையின் அனுபவமாக உருப்பெறச் செய்தது. 2013இல் வெளி யான ஆங்கிரி வைட்மென்: அமெரிக்கன் மாஸ்குலினிட்டி அட் த என்ட் ஆஃப் ஏன் எரா என்னும் நூலில் ஸ்டோனிபுரூக்கைச் சேர்ந்த சமூகவியலாளர் மைக்கேல் கிம்மல் பின்வருமாறு எழுதுகிறார்:

> வெள்ளை ஆண்கள் ஒடுக்குமுறையாளர்களாகக் கணிக்கப் படும்போது, சராசரியான, வழக்கமான நடுத்தர வர்க்கத்தைச்

சேர்ந்த வெள்ளை மனிதர்கள் அந்த அதிகாரம் அனைத்தும் கீழ்நோக்கிக் கசிவதில்லை என்று அடிக்கடி உணர்பவர்களாக இருப்பதில்லை... எம்.ஆர்.ஏ.க்களைப் பொறுத்தவரை அமெரிக்க சமூகத்தில் உண்மையான பலியாட்கள் ஆண்கள்தான். அதன் காரணமாக அவர்கள் ஆண்களின் கவலைகள் மற்றும் பெண்ணியத்தின் மீதான கோபத்தைச் சுற்றி நிறுவனங்களையும், கோயலிசன் ஃபார் ஃப்ரிமேன், த நேசனல் காங்கிரஸ் ஃபர் மென், மென் அச்சீவிங் லிபர்ட்டி அன்ட் ஈக்குவாலிடி (MALE), மென்ஸ் ரைட்ஸ் இன்க்., (MR. Inc.) போன்ற குழுக்களையும் கட்டியமைத்தார்கள். இந்தக் குழுக்கள் சமத்துவத்துக்கும், பாலினவாதத்தை முடிவுக்குக் கொண்டுவருவதற்குமான தங்கள் அர்ப்பணிப்பைப் பிரகடனப்படுத்தின. அதன் காரணமாகவே அவர்கள் பெண்ணியத்துக்கு எதிராகப் போராடவேண்டிய நிர்ப்பந்தத்துக்கு உள்ளானார்கள்.[6]

“இந்தக் கோபக்கார வெள்ளை ஆண்களின் புதிய படைகளின் ஆர்வத்துக்குரிய ஒரு பண்பானது இந்த உலகத்தின் பெருமளவிலான அதிகாரத்தையும் கட்டுப்படுத்தும் ஆற்றலையும் கொண்டவர்களாக இன்னும் வெள்ளை ஆண்களே இருந்து வந்தபோதிலும், குறிப் பிட்ட இந்த வெள்ளை ஆண்கள் பலியானவர்களைப் போலவே உணர்கிறார்கள் என்பதாகும்,” என்று கிம்மெல் குறிப்பிடுகிறார். இந்தப் பலியாகும் நிலை குறித்த உணர்வை அவர் கட்டுக்கதையான, தந்தைவழிச்சமூக கடந்தகாலம் ஒன்றை நிலைப் படுத்துவதுடன் தொடர்புபடுத்துகிறார்:

மனிதர்கள் கடுமையாக உழைப்பதன் மூலமும், தங்களைத் தாங்களே அந்த இடத்தில் பொருத்திக்கொள்வதன் மூலமும், தேசத்தின் மேட்டுக்குடியினர் மத்தியில் தாங்களும் தங்களுக்கான இடத்தை எளிதாகப் பெற்றுவிட முடியும் என்று நினைக்கும்போது, இந்தக் கருத்துகள் அந்தக் கடந்தகால உலகத்துக்கான ஏதோ ஒருவகையான பழமை நாட்டத்தையும் பிரதிபலிக்கின்றன. அந்தோ பரிதாபம், அப்படிப்பட்ட ஓர் உலகம் இல்லவே இல்லை; பொருளாதய மேட்டுக்குடியினர் தகுதி தொடர்பான வெறியுணர்வுக் குறிக்கோள்களுக்குப் புறம்பாகத் தங்களுக்கென்று

அப்படிப்பட்ட ஓர் உலகத்தை மறுஉருவாக்கம் செய்து கொள்ளக்கூடியவர்களாக இருந்தார்கள். ஆனால், அது தகுதி தொடர்பான வெறியுணர்வில் மனிதர்கள் நம்பிக்கை வைப்பதைத் தடுப்பதாக இருக்கவில்லை. அதுதான் அமெரிக்கப் பெருங்கனவு. அத்துடன் மனிதர்கள் தோல்வி யடையும்போது, தங்கள் கோபத்தை எங்கே காட்டுவது என்று தெரியாமல் அவமானப்படுகிறார்கள்.[7]

கட்டுக்கதையான படிநிலை அமைப்பு கொண்ட ஒரு கடந்த காலத்தைப் பிரகடனம் செய்வது பகுத்தறிவுக்கு ஒவ்வாத எதிர் பார்ப்புகளை உருவாக்கும் பணியைச் செய்கிறது. இந்த எதிர் பார்ப்புகள் நிறைவு செய்யப்படாதபோது, அது பலியாகும் நிலை போன்ற உணர்வை அளிக்கிறது.[8]

ஃபாசிச அரசியல் தந்திரங்களைச் செயல்படுத்துபவர்களாக இருப்பவர்கள் இந்த உணர்வெழுச்சியைத் தங்களுக்குச் சாதகமாகத் திட்டமிட்டுப் பயன்படுத்திக்கொண்டு, பெரும்பான்மை மக்களின் மத்தியில், பலியாகித் துன்புறும் உணர்வை அதற்குக் காரணமாக இல்லாத ஒரு குழுவை நோக்கி ஏவிவிடுகிறார்கள். அந்தக் குழுவைத் தண்டிப்பதன் மூலம் பலியாகும் உணர்வைத் தணிக்க முடியும் என்று வாக்குறுதியளிக்கிறார்கள். டவுன் கேர்ல் என்னும் தனது நூலில் கேட் மேன்னி தந்தைவழிச் சமூகத்துக்கும், பெண்ணினம் மீதான வெறுப்புக்கும் இடையிலான ஒரு வேறுபாட்டின் மீது கவனத்தை ஈர்ப்பதன் மூலம் இதைத் தெளிவுபடுத்துகிறார். மேன்னி யின் கருத்துப்படி, படிநிலை சார்ந்த, கருத்தியலான தந்தைவழி மரபு பகுத்தறிவுக்கு ஒவ்வாத, உயர்மதிப்பு தொடர்பான எதிர் பார்ப்புகளைத் தோற்றுவிக்கிறது. தந்தைவழி மரபிலான எதிர் பார்ப்புகள் நிறைவு செய்யப்படாமல் விடப்படும்போது, பழி சுமத்தப்படுபவர்களான பெண்கள் எதை எதிர்கொள்கிறார்களோ அதுவே பெண்ணினம் மீதான வெறுப்பாகும். ஃபாசிச அரசியலின் தர்க்கத்துக்குப் பெண்ணினம் மீதான வெறுப்பு குறித்த மேன்னியின் தர்க்கம் உயிரோட்டமான ஒரு மாதிரியாக உள்ளது.

ப்ரெய்த் பார்ட் நியூஸ் என்பது அமெரிக்காவின் ஆற்றல் வாய்ந்த ஓர் ஊடக நிறுவனமாகும். குடியேற்றத்துக்கு எதிரான பரப்புரையை மேற்கொள்ளும் இந்த அமைப்பு அகதிகளைப் பொது சுகாதாரம்

தொடர்பான அச்சுறுத்தலாகவும் பிரதிநிதித்துவப்படுத்துகிறது. பலியாகித் துன்புறும் உணர்வு கொண்டவர்களான, ஆதிக்கம் செலுத்தும் பெரும்பான்மையினரை ஆயுதமாக்கிக்கொள்ளும் வழி இத்தகைய நிறுவனங்களில் தெளிவாக வெளிப்படுவதை நாம் காண்கிறோம். அமெரிக்காவில் உள்ள சோமாலி அகதிகள் குறித்து, "மின்ன சோட்டாவில் 296 அகதிகள் தீவிர காச நோய்க்குறி கொண்டவர்கள். மற்ற மாநிலங்களில் உள்ளதைவிட இது அதிகம்; இவர்களில் பெரும் பான்மையானவர்கள் சோமாலிகள்," மற்றும், "சோமாலியர்கள்: 2017 பொருளாதார ஆண்டில் அமெரிக்காவுக்கு வந்துசேர்ந்த அகதிகளில் ஆகக் குறைந்த கல்வியறிவு பெற்றவர்கள்," போன்ற தலைப்புகளைக் கொண்ட டஜன் கணக்கான கட்டுரைகளை பிரெய்த் பார்ட் வெளி யிட்டது. இந்தச் சமயத்தின் போது அமெரிக்காவில் எழுந்த பரப்புரை அலையில் ப்ரெய்த் பார்ட் ஒரு பகுதியாக மட்டுமே இருந்தது. 2015 ஏப்ரலில் வெளியிடப்பட்டதிலிருந்து மூன்று மில்லியன் முறை பார்க்கப் பட்ட ஒரு காணொலியில் குடியேற்றத்துக்கு எதிரான ரெஃப்யூஜி ரீ செட்டில்மென்ட் வாட்ச் என்னும் தீவிர வலதுசாரிக் குழுவைச் சேர்ந்த ஆன் கோர்கோரான் அமெரிக்காவை "முஸ்லிம் காலனியாக மாற்றும்" திட்டம் ஒன்றைக் குறித்துப் பேசுகிறார். ஐக்கிய நாடுகள் சபை போன்ற சர்வதேச நிறுவனங்கள், அமெரிக்க அரசுத்துறை போன்ற கூட்டாட்சி முகாமைகள் மற்றும் "அவர்களை நாடெங்கும் விதைப்பதற்காகப் பொறுப்பளிக்கப்பட்டுள்ள கிறித்தவ மற்றும் யூதக் குழுக்க"ளின் உதவியும், ஒத்துழைப்பும் இந்தத் திட்டத்துக்கு இருப்பதாக அவர் கூறுகிறார். தேசத்தின் மரபுகளை வேரறுப்பதற்காக, மனித உரிமைகளின் சொற்றொகுதியைப் பயன்படுத்தி, நமக்கு மத்தியில் உள்ள "தாராளவாத"க் குழுக்களின் "ஐந்தாவது தூணி"ல் ஓர் சித்தபிரமை உணர்வை இந்த ஊடக நிறுவனங்கள் பரப்புகின்றன. இப்படிச் செய்வதில் அவை தாராளவாதக் குறிக்கோள்களை வேரறுப்பது மட்டுமின்றி, ஆதிக்கக் குழு அச்சுறுத்தப்படுவதாக உணர்கிறது என்ற அடிப்படையில் மட்டுமே அவர்களின் இலக்குகள் தீவிரக் கண்காணிப்பு அல்லது தண்டனைக்கு உள்ளாக்கப்பட வேண்டும் என்று ஆலோசனை கூறவும் செய்கின்றன.

ஃ

பலியாகும் நிலை குறித்த கோருதல்களை மதிப்பிடும்போது, ஒரு சமூகத்தில் அதிகாரத்தின் இயக்கவியலைப் புரிந்துகொள்வது மிகவும் முக்கியமானது. அதிகாரத்தின் முறைமாற்றங்கள் மீது ஒருவர் தனது கவனத்தைக் குவிக்கவில்லை என்றால், சமத்துவத்தால் தூண்டப்பெறும் தேசியம் தன்னளவில் ஒடுக்கு முறையானதாக வெகுவேகமாக மாறிவிடும். ஒடுக்குமுறையின் முற்றிலும் உண்மையான வரலாறுகளிலிருந்து பிரச்சினைக்குரிய சில தேசிய உணர்ச்சிப் பாங்குகள் எழுகின்றன. செர்பியர்கள், கடந்தகாலத்தில் கேள்விக்கிட மற்றவிதத்தில் ஒடுக்கப்பட்டவர்களாக இருந்தார்கள். அந்த ஒடுக்குமுறையை எதிர்கொள்வதற்கு தேசிய அளவிலான கோபத்தையும், அடையாளத்தையும் பெருமளவில் தருவித்துக் கொள்வதற்குக் காரணமாக இருந்த 1389இல் நடந்த கொசோவா யுத்தத்திற்கு ஒருவர் திரும்பிச் செல்லவேண்டியதில்லை; செர்பியர்கள் சித்திரவதை முகாம்களில் ஒட்டுமொத்தமாகப் படுகொலை செய்யப்பட்டதற்கு இரண்டாம் உலகப் போரே போதுமானதாக இருக்கும். அடக்குமுறையின் மரபு வழிப்பண்பை ஒன்றுதிரட்டுவதற்கு அந்தக் குடும்பங்களிலிருந்து வந்த தற்கால செர்பியர்களால் முடியும். ஆற்றல் குறைந்தவர்களும், மிகவும் விளிம்பு நிலைப்பட்டவர்களுமான முஸ்லிம் மக்களை ஒடுக்குவதை நியாயப்படுத்துவதற்கு இந்தப் பின்னணியை செர்பிய தேசியவாதிகள் பயன்படுத்திக்கொண்டார்கள்.

1986இல் செர்பியன் அகாடெமி ஆஃப் ஆர்ட்ஸ் அன்ட் சயின்ஸ் நிறுவனம் பொதுநிலை அறிக்கையொன்றை வெளியிட்டது. அந்த அறிக்கை பொதுவாக முன்னாள் யூகோஸ்லாவியாவில் அதற்குப்பின் நடைபெற்ற மிகப் பெரிய இரத்தம் சிந்துதலுக்கு இட்டுச்சென்ற செர்பிய தேசத்தின் வெறியூட்டும் தத்துவக் கோட்பாடுகளைக் கட்டவிழ்த்துவிட்டதாகக் கருதப்படுகிறது. பலியாகும் நிலைக்கும், ஒடுக்குமுறை சார்ந்த தேசியவாத உணர்ச்சிப்பாங்குக்கும் இடையிலான தொடர்பு குறித்த பயனுள்ள கையேடாக அந்த ஆவணம் பணியாற்றுகிறது. அந்தச் சமயத்தில் கொசோவா பிரதேசத்தில் குடியிருந்தவர்களில் பெரும்பான்மையானவர்கள் இனரீதியாக அல்பேனியர்களாக இருந்தார்கள். அவர்கள் தங்களுக்கு மிக அதிக அளவில் தன்னாட்சியுரிமையை வேண்டினார்கள். கொசோவாவில் இருந்த செர்பிய இனத்தவர்களை அல்பேனியர்கள் நடத்திய

விதம், "செர்பிய மக்களை உடல்ரீதியான, அரசியல்ரீதியான, சட்டரீதியான மற்றும் பண்பாட்டுரீதியான இனப்படுகொலை"யாக இருந்ததாக அந்த ஆவணத்தை எழுதியவர்கள் விவரிக்கிறார்கள். "செர்பிய தேசத்தைப் போல் வேறு எந்த யூகோஸ்லாவிய தேசத்தின் பண்பாடும், ஆன்மீக ஒருமைப்பாடும் காட்டுமிராண்டித்தனமாகக் காலின் கீழிட்டு மிதிக்கப்படவில்லை. செர்பிய மரபைப்போல் வேறு எவருடைய இலக்கியமும் கலைமரபும் பறிக்கப்பட்டு, சூறையாடப்படவில்லை." செர்பியாவுக்கு எதிரான, "நிலையான பொருளாதாரப் பாகுபாடு," குறித்தும், "பொருளாதாரரீதியான பணிய வைத்தலுக்கு"க்கு விட்டுக்கொடுக்காமல் இருப்பது குறித்தும் அவர்கள் பேசுகிறார்கள். "இந்தக் குடியரசு தொடர்பான பழிவாங்கும் கொள்கை காலப்போக்கில் முனை மழுங்கி விடவில்லை. அதற்கு மாறாக, அதன் சொந்த வெற்றியின் மூலமாக ஊக்கம் பெற்று, இன்றும் வலுவானதாக, இனப்படுகொலை என்னும் நிலைக்கு வளர்ந்திருக்கிறது," என்று அவர்கள் அறிவிக்கிறார்கள். செர்பிய இனத்தவர்களின் பாதுகாப்புக்கும், அது போலவே செர்பியாவின் வரலாற்றுக்கும், பண்பாட்டுக்குமான ஒரு மறுஅர்ப்பணிப்புக்கு அறைகூவல் விடுப்பதற்காக இந்த ஆவணம் செர்பியர்களின் பலியாகும் நிலை தொடர்பான, நாடகத் தன்மையோடு மிகைப்படுத்தப்பட்ட கதையாடலைப் பயன்படுத்துகிறது.

1989முதல் 1997வரை செர்பியாவின் அதிபராக ஸ்லோபோடன் மிலோ செவிக் இருந்தார். 1989ஜூன் 28 அன்று கொசோவோ யுத்தம் நடந்த யுத்தகளத்தில், அதன் அறுநூறாவது ஆண்டுவிழாக் கொண்டாட்டத்தில் கூடியிருந்த மாபெரும் மக்கள் கூட்டத்தில் அவர் உரையாற்றினார். கொசோவா யுத்தத்தில் செர்பியர்கள் ஒட்டோமான்களிடம் தோல்வி யுற்றதற்கும், அதுபோலவே "முழுமையாக ஆறு நூற்றாண்டுகள் செர்பியா துன்புற்ற தலைவிதிக்கும்," செர்பியர்களின் ஒற்றுமையின்மையே, அதாவது, செர்பிய தேசிய வாத மனக்கிளர்ச்சியின்மையே காரணம் என்று மிலோசெவிக் குற்றம் சாட்டினார். மிலோசெவிக் தனது உரையில், செர்பியர்கள் தேசியவாதப் பெருமிதம் கொண்டவர்களாக இருக்கத் தவறியது, ஃபாசிச பயங்கர ஆட்சிக்கு விலை கொடுக்கவேண்டியிருந்ததையும் தாண்டி, நூற்றாண்டுக் கணக்கிலான "அவமான"த்துக்கும், "வேதனை"க்கும் இட்டுச் சென்றது என்றும் அந்த ஆட்சியின்போது

பல நூறாயிரம் செர்பியர்கள் கொல்லப்பட்டனர் என்று அவர் சொன்னார். மிலோசெவிக்கின் கருத்துப்படி, நூற்றாண்டுக் கணக்கிலான பயங்கரத்தை முடிவுக்குக் கொண்டுவருவதற்கான ஒரே வழி தேச ஒற்றுமையைத் தழுவுவதுதான் - வேறு வார்த்தைகளில் சொன்னால், செர்பிய தேசியவாதச் செயல்திட்டம் ஒன்றுதான். செர்பியர்கள் பலியாகும் நிலை குறித்த கதையாடல் அவரை அரசியல் வெற்றிக்கு இட்டுச்சென்றது. கொசாவோ உள்ளிட்டு தொடர்ச்சியாக நடந்த கொடூரமான போர்களையும் அது நியாயப்படுத்தியது. அதன் பிறகு, கொசோவாவில் அல்பேனிய மக்களுக்கு எதிராக மேற்கொள்ளப்பட்ட நடவடிக்கைகளுக்காக சர்வதேச குற்றத்தீர்ப்பாயத்தில் மிலோசெவிக் இனப்படுகொலை மற்றும் மனித குலத்திற்கு எதிரான குற்றங்களைச் செய்தவர் என்று குற்றம்சாட்டப்பட்டார். கடந்தகாலத்தில் செர்பியர்கள் பல்வேறு சக்திகளால் ஒடுக்கப்பட்டார்கள் என்ற பேச்சுக்கே இடமில்லை. மிலோசெவிக்கால் தாக்குதலுக்கு இலக்காகக் கொள்ளப்பட்ட பல குழுக்களும் செர்பியர்கள் ஒடுக்கப்பட்டதற்கு எவ்விதத்திலும் பொறுப்பானவர்கள் அல்ல என்பது ஒரு பொருட்டாக இருக்கவில்லை. கடந்தகால ஒடுக்குமுறை தொடர்பான ஒரு வரலாறு எவ்விதம் ஃபாசிச அரசியலில் பொய்யான எதிரிகளுக்கு எதிராகப் படைதிரட்டி ஒழுங்குபடுத்த முடியும் என்பதை தேசிய வாத மக்கள் தலைவர்களின் கீழான செர்பியாவின் தற்கால வரலாறு காட்டுகிறது.

பலியாகும் நிலை என்பது திணறடிக்கும் உணர்வு நிலை. அது, சமத்துவத்தால் உந்தப்பெற்ற மற்றும் ஆதிக்க நிலையால் உந்தப்பெற்ற தேசியவாத இயக்கங்களுக்கிடையிலான முரண்பாட்டை மூடிமறைக்கவும் செய்கிறது. தங்கள் சொந்த மேலாதிக்கத்தை மேம்படுத்திக்கொள்வதற்காக, அதிகாரத்தில் உள்ள குழுக்கள் ஒடுக்கப்பட்ட மக்களின் தேசியவாத முகமூடியை அல்லது கடந்தகாலத்தி லிருந்த உண்மையான ஒடுக்குமுறையைப் பயன்படுத்தும்போது, சமத்துவத்தைக் கீழறுப்பதற்காகவே அவர்கள் அதைப் பயன்படுத்திக்கொள்கிறார்கள். பாலஸ்தீனியர்களின் நிலப்பகுதிகள் மற்றும் உயிர் வாழ்க்கைகளின் மீது யூத மேலாதிக்கத்தை உறுதிப்படுத்துவதற்காக யூதர்களின் மீதான ஒடுக்குமுறையின் கேள்விக்கிடமற்ற வரலாற்றை இஸ்ரேலிய வலதுசாரிகள் பயன்படுத்தும்

போது, சமமான மரியாதைக்கான ஒரு போராட்டத்துக்கும், மேலாதிக்கத்துக்கான ஒரு போராட்டத்துக்கும் இடையிலான முரண்பாட்டை இருட்டடிப்புச் செய்வதற்கு, பலியாகும் உணர்வு நிலையையே அவர்கள் சார்ந்திருக்கிறார்கள். ஒடுக்குமுறை என்பது செயலுக்கான ஆற்றல் வாய்ந்த உந்துணர்ச்சியாகும். ஆனால் எப்போது யார் அதைச் செலுத்துகிறார், எந்த நிலைமையின்கீழ் மற்றும் யாருக்கு எதிராக என்பது குறித்த கேள்விகள் நிரந்தரமானவிதத்தில் மிகவும் முக்கியமானவையாக இருக்கின்றன.

∞

தேசியம் ஃபாசிசத்தின் மையப்பகுதியில் இருக்கிறது. ஒரு குழு சார்ந்த அடையாள உணர்வை ஏற்படுத்துவதற்காக ஃபாசிசத் தலைவர் கூட்டாகப் பலியாகும் ஓர் உணர்வைச் செயல்படுத்து கிறார். அந்த அடையாள உணர்வு அதன் இயல்பில் உலகளாவிய சமுதாயப் பொதுப்ப ண்புகளுக்கும், தாராளவாத ஜனநாயகத்தின் தனிநபர்வாதத்துக்கும் எதிராக இருக்கிறது. குழுஅடையாளம் தோலின் நிறத்தை, மதத்தை, மரபை, இன மூலத்தை எனப் பல விதமானவற்றை அடிப்படையாகக் கொண்டிருக்கலாம். ஆனால் அது எப்போதும் தேசம் யாருக்கு எதிரானதாக வரையறுக்கப்பட இருக்கிறதோ அந்த மற்றவர் என்று மனதால் உணரப்படுபவருக்கு எதிரானவே வைக்கப்படுகிறது. குழுப்பெருமிதத்தை மீட்டளிப் பதற்காக, அவர்களுக்கு எதிராகப் பாதுகாப்பளிப்பதற்காக, சில சமயங்களில் அவர்களுடன் யுத்தம் செய்வதற்காகவும், அவர் களைக் கட்டுப்படுத்துவதற்காகவும் ஃபாசிச அரசியல் அபாயகர மானவர்களாக "அவர்களை" உருவாக்குகிறது.

2017 அக்டோபர் 12 அன்று, ஹங்கேரியப் பிரதமர் விக்டர் ஓர்பான், புடாபெஸ்டில் கிறித்தவர்களின் மீதான துன்புறுத்தல் குறித்த சர்வதேச கலந்தாய்வு நிகழ்ச்சியில் ஓர் உரையை நிகழ்த் தினார். ஐரோப்பாவில் உள்ள கிறித்தவர்கள் மீதான "சந்தேகத்துக் கிடமற்றவிதத்தில் நியாயமற்ற" துன்புறுத்தல் குறித்துப் பேசுவதன் மூலம் தனது உரையைத் தொடங்கினார். அந்தத் துன்புறுத்தலை "வகைதொகையற்றது," மற்றும் "வேதனை மிக்கது," என்று அவர் முத்திரையிட்டார். கிறித்தவ ஐரோப்பாவின் பாதுகாவலர் என்ற

விதத்தில் ஹங்கேரியின் பாத்திரத்தை உயர்வாகப் புகழ்ந்ததற்குப் பிறகு, "இன்று மிகவும் துன்புறுத்தப்படும் மதம் கிறித்தவம் என்பதே உண்மை," என்று அவர் அறிவிக்கிறார். அவரைப் பொறுத்தவரை, அந்தத் துன்புறுத்தல் ஐரோப்பிய வாழ்க்கைமுறையையும், அத்துடன் நமது அடையாளத்தையும் இன்னலுக்குள்ளாகும் நிலையில் வைத்திருக்கிறது. அவரைப் பொறுத்தவரையில், "இன்று நாம் (ஐரோப்பியர்கள்) எதிர்கொள்ளும் மாபெரும் அபாயம் என்பது தனது கிறித்தவ வேர்களை மறுக்கும் ஐரோப்பாவின் அக்கறையற்ற, பாராமுகமான மௌனம்தான்." ஐரோப்பாவின் கிறித்தவ வேர்கள் தொடர்பான, அழிவுதரவல்ல இந்த அக்கறையின்மையின் வெளிப்பாடு ஐரோப்பாவின் தாராளவாதப் புலம்பெயர் கொள்கைகளாக இருக்கிறது: ஐரோப்பிய அறிவு ஜீவிகள் மற்றும் அரசியல் தலைவர்களில் ஒரு குழுவினர் ஐரோப்பாவில் ஒரு கலப்புச் சமூகத்தை உருவாக்க விரும்புகிறார்கள். அது இன்னும் சில தலைமுறைகளுக்குள் நமது கண்டத்தின் பண்பாடு மற்றும் இனவியல் அமைவு நிலையை முற்றிலுமாக மாற்றி, அதன் விளைவாக, அதன் கிறித்தவ அடையாளத்தையும் மாற்றிவிடப்போகிறது."

ஓர்பானின் உரையில் ஃபாசிச அரசியலின் பலியாக்கப்படுதல் தொடர்பான அனைத்துக்கூறுகளும் நமக்குக் கிடைக்கின்றன. புலம்பெயர்ந்தோரின் அலையை உள்ளே நுழைய அனுமதித் ததன் மூலம், தாராள வாத மேட்டுக்குடியினர் ("ஐரோப்பாவின் அறிவுஜீவிகள் மற்றும் அரசியல் தலைவர்கள்") "உலகிலேயே மிகவும் துன்புறுத்தப் பட்ட மதத்தை" உள்ளிருந்து கீழறுப்பு வேலை செய்து, ஐரோப்பாவை இன்னலுக்குள்ளாக்கினார்கள். அப்படிப்பட்ட கிறித்தவ ஐரோப்பாவைப் பாதுகாக்கப் போதுமான துணிவுகொண்ட படைத்தலைவராகத் தன்னை முன்வைப்பதற்கு, ஐரோப்பியக் கிறித்தவத்தின் பாதுகாவலனாக இருந்ததாகக் கருதப்பட்ட, ஹங்கேரியின் கட்டுக்கதையான கடந்தகாலத்தைப் பயன்படுத்தி, புலம்பெயர்ந்தவர் குறித்த பகுத்தறிவுக்கு ஒவ்வாத அச்சத்தை ஓர்பான் தட்டியெழுப்புகிறார். கொடூரமான அந்நியப்போர்களால் அகதிகளாக ஆனவர்கள் அவர் கண்களுக்கு, கிறித்தவ ஐரோப்பாவின் சுவர்களுக்குள் ஓர் "ஐந்தாம் படையை" நிறுவ முயற்சிக்கும் ஆற்றல்மிக்கதோர் படையெடுக்கும் சக்தியாகத் தோன்றுகிறார்கள். (கிறித்தவத்தில் அவர்களது சொந்த இருப்பிடத்தைப் புறக்கணிக்கும் விதத்தில்), மனித

உரிமைகள் மற்றும் காலாவதியாகிப்போன பிற கோட்பாடுகளை மறுதலிக்க வேண்டுமென்று ஓர்பான் தனது பார்வையாளர்களிடம் கேட்டுக்கொள்கிறார். கட்டுப்பாடில்லாத நாடோடிக் கூட்டங்களான காட்டுமிராண்டிகளிடமிருந்து கிறித்தவ ஐரோப்பாவைப் பாதுகாத்த ஹங்கேரியை, அதன் பழம்பெருமை வாய்ந்த கடந்த காலத்துக்குத் திரும்பச் செய்வதற்கு, துன்புறுத்தலுக்குப் பலியானவர்கள் என்ற நிலையில் தன் பார்வையாளர்களைத் தனக்குப் பின்னால் நிற்கும்படி தூண்டுகிறார். ●

7. சட்டம் – ஒழுங்கு

1929இல் நியூயார்க் நகரத்தின் சென்ட்ரல் பார்க்கில், ஐந்து கறுப்பினப் பதின்ம வயதினர் - "சென்ட்ரல் பார்க் ஐவர்"- ஒரு வெள்ளையினப் பெண்மணியை வன்புணர்ச்சி செய்ததற்காகக் கைதுசெய்யப்பட்டனர். வெள்ளையினப் பெண்களிடம் மூர்க்கத்தனமாக நடந்து கொள்பவர்களும், வன்புணர்ச்சி செய்பவர்களும், சட்டத்தை மதிக்காத "கட்டுமீறும்" கறுப்பினப் பதின்ம வயதினர் குறித்த விவரணைகளால் அந்தச் சமயத்தில் செய்தித்தாள்கள் நிறைக்கப்பட்டிருந்தன. அந்தச் சமயத்தில் டொனால்ட் டிரம்ப் அவர்களை, "வெறிகொண்ட பொருந்தாப் பிறவிகள்" என்று விவரித்து, அவர்கள் தண்டிக்கப்பட வேண்டும் என்று கேட்டுக்கொள்ளும் முழுப்பக்க விளம்பரங்கள் நியூயார்க் நகரச் செய்தித்தாட்கள் பலவற்றில் வெளிவரச் செய்தார். அதன்பிறகு சென்ட்ரல் பார்க் ஐவரும் குற்றமற்றவர்கள் என்பது மட்டு மின்றி, அவர்களது வழக்கு விசாரணையில் சம்பந்தப்பட்ட பலரும் அவர்கள் குற்றமற்றவர்கள் என்பதை அறிந்தே இருந்தார்கள் என்பதும் வெளித்தெரிந்தது. சில ஆண்டுகளுக்குப் பின், அந்த ஐந்து பேரும் குற்றச்சாட்டிலிருந்து விடுவிக்கப்பட்டனர். அத்துடன் அவர்களுக்கு நியூயார்க் நகரத்தால் பண உதவி மூலம் ஈடு செய்யப்பட்டது.

இப்போது அமெரிக்க அட்டர்னி ஜெனரலாக இருக்கும் ஜெஃப் செஸ்ஸன்ஸ், பின்னர் அதிபராகத் தேர்ந்தெடுக்கப்பட்ட டொனால்ட் டிரம்பின் சென்ட்ரல் பார்க் ஐவர் குறித்த 1989ஆம் ஆண்டு கருத்துரைகள், "சட்டம் ஒழுங்கு" குறித்த அவரது கடப்பாட்டுணர்வை வெளிப்படுத்தியதாக 2016 நவம்பரில் புகழ்ந்து பேசினார். அந்தப் பதின்ம வயதினர் உண்மையில் முற்றிலும் குற்றமற்றவர்களாக இருந்தார்கள் என்பதன் காரணமாக மட்டுமின்றி, அந்த வழக்கில் உரிய செயல்முறைக்கான இடம் எதையும் டிரம்பின் வார்த்தைகள் விட்டு வைக்கவில்லை என்பதன் காரணமாகவும் இது சட்டம் - ஒழுங்கு குறித்த கவனத்தைக் கவரும் முனைப்பான புரிதலாக

இருக்கிறது. தாராளவாத ஜனநாயக அரசு ஒன்றில் சட்டம் - ஒழுங்கு குறித்த கட்டளைச் சட்டங்கள் அடிப்படையில் பாரபட்சமற்றதாக இருக்கின்றன. செஸ்ஸன்ஸ் "சட்டம்-ஒழுங்கு" என்ற சொற்றொடரைப் பயன்படுத்தும் விதம் இதற்கு மாறாக, கறுப்பின இளைஞர்கள் அவர்களின் இருத்தல் என்ற நிலையிலேயே சட்டம் ஒழுங்கின் மீறல்களாக இருக்கிறார்கள் என்று அறிவிக்கும் ஒரு சட்ட அமைப்பைக் குறிப்பிடுவதாகத் தோன்றுகிறது.

∞

ஆரோக்கியமான ஒரு ஜனநாயக அரசு தனது குடிமக்கள் அனைவரையும் சமமாகவும், நியாயமாகவும் நடத்துவதும், காவல்துறை மூலமாக அவர்களை ஒழுங்குபடுத்தும் கடும்பணி உள்ளிட்டு, மக்களிடையே பரஸ்பர மரியாதையின் பிணைப்புகளின் மூலம் ஆதரிக்கப் படுவதுமான சட்டங்களால் நிர்வகிக்கப்படுவதாக இருக்கிறது. ஃபாசிசத்தின் சட்டம் - ஒழுங்கு குறித்த ஆரவாரப் பேச்சு குடிமக்களை இரண்டு வர்க்கங்களாகப் பிரிப்பதை வெளிப்படையான கருத்தாகக் கொண்டுள்ளது: தேர்ந்தெடுத்த தேசத்தைச் சேர்ந்தவர்கள் யாரோ அவர்கள் இயல்பாகவே சட்ட உரிமை கொண்டவர்கள்; அப்படிச் சேராதவர்கள் யாரோ அவர்கள் உள்ளார்ந்தவிதத்தில் சட்டத்துக்குப் புறம்பானவர்கள். ஃபாசிச அரசியலில் மரபான பாலினப் பாத்திரங்களுக்குப் பொருந்தாத பெண்கள், வெள்ளையரல்லாதவர்கள், ஓரினப்புணர்ச்சியாளர்கள், புலம்பெயர்ந்தவர்கள், ஆதிக்க மதத்தைத் தங்களுடையதாகக் கொள்ளாத "தரங்கெட்ட, பாலினம் சார்ந்த பெருநகரக் குடிமக்கள்," ஆகியோர் தங்கள் இருத்தலின் நிலையிலேயே சட்டம் - ஒழுங்கை மீறியவர்களாக இருக்கிறார்கள். கறுப்பின மக்களை சட்டம்- ஒழுங்கிற்கான ஓர் அச்சுறுத்தல் என்று விவரிப்பதன் மூலம், அமெரிக்காவின் மக்கள் தலைவர்களால், வெள்ளையரல்லாதவர்களின் 'அச்சுறுத்தலி'லிருந்து பாதுகாப்பு தேவைப்படுகிற, வலுவான வெள்ளை தேசிய அடையாள உணர்வை உருவாக்க முடிந்தது. இதே போன்ற உத்தி புலம்பெயர்ந்தோருக்கு எதிராக மக்களை ஒற்றுமைப்படுத்துவதற்கு, நண்பன்-பகைவன் வித்தியாசங்களை அடிப்படையாகக் கொண்ட அச்சத்தை உருவாக்குவதற்கு சர்வதேச அளவில் பயன் படுத்தப்படுகிறது.

∞

தேசிய சோசலிசத்தின் வரலாறு என்பது ஃபாசிச அரசியலின் தேசிய அடையாள உருவாக்கத்தின் ஒரு பாடப்புத்தக உதாரண மாகும். 1880களில் தொடங்கி, இனரீதியான தேசியவாதத்தின் மாற்று வடிவம் ஒன்று ஆஸ்திரியாவிலும், ஜெர்மனியிலும் வளர்ச்சியுற்றது. அதனால் வழங்கப்பட்ட ஊற்றுக்கண்ணிலிருந்து தேசிய சோசலிச இயக்கம் பாய்ந்தோடியது. ஜெர்மனிய வோக்கின் இனத்தூய்மை குறித்த கற்பனாவாத நோக்கம் ஒன்றில் வோக்கிஷ் இயக்கம் வேர் கொண்டிருந்தது. வோக்கிஷ் சிந்தனையின் உள்ளிருந்து செயல்பட்ட யூத எதிர்ப்பு, ஜெர்மானிய வோக் குறித்த வரையறைப்பின் ஒரு பகுதியாகச் செயல்பட்டது. வோக் என்பது அவர்களின் எதிரியான யூதர்களுக்கு எதிரானது என்று வரையறுக்கப்பட்டது. சிறுபான்மைக் குழுவினர் பற்றிய அச்சத்தை விதைப்பது - சட்டம்-ஒழுங்குக்கு அவர்கள் ஓர் அச்சுறுத்தலாக இருக்கிறார்கள் என்று சாயம் பூசுவது - என்னும் மிகப் பொதுவான நிச்சய வழிமுறையையும் தேசிய சோசலிஸ்டுகள் பயன்படுத்தினார்கள்.

குளிர்காலம் முழுவதும் பெர்லினுக்கு வெளியில் நாடகச் சுற்றுலா ஒன்றிற்குச் சென்றுவிட்டு வசந்தகாலத்தில் அப்போதுதான் திரும்பி வந்த என் பாட்டி கில்ஸே ஸ்டான்லி, "நண்பர்கள் மேன்மேலும் காணாமல் போய்க்கொண்டிருந்த ஒரு நகரத்தை மட்டுமே காண வேண்டியிருந்தது. அவர் திரும்பி வந்ததும் அவர் வீட்டுக்கு அவரது ஒன்றுவிட்ட சகோதரி ஒருவர் வந்துசேர்ந்தார். என் பாட்டியின் கணவரை வதைமுகாம் ஒன்றுக்கு கெஸ்டபோ காவற்படையினர் கொண்டுசென்றுவிட்டதாக அவரிடம் அந்த ஒன்றுவிட்ட சகோதரி சொன்னார். 1956ஆம் ஆண்டில் அவரது நினைவுக் குறிப்பான த அன்ஃபர்காட்டன் நூலில் என் பாட்டி தனது ஒன்றுவிட்ட சகோதரி யிடம் தனது கணவர் கைது செய்யப்பட்டதற்கான காரணத்தைக் கேட்டது பற்றி விவரிக்கிறார். அந்த ஒன்றுவிட்ட சகோதரியின் பதில்:

> ஏனென்றால், அவர் குற்றவாளியாகப் பதிவாகியுள்ளவர். அவர் நீதிமன்றத்தில் இரண்டுமுறை அபராதம் செலுத்தி யுள்ளார். இத்தனை ஆண்டுகாலம் நீதிமன்றம் செய்யத் தவறியதை அவர்கள் இறுதியாகச் செய்ய விரும்புவதாக அவர்கள் சொன்னார்கள்: குற்றவாளிகளாகப் பதிவாகியுள்ள அனைத்து யூதர்களும் ஒழித்துக் கட்டப்பட வேண்டும். ஒரு போக்குவரத்து அபராதம் - ஒரு குற்றப்பதிவு).

எனது பாட்டியின் நூலின் முதல்பாதி ஹிட்லர் அதிகாரத்துக்கு வந்ததற்குப் பின்னான ஆண்டுகள் குறித்த கவனமிக்க ஒரு விவரணையாகும். அதில், ஜெர்மனியில் இருந்த யூத சமுதாயத்துக்கு தாங்கள் எதிர்கொண்ட இன்னல்களுக்கான காரணத்தைப் புரிந்து கொள்வது எவ்வளவு சிரமமாக இருந்தது என்பதை அவர் ஆவணப் படுத்தியுள்ளார். நாஜி சமூகப் , பணியாளர் என்னும் மாறு வேடத்தில் சச்சென்ஹாஸனிலிருந்த வதைமுகாமிலிருந்து சிறைக் கைதிகளை மீட்பதற்கான பணியின் விளைவாக அவர் இந்த இன்னலை உள்ளிருந்து புரிந்துகொண்டார். முகாமில் நிகழ்ந்த முழுமையான பயங்கரம் குறித்து அவர் எதைக் கண்டாரோ அது குறித்து, பிற சக யூதர்கள் பலர் எச்சரிக்கையாக இல்லாத நிலையில் அவர் எச்சரிக்கையாக இருந்தார். அது அமெரிக்காவில் இப்போது இருக்கும் அகதிகள் மற்றும் புலம்பெயர்ந்தோருக்கான தடுப்புக்காவல் முகாம்களைப்போல் பொது மக்களின் பார்வையிலிருந்து மறைக்கப்பட்டதாக இருந்தது. குடும்ப உறுப்பினர்களையும், நண்பர்களையும் அங்கிருந்து போய்விடச் சம்மதிக்க வைப்பதில் அவர் பட்ட சிரமத்தை அவர் திரும்பத்திரும்ப எழுதுகிறார். எல்லாவற்றுக்கும் மேலாக, பெரும்பாலான ஜெர்மானிய யூதர்கள் தங்களைக் குற்றவாளிகள் என்று நினைக்கவில்லை.

வாகனம் நிறுத்தல் போன்ற ஒரு சில விதிமீறல்களில்கூட குற்றம் கண்டுபிடிக்கப்பட்ட, ஸ்விட்சர்லாந்தில் பிறந்து அங்கேயே வசிக்கும் இரண்டாவது அல்லது மூன்றாவது தலைமுறையைச் சேர்ந்தவர்கள் உள்ளிட்டு, “புலம்பெயர்ந்தோரை” நாடு கடத்துவது தொடர்பாக கருத்துவாக்கெடுப்பு ஒன்றை ஸ்விட்சர்லாந்தில், 2016 பிப்ரவரியில், தீவிர வலசாரிக் கட்சியான எஸ்.வி.பி. (ஸ்வைசர்சி வோல்க் பார்ட்டி) அறிமுகப்படுத்தியது. கருத்து வாக்கெடுப்பு நிச்சயம் நடக்குமென்று தோன்றியது. “குற்றவாளியான புலம் பெயர்ந்தோரை” நாடு கடத்துவது தொடர்பான கதையாடலை மாற்றுவதற்கான ஒருங்கிணைப்பை மேற்கொண்ட ஸ்விஸ் மாணவர் குழுவொன்றால் நிறுவப்பட்ட ஆபரேசன் லிபரோவின் முயற்சிகளும் அந்தக் கருத்து வாக்கெடுப்பு தோல்வியடைய பகுதியளவு காரணமாக இருந்தது.

அமெரிக்காவில், டொனால்ட் டிரம்ப் “குற்றவாளிகளான அந்நியர்களை நாடு கடத்துவதற்கான அறைகூவலோடு அதிபர் பதவிக்குப்

போட்டியிட்டார். அவர் பதவியேற்றுக்கொண்டது முதலே புலம் பெயர்ந்தோரை இடைவிடாமல் தனது தாக்குதலின் இலக்காக ஆக்கிக்கொண்டார். அவரும், அவரது நிர்வாகமும் புலம்பெயர்ந் தோரைக் குற்றத்தன்மையோடு இணைப்பதன் மூலம் அச்சத்தை எழுப்புவது நம்முன் மீண்டும் மீண்டும் வைக்கப்பட்டது. அது, கருத்துகளாக மட்டுமல்லாமல், "குற்றவாளிகளான அந்நியர்கள் செய்த குற்றங்களில் பலியானவர்களுக்கு உதவுவதில் ஈடுபடுவதற்கு உள்நாட்டுப் பாதுகாப்புத் துறையின் புதிய அலுவலகமொன்று குறித்து அறிவிப்பு போன்ற அதிகாரபூர்வ ஆவணங்களாகவும் இருந்தது.

"குற்றவாளி" என்னும் வார்த்தை நிச்சயமாக ஏட்டளவிலான ஒரு பொருளைக் கொண்டிருக்கிறது. ஆனால் அது ஓர் எதிரான பொருளையும் கொண்டிருக்கிறது. தங்கள் இயல்பிலேயே சமூ கத்தின் கட்டளைவிதிகளை உணராத மக்கள் சுய விருப்பத்தாலோ அல்லது தீய நோக்கத்தாலோ சட்டத்தை மீறும்படி ஈர்க்கப் படுகிறார்கள். கவனக் குறைவாக ஒரு சட்டத்தை மீறுபவர்கள் அல்லது தவிர்க்கமுடியாத ஒரு சூழ்நிலையில் ஒரு சட்டத்தை மீறுபவர்களை விவரிப்பதற்கு பொதுவாக நாம் இந்த வார்த்தை யைப் பயன்படுத்துவதில்லை. பேருந்தைப் பிடிப்பதற்கு ஓடும் ஒருவர் அதனாலேயே ஓட்டப்பந்தய வீரராக ஆகிவிட மாட்டார்; குற்றம் செய்ததாலேயே ஒருவர் குற்ற வாளியாகிவிட மாட்டார். "குற்றவாளி" என்ற வார்த்தை ஒருவருக்கு ஒருவகையான குறிப் பான பண்பம்சத்தைக் கொடுக்கிறது.

உளவியலாளர்கள், குழுக்களுக்கிடையிலான பக்கச் சார்பு என்று அவர்களால் அழைக்கப்படும் ஒரு செயல்முறை குறித்து ஆய்வு செய்திருக்கிறார்கள். நாம் "நம்மைச் சேர்ந்தவர்"களில் ஒருவரது நடவடிக்கைகளை விவரிப்பதிலிருந்து மாறுபட்ட விதத்தில் "அவர் களைச் சேர்ந்தவர்களில்" ஒருவரது நடவடிக்கைகளை விவரிக்க விரும்புகிறோம்.

"நம்மைச் சேர்ந்தவர்" என்று நம்மால் கருதப்படும் ஒருவர் தவறாக ஏதேனும் செய்தால் - உதாரணமாக ஒரு சாக்லேட் கட்டி யைத் திருடினால்கூட அந்தச் செயலை நாம் திட்டவட்டமாக விவரிக்க விரும்புகிறோம். வேறுவார்த்தைகளில் சொன்னால், எனது நண்பன் டேனியல் ஒரு சாக்லேட் கட்டியைத் திருடினால்,

அவன் செய்ததை "சாக்லேட் கட்டியைத் திருடுவது" என்று சித்தரிக்க விரும்புவேன். அதற்கு மாறாக, "அவர்களைச் சேர்ந்தவர்"களில் ஒருவர் என்று நம்மால் கருதப்படுபவர் அதே காரியத்தைச் செய்தால், அந்தச் செயலைச் செய்த நபரின் நடத்தை மீது கற்றம சுமத்துவதன் மூலம் அதை நாம் மிகவும் மறைபொருளானவிதத்தில் விவரிக்க விரும்புகிறோம். அதைச்செய்த நபரை தீயநடத்தைக்குரியவர் என்று விவரிக்க விரும்புகிறோம். "அவர்களைச் சேர்ந்தவர்"களில் ஒருவராகக் கருதப்படும் ஜெரோம் ஒரு சாக்லேட் கட்டியைத் திருடினால் அவர் ஒரு திருடர் அல்லது குற்றவாளி என்றே பெரும் பாலும் விவரிக்கப்பட வாய்ப்பிருக்கிறது. ஒரு போலிஸ்காரின் பின்னிருக்கையில், நன்கு உடையணிந்திருக்கும் ஒரு வெள்ளை அமெரிக்கரின் கைகளில் விலங்கு பூட்டப்பட்டப்பட்டிருப்பதை ஒரு வெள்ளைக்காரர் பார்த்தால், அவர் மனதில் எழும் கேள்வி, அந்தக் குறிப்பிட்ட கைது நடவடிக்கைக்கு இட்டுச்செல்லும் படியாக என்ன நடந்திருக்கும் என்பதாக இருக்கக்கூடும். ஒரு போலிஸ்காரின் பின்னிருக்கையில் கைகளில் விலங்கு பூட்டப்பட்ட ஒரு கறுப்பு அமெரிக்கர் இருப்பதை ஒரு வெள்ளை அமெரிக்கர் பார்த்தால், தானாக எழும் கேள்வி, முன்சொன்னதற்கு மாறாக, "அந்தக் குற்றவாளி"யை போலீஸார் எப்படிப் பிடித்திருப்பார் என்பதாக இருக்கக்கூடும்.

நல்ல செயல்களைப் பொறுத்தவரையில், இதற்கு நேர் மாறானதே உண்மையாக இருக்கும். "நம்மைச் சேர்ந்தவர்" என்று நம்மால் கருதப்படும் ஒருவர் ஒரு நல்ல செயலைச் செய்தால், என்ன நடந்தது என்பதை விளக்கும்போது சம்பந்தப்பட்ட நபரின் நல்ல குணத்தோடு அதைச் சேர்த்துச் சொல்ல விருப்பம் கொள் வோம். டேனியல் ஒரு குழந்தைக்கு ஒரு சாக்கலேட் கட்டியைக் கொடுப்பது, "டேனியலின் தாராளமனப் பான்மை"க்கு எடுத்துக் காட்டாக விவரிக்கப்படும். ஜெரோம் ஒரு குழந்தைக்கு ஒரு சாக்கலேட் கட்டியைக் கொடுப்பது திட்டவட்டமான வார்த்தை களால் விவரிக்கப்படும்: "அந்த ஆள் அந்தப் பையனுக்கு வெறு மனே ஒரு சாக்கலேட் கட்டியைத்தான் கொடுத்தான்."

ஒருவரது செயல்கள், அந்த நபர் "நாம்" என்று வகைப்படுத்தப் படுகிறாரா அல்லது "அவர்கள்" என்று வகைப்படுத்தப்படுகிறாரா? என்பதைப் பொறுத்து சூக்குமமாக அல்லது தூலமாக விவரிக்கப்

படுவதை ஒரு பார்வையாளரால் அனுமானிக்க முடியும் என்று குழுக்களுக்கிடையிலான பக்கச்சார்பு மீதான ஆய்வு காட்டுகிறது. உதாரணமாக, ஒருவர் வேறொருவரை விவரிக்கும்போது, அந்த நபர் அதே அரசியல் கட்சியை அல்லது அதே மதத்தைப் பகிர்ந்து கொள்ள விரும்புகிறவரா என்பதைப் பொறுத்து விவரிப்பதுபோல் பரிசோதனைக்குரிய பேசுபொருட்கள் அனுமானங்களை உருவாக்கு கின்றன.[1] ஒருவரைக் குற்றவாளி என்று விவரிப்பது அவரை நிரந்தரமாக அச்சுறுத்தலுக்குரிய இயற்பண்புக் குறைபாட்டைக் கொண்டவர் என்று அடையாளப்படுத்தும் அதே சமயத்தில் "நாம்" என்னும் வட்டத்துக்கு வெளியே அவரை வைப்பதுமாகும். அவர்கள் குற்றவாளிகள். நாம் தவறு செய்பவர்கள்.

மனிதர்களின் ஒட்டுமொத்த வகையினங்களைக் "குற்றவாளிகள்" என்று விவரிக்கும் அரசியல்வாதிகள், அவர்களது நிரந்தரமான இயற் பண்புக் குறைபாடுகளை அதற்குக் காரணமாகக் காட்டுகிறார்கள். அந்தக் குறைபாடுகள் பெரும்பான்மையான மக்களை அச்சுறுத்துவ தாக இருக்கின்றன. அதே சமயத்தில் அதன் உடனிகழ்வாக, நம்மைப் பாதுகாப்பவர்களாகத் தங்களைத் தாங்களே அவர்கள் நிறுத்திக்கொள் கிறார்கள். இத்தகைய சிந்தனாபூர்வமாக முடிவெடுக்கும் பேச்சு ஜன நாயகச் செயல் முறையை வலுவிழக்கச்செய்து, அதை அச்சத்தைக் கொண்டு மாற்றீடு செய்கிறது. அமெரிக்கப் பின்னணியில் இன் னொரு சிறந்த உதாரணம், அரசியல் எதிர்ப்புப் போராட்டங்களை விவரிக்க "கலவரம்" என்ற வார்த்தையைப் பயன்படுத்துவதாகும். அமெரிக்காவில், 1960களில், சிவில் உரிமைகள் இயக்கம் காவல் துறையின் காட்டுமிராண்டித்தனத்துக்கு எதிராகப் புறநகர்ப்பகுதி களில் நடந்த கறுப்பின அரசியல் எதிர்ப்புப் போராட்டங்களைத் தன்னுடன் சேர்த்துக்கொண்டது (இதில் லாஸ் ஏஞ்சல்ஸ் வட்டா ரத்தில் வாட்ஸ் மற்றும் மன்ஹாட்டனின் ஹார்லம் பகுதியில் நடந்தவை மிகவும் புகழ்பெற்றவை). இந்த எதிர்ப்புப் போராட் டங்கள் ஊடகங்களில் தவறாமல் "கலவரங்கள்" என்றே விவரிக்கப் பட்டன. இந்த எதிர்ப்புப் போராட்டங்கள் குறித்து ஊடகங்களின் விவரிப்பைப் பற்றி ஜேம்ஸ் பால்ட்வின் இவ்வாறு எழுதினார்; "ஒடுக்குமுறைக்கு எதிராக வெள்ளையின மனிதர்கள் பொங்கி யெழும்போது அவர்கள் நாயகர்கள். கறுப்பின மனிதர்கள் பொங்கி யெழும்போது அவர்கள் தங்கள் பிறப்பியல்பான காட்டுமிராண்டித்

தனத்துக்குத் திரும்பிவந்தவர்கள். வார்சா குடியிருப்பில் நடந்த கிளர்ச்சி கலவரம் என்று விவரிக்கப்படவில்லை; அதில் கலந்து கொண்டவர்கள் திருடர்கள் என்று இழிவுபடுத்தப்படவில்லை. வாட்ஸிலும், ஹார்லம்மிலும் இருக்கும் பையன்களும் பெண் களும் இதை நன்கறிந்திருக்கிறார்கள்."[2] இத்தகைய தவறான பிரதி நிதித்துவப்படுத்தல்கள் 1968இல், "சட்டம்-ஒழுங்கு என்னும் ஒரு தளத்தில் ரிச்சர்ட் நிக்சனை ஆட்சிப் பொறுப்புக்குப் போட்டியிட அனுமதித்தன. நிக்சனின் நிர்வாகம், அதன்பிறகு நிகழ்ந்த கறுப்பின அமெரிக்கக் குடிமக்கள் பெரும் எண்ணிக்கையில் சிறை யிலடைக்கப்படும் நிகழ்வுக்கு அடித்தளமிட்டதாகப் பொதுவாகப் பார்க்கப்படுகிறது.

2015இல் ஃப்ரெட்டி கிரே காவல்துறையால் கொல்லப்பட்ட தற்குப் பிறகு, பால்டிமோரில் காவல்துறையின் காட்டுமிராண்டித் தனத்துக்கு எதிராக கறுப்பின மக்கள் கூட்டங்களால் பெருமளவில் மேற்கொள்ளப்பட்ட எதிர்ப்புப் போராட்டங்கள் பரவலாக நடந்தன. 2015 ஏப்ரலில் லிங்குஸ்டிக் பல்ஸ் இதழுக்கு எழுதிய கட்டுரை யொன்றில் நிக் சப்டிரிலு பால்டிமோர் எதிர்ப்புப் போராட்டங்களை விவரிப்பதற்கு "எதிர்ப்புப் போராட்டம்" என்பதற்குப் பதிலாக "கலகம்" என்ற வார்த்தையைப் பயன்படுத்திய வெவ்வேறு விதமான ஊடக வெளியீட்டகங்களை ஒப்பிட்டுள்ளார். பால்டி மோர் அமைதியின்மை குறித்த தனது செய்தி அறிவிப்பில் அமெரிக் காவின் தீவிர வலதுசாரி ஊடக வெளியீட்டகமான ஃபாக்ஸ் நியூஸ் "எதிர்ப்புப் போராட்டம் என்பதைவிட இரண்டு மடங்கு அதிக எண்ணிக்கையில் "கலகம்" என்பதைப் பயன்படுத்தியது. இதற்கு மாறாக சி.என்.என். "கலகம்" என்பதைவிடச் சற்றே அதிக எண்ணிக்கையில் மட்டுமே "எதிர்ப்புப் போராட்டம்" என்பதைப் பயன்படுத்தியது. எம்.எஸ்.என். பி.சி. "எதிர்ப்புப் போராட்டம்" என்பதைவிட சற்றே அதிக எண்ணிக்கையில் "கலகம்" என்பதைப் பால்டி மோர் அமைதியின்மை குறித்த தனது செய்தி அறிவிப்பில் பயன்படுத்தியது.[3] எதிர்ப்புப் போராட்டங்களைக் கலகங்கள் என்று தவறாகப் பிரதிநிதிப்படுத்துவது டொனால்ட் டிரம்பின் தேர்தல் பரப்புரையின் ஒரு முக்கிய அம்சமாக இருந்தது. அவரது தேர்தல் பரப்புரை நிக்சனுடைய பரப்புரையின் வலுவான எதிரொலிகளைக் கொண்டிருந்தது. இருப்பினும், வன்முறைக் குற்றங்களின் அளவு

அதிகரித்துக்கொண்டிருந்த சமயத்தில் நிக்சன் தேர்தல் பரப்புரை செய்தார். ஆவணப்படுத்தப்பட்ட அமெரிக்க வரலாற்றில் வன்முறைக் குற்றங்கள் பலவற்றின் அளவு மிகவும் குறைவாக இருந்த நிலைமை களின்கீழ் டிரம்பின் வெற்றிகரமான சட்டம்-ஒழுங்கு பரப்புரை இடம் பெற்றது.

∞

மகிழ்ச்சிக்காகப் பல கொலைகளைச் செய்தவர்கள், போக்கு வரத்து விதிகளை மீறியவர்கள் ஆகிய இருவகையினரையும் உள்ளடக்குவதற்கு "குற்றவாளி" என்பதை அல்லது ஓர் அரசியல் போராட்டத்தை விவரிப்பதற்குக் "கலகம்" என்பதைப் போன்ற வார்த்தைகளைப் பயன்படுத்தும் விவாதம் மனப்போக்குகளை மாற்றி, கொள்கையை வடிவமைக்கிறது. ஒரு மக்கள்குழு முழுவதையும் குற்றவாளிகளாக மாற்றும் மொழி, விவாதங்களைச் சிதைத்து, பகுத்தறிவுக்கு ஒவ்வாத விளைவுகளுக்கு இட்டுச் செல்லும். அதன் விளைவு என்னவாக இருக்க முடியும் என்பதற்கு, ஆப்பிரிக்க வம்சாவளியைச் சேர்ந்த அமெரிக்கக் குடிமக்கள் பெரும் எண்ணிக்கையில் சிறையிலடைக்கப்பட்டது ஒரு நல்ல உதாரணமாகும்.

1980இல், ஐந்து லட்சம் அமெரிக்கர்கள் சிறையில் அல்லது சிறைச்சாலையில் இருந்தார்கள். 2013வாக்கில் 23 லட்சம் பேர் அங்கிருந்தனர். சிறையிலடைப்பதில் ஏற்பட்ட திடீர் எழுச்சி, இந்த நாட்டில் அடிமைப்படுத்தியவர்களின் வழித்தோன்றல் களான அமெரிக்கக் குடிமக்கள் விசயத்தில் அளவொவ்வாத விதத்தில் வீழ்ச்சி கண்டது. அமெரிக்க மக்கள்தொகையில் வெள்ளை அமெரிக்கர்கள் 77 சதவீதமும், கறுப்பு அமெரிக்கர்கள் 13 சதவிதமும் இருக்கிறார்கள். இருப்பினும் வெள்ளை அமெரிக் கர்களைவிட அதிக எண்ணிக்கையில் கறுப்பு அமெரிக்கர்கள் சிறையில் அடைக்கப்படுகிறார்கள். உலக அளவில் சிறையிலடைப் பட்டிருப்போரின் மக்கள்தொகையில் ஒரு குழுவினர் மட்டும் மிக அதிக அளவில் இருக்கும் ஒரு காலம் வரலாற்றில் அரிதானது; அமெரிக்க மக்கள்தொகையில் கறுப்பு அமெரிக்கர்கள் 13 சதவீதம் மட்டும்தான். ஆனால் உலகின் சிறைப்பட்டிருப்போரின் மக்கள் தொகையில் அவர்கள் 9 சதவீதமாக இருக்கிறார்கள்.

அமெரிக்காவின் நீதித்தறை அமைப்பு நியாயமானதாக இருந் திருக்குமானால், 3 கோடியே 80 லட்சம் கறுப்பின அமெரிக்கர்கள், உலகிலுள்ள சராசரி இனக்குழுவைப்போல் குற்றம் சார்ந்த மன நிலையோடு இருந்திருப்பார்களேயானால், (உதாரணமாக, ஓர் இனக்குழு என்பது 6 கோடி 10 லட்சம் இத்தாலியர்கள் அல்லது 4 கோடி 50 லட்சம் இந்து குஜராத்திகள்) 2013ஆம் ஆண்டு மதிப் பிடப்பட்ட உலக மக்கள் தொகையான 7.135 பில்லியனில் 9 சதவிதம் பேர் கறுப்பின அமெரிக்கர்களாக இருப்பார்கள் என்ற நீங்கள் எதிர்பார்க்கலாம். அப்படியானால் உலகில் 6 கோடிக்கும் அதிகமாக கறுப்பு அமெரிக்கர்கள் இருப்பார்கள். கறுப்பின அமெரிக் கர்களும் மற்றவர்களைப் போலத்தான் என்று நீங்கள் நினைப் பீர்களானால், அதற்கு மாறாக, கறுப்பின அமெரிக்க தேசம் உலகின் மூன்றாவது பெரிய தேசமாக அமெரிக்காவைப்போல் இரண்டு மடங்கு பெரியதாக இருக்கப்போகிறது. இந்த அடிப்படைச் செய்திகளின் முன்னிலையிலும் அமெரிக்காவின் சிறைச்சாலை விதிகள் நியாயமாக அனுசரிக்கப்படுகின்றன என்றும், நிறப் பிரிவினை காட்டப் படுவதில்லை என்றும் இன்னும் நீங்கள் நிச்சயமாக நினைக்கக்கூடும். அப்படி நினைத்தீர்களானால், மனித நாகரிகத்தின் பல்லாயிரமாண்டு வரலாற்றில், மிகவும் ஆபத்தான குழுக்கள் மத்தியில் கறுப்பு அமெரிக்கர்களும் இருக்கிறார்கள் என்று கிட்டத்தட்ட நிச்சயமாக நீங்கள் நம்பவேண்டியிருக்கும்.

அமெரிக்காவில், சிறைப்படுத்துதலின் செங்குத்தான அதிகரிப்பின் அளவுகள் குற்றம் புரிதலின் செங்குத்தான வீழ்ச்சியோடு இணைந் திருக்கின்றன. "த இம்பேக்ட்ஸ் ஆஃப் இன்கார்சிரேசன் ஆன் கிரைம்" என்னும் 2017ஆம் ஆண்டு மதிப்பீட்டுக் கட்டுரை யொன்றில் அதன் ஆசிரியர் டேவிட் ரூட்மேன், "1990க்கும் 2010க்கும் இடைப்பட்ட காலத்தில் சிறைப்படுத்துதல் தலைக்கு 59% அதிகரிப்போடு, எஃப். பி ஐ.யால் பின்தொடரப்பட்ட "அட்டவணைக் குற்றங்களில்" 42% வீழ்ச்சியும் சேர்ந்திருந்தது,"[4] என்று குறிப்பிடுகிறார். இருப்பினும் ரூட்மேன் துல்லியமாகக் குறிப் பிடுவதுபோல், "அதிக எண்ணிக்கையிலான மக்களைச் சிறைக் கம்பிகளுக்குப் பின்னால் வைப்பது, குற்றங்களின் வீழ்ச்சிக்குப் பெருமளவு வரம்பு மீறாத்தன்மையைச் சேர்த்தது என்பதை ஆய் வாளர்கள் ஒப்புக்கொள்கிறார்கள்." 1990களிலிருந்து குற்ற

விகிதங்களில் செங்குத்தான வீழ்ச்சியோடு சேர்த்து அமெரிக்கா போன்று அதேவிதமான வடிவொழுங்கை கனடாவும் அனுபவித் திருக்கிறது என்பதும் ஒரு விசயமாகும். இருப்பினும், 1990கள் நெடுகவும் தொடர்ந்த, பெரும் எண்ணிக்கையிலான மக்களைச் சிறையிலடைக்கும் பரிசோதனையையொட்டிய விதத்தில் கனடா வின் சிறையடைப்பு விகிதம் அதிகரிக்கவில்லை. வட அமெரிக் காவில் 1990லிருந்து பொதுவாகக் குற்றங்களின் வீழ்ச்சி என்பதற்கு விளக்கம் என்று ஏதாவது இருக்குமானால், அமெரிக்காவிலும், கனடாவிலும் குற்றங்கள் ஒரேமாதிரியாகக் குறைந்ததே அதை விளக்குவதாக இருக்கும். சிறைப்படுத்துதல் அதிகரிக்கப்பட்டது அதை விளக்குவதாக இருக்கவில்லை.

சிறையிலடைத்தல் அதிகரிப்பதற்கும், குற்றங்களின் எண் ணிக்கை வீழ்ச்சியடைவதற்கும் இடையிலான தொடர்பைப் பற்றி பல ஆய்வாளர்கள் குழப்பமான நிலையில் இருப்பதற்கு முக்கியக் காரணம், சிறையிலடைப்பது என்பது அதனளவிலேயே குற்ற எண்ணிக்கையை அதிகரிக்கச் செய்வதாக இருக்கிறது என்று ஆய்வுகள் காட்டுவதன் காரணமாகத்தான். முன்னாட்களில் சிறையிலடைக்கப்பட்டவர்களாக இருந்த தனிநபர்கள் வேலை வாய்ப்பைப் பெறுவதில் மாபெரும் சிரமத்துக்கு ஆளானார்கள்; கடைசி அத்தியாயத்தில் நாம் பார்க்க இருப்பது போல், கறுப்பின அமெரிக்கர்களுக்கு இதன் தாக்கம் பல மடங்கு பெருகிறது. முன்னாட்களில் சிறையிலடைக்கப்பட்டவர்களாக இருந்த குடி மக்கள் மிகக்குறைந்த குடிமைப் பங்களிப்பு விகிதத்தைக் கொண்ட வர்களாகவும் இருந்தார்கள். அவர்கள் தீர்க்கமான விதத்தில் தங்களை குடிமைச் சமூகத்திலிருந்து அப்புறப்படுத்திக் கொண் டார்கள்.[5] சிறையிலடைத்தல் என்பது சிறையிலடைக்கப்பட்டவர் களின் குடும்பங்கள்மீது எதிர்மறையான ஒரு தாக்கத்தையும் கொண்டிருந்தது. அடுத்து வரும் சிறையிலடைக்கப்படுதலுக்கான சாத்தியத்தை அதிகரிக்கச் செய்வதாகவும் இருந்தது. வெள்ளை யர்களுடன் ஒப்பிட்டால், அதே குற்றத்துக்குக் கறுப்பின அமெரிக் கர்கள் சிறையிலடைக்கப்படுவதற்கான சிக்கலைப் பெருமளவில் எதிர்கொள்கிறார்கள். உதாரணமாக, போதைப்பொருள் குற்றங் களுக்காக சிறையிலடைக்கப்படுவதிலுள்ள மிகப் பெரிய வித்தி யாசத்தைக் கொண்ட எண்ணிக்கைகளே இதற்குச் சான்றாகும்.

சிறையிலடைக்கப்படுதலே அதனளவில் குற்றத்துக்கு இட்டுச் செல்வதாக இருக்கிறது என்றும் ஆய்வுகள் கருத்துரைக்கின்றன - இந்தத் தாக்கத்தை ரூட்மேன் "அதிக காலம் சிறையிலிருப்பது, சிறைக்குப் பிறகு அதிக அளவில் குற்றம் செய்வது" என்று சுருக்கமாகச் சொல்கிறார்.

கடுமையான தண்டனை நடவடிக்கைகள் கறுப்பின அமெரிக்கர்கள் மத்தியில் இருக்கும் எதிரான சமூக சூழ்நிலைகளுக்குச் சரியான பதிலடியாகக் கருதப்படுவது ஏன் என்பது மிகவும் முக்கியமான கேள்வியாகும். ஒரு சமுதாயம் குறிப்பிடத்தக்க அளவில் உயர்வான குற்ற எண்ணிக்கையைக் கொண்டிருக்கும் போது, அங்கு பரிவுணர்வும், புரிந்துகொள்ளலும் தேவைப்படுகிற ஒரு சமூகப் பிரச்சினை இருக்கிறது என்பது தெளிவானது. அதற்கு அடியோட்டமாக இருக்கும் கட்டமைப்புரீதியான காரணங்களை முன்வைப்பதற்கான கொள்கை களின் அவசரத்தேவையொன்றும் இருக்கிறது. அப்படியானால், மிகவும் முக்கியமான கேள்வியாக இருப்பது இதுதான்: இந்தக் குழுவின்மீது பரந்துபட்ட அளவில் பரிவுணர்ச்சி இல்லாமல் போனதற்கான மூல காரணம் என்ன?

அமெரிக்க ஊடகங்களில் "தி அபின் தூக்க மருந்து நெருக்கடி" பற்றிய செய்தி வெளியிடப்பட்டபோது, செயல்பட்ட பரிவுணர்ச்சியைக் கவனத்தில் எடுத்துக்கொள்வதற்கு இந்தப் பின் னணியில் ஒருகணம் இடைவெளி தாருங்கள். அபின் நெருக்கடி கேடுவிளைவிப்பதும், அச்சுறுத்தலானதுமான "அபின் வளையங் களால் இயக்கப்படுபவையாகச் சித்தரிக்கப்படவில்லை. அபின் மருந்துக்கு அடிமையானவர்கள் குற்றவாளிகள் என்ற வரையறுக்கப் படவுமில்லை. ஊடகங்கள், அரசியல் வாதிகள், சமூக விமர் சனங்கள், மருத்துவச் சமுதாயம் என எதுவாக இருந்தாலும், அதிபர் டிரம்பேகூட அபின் மருந்துக்கு அடிமையாதலை முன்வைத்துப் பேசுவார்களானால், அதை ஒரு நெருக்கடியாக, பொது சுகாதாரத் தொற்று நோயாக முன்வைத்தே பேசுவார்கள். சட்டம்-ஒழுங்கோடு நேரடியாகப் பிணைக்கப்பட்ட ஒரு பிரச்சினையாக அல்ல. அபின் நெருக்கடி ஆப்பிரிக்க அமெரிக்கக் குடிமக்களோடு தொடர்புடையது அல்ல; அதைவிடவும் டிரம்பின் அடித்தளமான நாட்டுப்புற வெள்ளையர்களோடும், இடம்பெயர்ந்துவந்த வெள்ளையினத்தைச்

சேர்ந்த தொழில்துறைத் தொழிலாளர்களோடும் தொடர்புடைய தாகும். சுருக்கமாகச் சொன்னால், அமெரிக்காவின் பொது உரை யாடலில் அபினுக்கு அடிமையாதல் குறித்துச் சிக்கலானதும், கருணை அடிப்படையிலானதுமான ஒரு பொதுப்பகுப்பாய்வு மேற் கொள்ளப்பட்டுவருகிறது. அத்துடன் ஒன்றிய அளவிலும் மாநில அளவிலுமான முன்னெடுப்புகள் அதைத் தடுப்பதிலும், சிகிச்சை யளிப்பதிலும் கவனத்தைக் குவித்திருக்கின்றன. போதைப்பொரு ளுக்கு அடிமையாதல் ஆப்பிரிக்க அமெரிக்க மக்களோடு தொடர் புடையதாகத் தோற்றமளித்தபோது, அவர்களுக்கு இப்படிப்பட்ட ஒரு பகுப்பாய்வு மட்டுமே பொருத்தமானதாக இருந்திருக்கலாம். அனைத்து இனங்களையும் வர்க்கங்களையும், குழுக்களையும் சேர்ந்த குடிமக்களின் அடிமையாதலும் கருணையோடும், பரி வுணர்ச்சியோடும், தாராளவாத விழுமியங்களின் பகிர்ந்து கொள்ளப்பட்ட மனித கண்ணியத்தோடும், சமத்துவத்தோடும் முன்வைத்துப் பேசப்பட வேண்டும்.

1896இல், ஃபிரடெரிக் எல்.ஷாப்மேன் ரேஸ் டிரெய்ட்ஸ் அன்ட் டென்டன்ஸீஸ் ஆஃப் த அமெரிக்கன் நீக்ரோ என்ற நூலை வெளி யிட்டார். வரலாற்றாளர் கலில் கிப்ரான் முகம்மத் விளக்குவது போல், “இருபதாம் நூற்றாண்டின் முதல் பாதியில் விவாதத்துக் குரியவிதத்தில் மிகவும் செல்வாக்குச் செலுத்தியது இனம் மற்றும் குற்றம் குறித்த ஆய்வாகும்.” அதன் கருதுகோள் கறுப்பின அமெரிக் கர்கள் வன்முறையானவர்கள், சோம்பேறிகள், எளிதில் நோய் வாய்ப் படக்கூடியவர்கள் என்பதாகும். 1996இல், வில்லியம் ஜே.பென்னெட், ஜான் ஜே. டிலுலியே மற்றும் ஜான் பி. வால்டர்ஸ் ஆகியோர் பாடி கவுண்ட்: மாரல் பாவர்டி அன்ட் ஹவ் டு வின் அமெரிக்காஸ் வார் எகென்ஸ்ட் கிரைம் அன்ட் டிரக்ஸ் என்னும் நூலை வெளியிட்டார்கள். ஒரு புதிய தலைமுறை இளைஞர்களிட மிருந்து அமெரிக்கா ஒரு தனித்துவமான அச்சுறுத்தலை எதிர் கொள்கிறது. இவர்களில் ஒரு பெரும் சதவீதத்தைச் சேர்ந்தவர்கள் கறுப்பர்கள். இவர்கள், குறிப்பாக கொடூரமான வன்செயலுக்கான மனச்சாய்வுகொண்டவர்கள்; நேர்மையாக வேலை செய்வதற்கான திறனில்லாதவர்கள்; இந்த இளைஞர்களை அவர்கள் “சூப்பர் பிரிடேட்டர்ஸ்” என்று அழைக்கிறார்கள். இந்த “சூப்பர் பிரிடேட் டர்ஸ்” மூலமாக வரவிருக்கும் இளைஞர்களின் ஒரு வன்முறை

அலை குறித்து இந்த நூல் எச்சரிக்கிறது (அந்த அலை நிச்சயமாக செயல்வடிவம் பெறவில்லை; பின்வந்த ஆண்டுகளில் வன் முறைக் குற்றங்கள் முனைப்பாக அதிகரிப்பதற்கு மாறாகக் குறைந்துவந்தன). குற்றத் தன்மைக்கும், அடிமைப்படுத்தப்பட்ட ஆப்பிரிக்கர்களின் வழிவந்த அமெரிக்கர்களுக்கும் இடையில் ஒரு தொடர்பை வடிவமைத்த ஒரு நூற்றாண்டுகாலப் போலி அறிவி யலுக்கு, இந்த இரு படைப்புகளும் புத்தக அடுக்கில் கடைசிப் புத்தகம் தாங்கும் முட்டணியாக இருக்கின்றன: இரு நூல்களும் வரவிருக்கும் இனச்சார்புகொண்ட ஒரு வன்முறை அலை குறித்து அறவியல் பேரச்சத்தை எழுப்புவதற்குப் புள்ளி விவரங்களின் அமைவடக்கமான மொழியைப் பயன்படுத்துகின்றன. பாடி கவுண்ட் நூலானது, ஹாப் மேனின் நூலைப் போலல்லாமல், மரபணுவியலை விடவும் “உள் நகரப் பண்பாட்”டின் “அறவியல் வறுமை” தொடர்பான தனது வாதங்களின் தவறான முன்மதிப் பீடுகளையே அடித்தளமாகக் கொண்டுள்ளது.

சாராம்சமான விதத்தில், கறுப்பின மக்கள் எவ்வளவு காலம் இருந்துகொண்டிருக்கிறார்களோ அவ்வளவு காலமும் அவர்கள் “குற்றத்தை இனத்துக்குள் புகுத்தி எழுதும்” முயற்சிக்குச் சவா லாகவே இருப்பார்கள். “நீக்ரோ பிரச்சினைகள் குறித்த ஆய்வு” என்னும் தனது 1898ஆம் ஆண்டுக் கட்டுரையில் டபிள்யூ. ஈ.பி. துப்வா பின்வருமாறு வருந்துகிறார்:

> செல்வாக்கும், கல்வியறிவும்கொண்ட மனிதர்களிட மிருந்து அமெரிக்க நீக்ரோ குறித்து வெளிப்படும் முடி வற்ற இறுதித் தீர்ப்புகள், உண்மையின் முகத்துக்கு நேராக நிரூபிக்கப்படத்தக்க, நம்பகத்தன்மைக்குப் போது மான பொருண்மைக் கூறுகளைக் கொண்டதாக இன்று இருக்கவில்லை என்பது ஒவ்வொரு சரிநுட்பமான மாண வனாலும் அறியப்பட்டதாகும். இவற்றைக் கொண்டு எண்பது லட்சம் அமெரிக்க நீக்ரோக்களின் தற்போதைய நிலைமைகள் மற்றும் மனப் போக்குகள் பற்றிய உறுதி யான இறுதி முடிவுகளுக்கான ஆதாரத்தை எந்தவோர் அறிவியலாளராலும் கட்டியமைக்க முடியாது. அத்துடன் அப்படிப்பட்ட முடிவுகளை வழங்கும் நோக்கம்கொண்ட எந்தவொரு மனிதர் அல்லது வெளியீடும் எளிமையான

விதத்தில், பகுத்தறிவு சார்ந்த, நிரூபிக்கப்பட்ட ஆதாரத்தைக் கடந்து செல்வதையே உள்நோக்கமாகக் கொண்டுள்ளது.[6]

துப்வா இங்கு சமூக அறிவியலாளர்கள் அறிந்தவற்றுக்கும், முழுமையான உண்மைகளுக்கும் இடையிலான அகன்ற இடைவெளிக்கு அழுத்தம் தருகிறார். இந்த இடைவெளி ஸ்காட்லாந்தைச் சேர்ந்த தத்துவவாதி அலஸ்பாயிர் மக்கின்டைரால், "கையாளும் சூழ்ச்சித்திறம்" என்று அழைக்கப்படும் விசயத்துக்குள் அடங்குவதாகும். துப்வாவின் வார்த்தைகள் இன்றுவரை உண்மையாகவே இருக்கின்றன.

"கையாளும் சூழ்ச்சித்திற"த்துக்கு குறிப்பிடத்தக்கதும் முக்கியமானதுமான ஒரு உதாரணம், தொந்தரவு தருவது மற்றும் திரைவிலக்கிக்காட்டுவது என இருவகைப்பட்டதாகவும் இருக்கும் "சூப்பர் - பிரிடேட்டர் கொள்கை"யாகும். இது, குறைந்தபட்சம் அதன் தற்கால வடிவத்தில், இளங்குற்றவாளிகளுக்கு வயதுவந்தோருக்கான சிறைத்தண்டனைகளைத் தருவதை ஆதரித்து வாதாடும் வெற்றி கரமான முயற்சியில் அந்தச் சமயத்தில் ஈடுபட்டிருந்த, பிரின்ஸ்டனில் ஓர் அரசியல் அறிவியல் பேராசிரியராகவும், பாடி கவுண்ட் நூலை எழுதிய நூலாசிரியர்களில் ஒருவராகவும் இருந்த ஜான் டிலுலியோ ஜூனியரால் அறிமுகப்படுத்தப்பட்டது. இந்தக் கொள்கை, உள்ளார்ந்த வன்முறை இயல்புகளைக்கொண்ட "சூப்பர் -பிரிடேட்டர்" குழுக்களில் ஒன்று இரக்கமற்றவிதத்தில் கொலை, வன்புணர்ச்சி, உடலுக்கு ஊறுவிளைவித்தல் ஆகியவற்றில் ஈடுபடுகிறது. அப்படிப்பட்டவர்களுக்குச் சீர்திருத்தம் என்பது விருப்பத் தேர்வாக இருக்க முடியாது என்ற கருத்தை முன்வைக்கிறது. "சூப்பர்-பிரிடேட்டர்"களின் விரைவான, (மறைவடக்கமான) வளர்ச்சி சமூகத்தில் நுழைவதால், அமெரிக்காவில் 1995இலிருந்து 2000வரை வன்முறைக்குற்றங்களில் மிகப்பெரியதோர் அதிகரிப்பு இருக்குமென டிலுலியோ முன்கணித்தார். அமெரிக்காவில் வன்முறைக்குற்றங்களில் 1990களில் தொடங்கிய வீழ்ச்சி 1995லிருந்து 2000 வரையிலும் தொடர்ந்தது. இந்த உண்மைக்குப் புறம்பாக, அவரது இந்த முன்கணிப்பு நம்பகத் தன்மைகொண்டது என்று வாதிடப்பட்டது. ஆதாரங்கள் அளித்த உத்தரவாதத்தைவிட அதிக நிச்சயத்தன்மையோடு டிலுலியோ பேசினார். இந்த விசயம்,

கைவசமுள்ள ஆதாரத்துக்கும், சமூக அறிவியலாளர்கள் அதற்கு எப்படிப்பட்ட விளக்கத்தைத் தருகிறார்கள் என்பதற்கும் இடையிலுள்ள மிகப்பெரிய இடைவெளியை, இனத்தையும் குற்றத்தையும் இணைக்கும் கருத்தியல் பின்னணி ஒன்றே விளக்குவதாக இருக்கும் என்ற ஒருவர் சந்தேகிக்கக் கூடும்.

பொது விவாதத்தில் இந்தக் கொள்கை பெரும் தாக்கத்தைக் கொண்டிருந்தது. 1996 தேர்தலில் அமெரிக்க அதிபர் பதவிக்கான வேட்பாளர்களான பில் கிளின்டனும், பாப் டோலும் "சூப்பர்-பிரிடேட்டர்கள்" மீது யார் கடுமையாக நடந்துகொள்பவராக இருப்பார் என்பதில் போட்டியிட்டார்கள். அந்தக் கொள்கையின் தாக்கங்களை அளவிடுவது கடினம் என்றாலும் சிறுவர்களை வயது வந்தோர் என்பதாக அறிவுறுத்தும் கொடூரமானதும், புதிரானதுமான அரசியலமைப்புக் கொள்கைகளை ஏற்றுக்கொள்ளச் செய்வதற்கு இந்தக் கொள்கை மாபெரும் பங்களிப்பைச் செய்துள்ளது என்று தெளிவாகத் தோன்றுகிறது. இந்தச் சட்டங்கள் இனரீதியாக, சமச்சீரற்றவிதத்தில் பயன்படுத்தப்படுவது நன்கு ஆவணப்படுத்தப்பட்டுள்ளது; உதாரணமாக, 2012ஆம் ஆண்டின் தண்டனைத் தீர்ப்புத் திட்ட அறிக்கை ஒன்று, சிறைவிடுப்பு அனுமதிக்கப்படாத குற்றங்களைச் செய்து, ஆயுள் தண்டனையை அனுபவிக்கும் சிறுவர்களிடம் மேற்கொள்ளப்பட்ட கணக்கெடுப்பில், பதிலளித்த 1549பேரில் 940பேர் கறுப்பர்கள் என்று காட்டுகிறது. வெள்ளையினச் சிறுவர்களைவிட கறுப்பினச் சிறுவர்கள் அதிக அளவில் குற்றத்துக்குரியவர்களாகப் பார்க்கப்படும் ஒரு நிலையை "சூப்பர்-பிரிடேட்டர் கொள்கை" பொதுப்பண்பாட்டுக்கு வழங்கியுள்ளது.

மக்களின் ஆர்வத்தைத் தூண்டும் ஆரவாரமான மொழி, பொது விவாதத்தில் எந்தத் தாக்கத்தையும் செலுத்துவதில்லை. மக்கள் கூட்டம் முழுவதினூடாகவும் ஆழப்பதிந்துள்ள மதிப்பீடு மற்றும் புலனுணர்வுத் தாக்கங்கள் நன்கு ஆவணப்படுத்தப்பட்டுள்ளன. ஒரு குற்றவாளி என்பவர் இயற்பண்புக் குறைபாடு கொண்டவர். அவர் இயல்பிலேயே சமூகத்தின் உதவிக்கு அப்பாற்பட்டவராக இருக்கிறார். கறுப்பின அமெரிக்கர்களை மீளமுடியாத குற்றத் தன்மையோடு இணைக்கும் 150 ஆண்டுகால இனரீதியான பரப்புரையின் தாக்கங்களை ஆவணப்படுத்துவதற்கு ஜெனிபர் எபெர்ஹார்டின் சமூகம் சார்ந்த படைப்பு உதவியாக இருந்தது.

அநீதா ரத்தன், சிந்தியா வெவின், கரோல் டிவெக் ஆகிய மூவரும் சேர்ந்து எழுதிய, 2012ஆம் ஆண்டு வெளியான ஆய்வுக் கட்டுரை யொன்றில், எபெர் ஹார்ட், குற்றவாளிச் சிறுவர்களுக்கான சிறைவிடுப்பு இல்லாத ஆயுள்தண்டனை குறித்து, அரசிய லமைப்பின் இசைவுத் தன்மையை முடிவு செய்வதற்கான உச்ச நீதிமன்ற வழக்கு ஒன்றைக்குறித்த, அடிப்படைத் தகவல்களை வைத்துள்ள வெள்ளையினக் குடிமக்களைக் குறிப்பிட்டுக் காட்டுகிறார்.[7] வழக்கில் சம்பந்தப்பட்டவர்களுக்கு அளிக்கப்பட்ட ஆவணங்களில் தண்டனை பெற்ற இளங்குற்றவாளிக்கான உதாரணம் கொண்ட ஒரு விவரணை, "தனது பதிவேட்டில் முன்னர் இளங் குற்றவாளிக்கான 17 குற்றத்தீர்ப்புகளைப் பெற்ற 14 வயது ஆண் ஒருவர் வயதான ஒரு பெண்ணைக் கொடூரமாக வன்புணர்ச்சி செய்தார்," என்பதாகும். அந்த இளங்குற்றவாளி,"கறுப்பின ஆண்" அல்லது "வெள்ளையின ஆண்" என்று இருவிதமாகவும் விவரிக்கப் படலாம். இந்தத் தகவல் அளிக்கப்பட்டதற்குப் பிறகு வழக்கில் சம்பந்தப்பட்டவர்களிடம், "தீவிரமான வன்முறைக் குற்றங் களுக்காக இளங்குற்றவாளிகள் தண்டிக்கப்பட்டிருக்கும்போது (அவற்றில் ஒருவரும் கொல்லப்படவில்லை) அவர்களுக்கு சிறை விடுப்புக்குச் சாத்தியமில்லாத ஆயுள் தண்டனைகளை நீங்கள் எந்த அளவுக்கு ஆதரிக்கிறீர்கள்?" என்று கேட்கப்பட்டது. அத் துடன், அவர்களுடைய பதில்கள், ஓர் அளவுகோலில் 1 (தீவிர ஆதரவு) முதல் 6 (முற்றிலும் ஆதரிக்கவில்லை) வரை தரவரிசைப் படுத்தும்படி அறிவுறுத்தப்பட்டார்கள். அந்த "14 வயது ஆண்" கறுப்பர் என்ற விவரணை வழங்கப்பட்டவர்கள்இளங்குற்றவாளி களுக்கு சிறைவிடுப்பு சாத்தியமில்லாத ஆயுள் தண்டனையை அதிக அளவில் ஆதரிக்க விரும்பினார்கள்.

எபெர்ஹார்டும் ரெபெக்கா ஹிடேயும் சேர்ந்து எழுதிய, "சிறை யிடைக்கப்படுவதில் உள்ள இனரீதியான பாகுபாடுகள், தண்டனைக் கொள்கைகள் ஏற்றுக்கொள்ளப்படுவதை அதிகரிக்கச் செய்கின்றன," என்னும் 2014ஆம் ஆண்டு ஆய்வுக் கட்டுரை ஒன்றில், கலி போர்னியாவின் மும்முறைத் தாக்குதல் சட்டத்தையும், அதைத் திருத்தம் செய்வதற்கான விண்ணப்பத்தையும், கலிபோர்னியாவின் பதிவுசெய்யப்பட்ட வெள்ளையின வாக்காளர்களிடம் வெள்ளை யினப் பெண் பரிசோதனையாளர் ஒருவரால் முன்வைக்கும்படி

செய்யப்பட்டது.[8] கலிபோர்னியாவில் 1994இல் நிறைவேற்றப்பட்ட சட்டத்தின்படி, ஒருவர் முன்னர் சிறைத்தண்டனைக்குரிய குற்றத்தை இரண்டு முறை செய்திருப்பாரானால், அவை எவ்வளவு காலத்துக்கு முன்பு நிகழ்ந்ததாக இருந்தாலும், “நிறுத்தப்பட்டிருக்கும் ஒரு காரிலிருந்து ஒரு டாலர் அளவு சில்லறைக்காசுகளை”த் திருடுவது போன்ற மிகச்சிறிய சட்டமீறலாக இருந்தாலும்கூட “மூன்றாவது தாக்குதல்” என்பதன் விளைவு சட்ட உரிமைக் கட்டளையான இருபத்தைந்து ஆண்டுக்கால ஆயுள்சிறைத் தண்டனை விதிப்பது என்பதாகத்தான் இருக்கும். முன்மொழியப்பட்ட அந்த விண்ணப் பம், மூன்றாவது தாக்குதலுக்குரியது வன்முறையான ஒரு குற்றமாக இருப்பது அவசியம் என்று சட்டத்தைத் திருத்துவதற்கானதாகும்.

அந்த விண்ணப்பத்தைக் குடிமக்களிடம் முன்வைப்பதற்கு முன்னதாக, அந்தப் பரிசோதனையாளர் கறுப்பு, வெள்ளை ஆகிய இனங்களையும் சேர்ந்த, குறிப்பிட்ட கோணங்களில் எடுக்கப் பட்ட, சிறைக் கைதிகளின் எண்பது புகைப்படங்களின் நாற்பது விநாடிக் காணொளி ஒன்றைக் காட்டிருக்கிறார். ஒரு காணொளியில் 45 சதவீத முகங்கள் கறுப்பர்களுடையவை. “கறுப்பினத்தவர் அதிக மாக உள்ள நிலைமை”). இன்னொரு காணொளியில், 25 சதவீத முகங்கள் கறுப்பர்களுடையவை. (“கறுப்பினத்தவர் குறைவாக உள்ள நிலைமை.”) “கறுப் பினத்தவர் குறைவாக உள்ள நிலை மைக்கான விண்ணப்பத்தில் 51 சதவீதக் குடிமக்கள் கையெழுத் திட்டிருந்தனர். 27 சதவீதத்தினர் மட்டுமே “கறுப்பினத்தினர் அதிக மாக உள்ள நிலைமை”க்கான விண்ணப்பத்தில் கையெழுத்திட் டிருந்தனர். ஆப்பிரிக்க அமெரிக்க மக்களின் வழித்தோன்றல்கள் பெரும் எண்ணிக்கையில் சிறையிலடைக்கப்படுவதற்கான வேர்கள், இந்தக் குழுக்கள் மாற்ற முடியாத விதத்தில் குற்றத்தன்மை கொண்டவர்கள் என்று திட்டம் செய்த அதற்கான இனவெறிப் பரப்புரையில் இருந்தன. அடிமைமுறை நடைமுறையிலிருந்த அந்த நாட்கள் தொட்டு அவற்றைத் தேடிக் காணத்தக்க, மிகப் பெரிய அளவிலான ஆய்வுப் படைப்புகளில் எபெர் ஹார்டின் படைப்பு சமீபத்திய ஒன்றுதான். இதன் விளைவு, வரலாற் றளவில், அமெரிக்காவில் சிறைப்படுத்தப்பட்டிருப்போரின் தொகையில் இந்தக் குழுவினரின் பெரும் எண்ணிக்கை அவர்களுக்கு மேலதிகப் பிரதிநிதித்துவத்தை வழங்குவதாக இருந்துவருகிறது.

ஃபாசிசப் பரப்புரை நிச்சயமாக, தான் இலக்காகக் கொண்ட குழுக்களின் உறுப்பினர்களை வெறுமனே குற்றவாளிகள் என்று முன்வைப்பதில்லை. இந்தக் குழுக்கள் பற்றிய சரியான வகைப் பட்ட அறவியல் அச்சத்தை உறுதிசெய்யும் பொருட்டு, அதன் உறுப்பினர்கள், ஃபாசிச தேசத்துக்கு - மிகவும் முக்கியமாக, உறுதி யான வகைமாதிரியைச் சேர்ந்த அதன் தூய்மைத் தன்மைக்கு, குறிப்பிட்ட வகைகளில், அச்சுறுத்தலாக இருப்பதாக முன்வைக்கப் பட்டார்கள். இதன் விளைவாக, ஃபாசிச அரசியல், ஒரு குறிப்பிட்ட வகைக் குற்றத்துக்கு அழுத்தம் தருகிறது. ஃபாசிசப் பரப்புரை அச்சத்தை எழுப்புவதற்குப் பயன்படுத்தும் அடிப்படையான அச்சுறுத்தல், தேர்ந்தெடுக்கப்பட்ட தேசத்தின் உறுப்பினர்களை, தாக்குதல் இலக்காகக் கொள்ளப்பட்ட குழுவின் உறுப்பினர்கள் வன்புணர்ச்சி செய்வார்கள்; அதன்மூலம் அதன் "இரத்தத்தை" மாசு படுத்துவார்கள் என்பது, ஒரே சமயத்தில் ஃபாசிச அரசின் தந்தைவழி நடைமுறைகளுக்கும், தேசத்தின் "ஆண்மைத் தன்மை"க்குமான ஓர் அச்சுறுத்தலாகக் கருதப்படுகிறது. வ் புணர்ச்சிக்குற்றம் 'பாசிச அரசியலுக்கு அடிப்படையானது. ஏனெனில் அது பாலியல் கவலையை விளைவிக்கிறது. ஃபாசிச அதிகாரத்தின் மூலமாக தேசத்தின் ஆண்மை பாதுகாக்கப்படுவதற்கு ஓர் ஊழியர் அவசிய மானவராக இருக்கிறார். ●

8. பாலியல் கவலை

மக்கள் தலைவர் தேசத்தின் தந்தையாக இருக்கிறார். அப்படி யிருக்கும்போது, தந்தைவழிப்பட்ட ஆண்மைக்கும், மரபான குடும்பத்துக்குமான அச்சுறுத்தல், வலிமை குறித்த ஃபாசிசப் பார்வையைச் செயலிழக்கச் செய்துவிடுகிறது. இந்த அச்சுறுத்தல்கள் வன்புணர்ச்சி மற்றும் தாக்குதல் குற்றங்களையும், அது போலவே பாலியல் பிறழ்வு என்ற அழைக்கப்படுவதையும் உள்ளிட்டவையாகும். குடும்பத் துக்குவேண்டிய அனைத்தையும் வழங்குபவர் போன்ற மரபான ஆண் பாத்திரங்கள் பொருளாதாரச் சக்திகளின்கீழ் ஏற்கனவே அச்சுறுத்தலுக்கு உள்ளாகியிருக்கும் நிலையில், பாலியல் கவலை குறித்த அரசியல் குறிப்பிடத்தக்கவிதத்தில் ஆற்றல் மிக்கதாக இருக்கிறது.

மாறுபட்ட இனங்கள் ஒன்றுசேர்வது மற்றும் இனக்கலப்பு குறித்து, அமெரிக்காதான் முதலில் இயக்கத்திற்காகப் பேசுபவரான சார்லஸ் லிண்ட்பெர்க்கின் வார்த்தைகளில் சொன்னால், "தாழ்த்தப் பட்ட இரத்தத்தால்" தேசத்தின் தூய்மை கெடுக்கப்படுவது குறித்த அச்சத்தை ஃபாசிச பரப்புரை மேலோங்கச் செய்கிறது. மற்றவர் குறித்த அச்சுறுத்தலைப் பாலின மயப்படுத்துவதன் மூலம் இந்த அச்சத்தை ஃபாசிசப் பரப்புரை தனக்கான தனித்துவமான அடிப் படையாகக்கொண்டிருப்பதால், அதில் ஏற்படும் பிறழ்வுகள் மர பான ஆண்பால் பாத்திரங்களுக்கான அச்சுறுத்தல் குறித்த கவலை யையும், பேரச்சத்தையும் அதிகரிக்கச் செய்வதற்குப் பாலினம் கடந்தவர்களும், ஓரினப் புணர்ச்சியாளர்களும் பயன்படுத்தப்படு கிறார்கள்.

1919இல் ரைன்லேண்டை ஆக்கிரமிக்கத் தொடங்கிய பிரஞ்சுத் துருப்புகள் மத்தியில் பணிபுரிந்த ஆப்பிரிக்க படை வீரர்கள் குறித்து ஜெர்மனியில் பெரும் எண்ணிக்கையிலான வர்களைப் பற்றிக்கொண்ட மிகையுணர்ச்சிக் கோளாறு குறித்து வரலாற்றாளர்

கெய்த் நெல்சன் த 'பிளாக் ஹாரர் ஆன் த ரைன்': ரேஸ் ஏஸ் எ ஃபேக்டர் இன் போஸ்ட்-ஒர்ல்ட் வார் மி டிப்ளமசி என்னும் தனது கட்டுரையில் 1970 ஆம் ஆண்டு ஆவணப்படுத்துகிறார்.[1] ஆப்பிரிக்கக் காலனிகளைச் சேர்ந்த பிரஞ்சுப் படைவீரர்கள் ஜெர்மனியப் பெண்களைப் பெரும் எண்ணிக்கையில் வன்புணர்ச்சி செய்வது குறித்த ஜெர்மனியப் பரப்புரை இயன்ற அளவு விரிவாகப் பரவியது. அது தொடர்பான சிறு பகுதிகள் எஸ்பிரான்டோ உள்ளிட்டு, ஏறத்தாழ ஒவ்வொரு ஐரோப்பிய மொழியிலும் மொழி பெயர்க்கப்பட்டது. பிரஞ்சு ஆக்கிரமிப்பை எதிர்த்துப் போரிடும் ஒருவழியாக வெள்ளையினப் பெண்களை கறுப்பின ஆண்கள் பெரும் எண்ணிக்கையில் வன்புணர்ச்சி செய்வது குறித்த, இன ரீதியான கற்பனை நடப்புகளை ஜெர்மனிய அரசாங்கம் பலரறியப் பறைசாற்றியது. இந்தப் பரப்புரை "இனரீதியில் கூறுணர்ச்சிமிக்க" அமெரிக்காவில் குறிப்பிடத் தக்க அளவு வெற்றி கண்டது. "ரைன் மீதான பேரச்சத்துக்கு எதிரான அமெரிக்கப் போராட்ட நடவடிக்கை" என்று தன்னை அழைத்துக்கொண்ட ஒரு குழு செல்வவளம்மிக்க ஜெர்மன் மற்றும் ஐரிஷ் அமெரிக்கர்கள் கொடையளித்த பணத்தைப் பயன்படுத்தி பத்தாயிரம் துண்டறிக் கைகளை வெளிக்கொண்டு வந்தார்கள். அத்துடன் 1921 பிப்ரவரி 28 அன்று நடந்த "ரைனின் மீதான பேரச்ச"த்துக்கு எதிரான பேரணி நியூயார்க்கில் உள்ள மாடிசன் ஸ்கொயர் கார்டனுக்குப் பன்னிரண்டாயிரம் பேர் கொண்ட கூட்டத்தை ஈர்த்தது. நெல்சன் எழுதுகிறார்:

> இதுபோலவே, "70,00,000 மக்கள் அந்நியரின் ஆட்சியின் கீழ் நலிவுற்றுக் கிடப்பதையும், ஜெர்மனிய மக்களின் பிரதான இரத்த நாளம் கறுப்பு ஆப்பிரிக்க நாடோடிக் கூட்டங்களின் விளையாட்டுத்திடல் வழியாகப் பாய்வதையும் குறித்த எண்ணத்தை அடால்ஃப் ஹிட்லர் என்ற பெயர்கொண்ட ஜெர்மனிய இளைஞரால் மறக்க முடியவில்லை... நீக்ரோவை ரைனுக்குக் கொண்டுவந்தவர் களாக இருந்தவர்களும், இருப்ப வர்களும், அவர்களால் வெறுக்கப்படுகிற வெள்ளை இனம் சோரம்போவதன் மூலமாக அழிக்கப்படுவது அவசியமாக நிகழவேண்டும் என்னும் தெளிவான இலக்கோடும், அதே விதமான

மறைமுகமான எண்ணத்தோடும் எப்போதும் இருப்பவர்களும் அவர்கள்தான்."

ஹிட்லரின் கருத்துப்படி, "வெள்ளை இன"த்தை அழிப்பதற்கான ஒரு வழியாக, தூய்மையான ஆரியப் பெண்களை வன்புணர்ச்சி செய்வதற்கு, கறுப்பினப் போர்வீரர்களைப் பயன்படுத்துவது என்னும் சதி வேலையின் பின்னணியில் யூதர்கள் இருந்தார்கள். 1920களில் அமெரிக்க கு கிளக்ஸ் கிளான் அமைப்பும் இதே சதிக்கொள்கையைப் பகிர்ந்துகொண்டதாக இருந்தது. அமெரிக்காவில் வெள்ளையினப் பெண்கள் பெரும் எண்ணிக்கையில் கறுப்பின ஆண்களால் வன் புணர்ச்சி செய்யப்படுவதன் மூலம் வெள்ளை இனத்தை வேரறுக்கத் தீவிரமாகச் சதித்திட்டம் தீட்டினார்கள் என்று அது வெளிப்படையாகக் கற்பனை செய்துகொண்டது.

"அமெரிக்காவின் வரலாற்றில், இனவாதத்தால் கண்டுபிடிக்கப் பட்ட, வெல்லமுடியாத, மிகவும் சூழ்ச்சியான தந்திரங்களில் முனைப்பான ஒன்றாக அந்த மோசடியான வன்புணர்ச்சிக் குற்றச் சாட்டு இருந்தது," என்று ஏஞ்செலா டேவிஸ் எழுதுகிறார். "கறுப்பின சமுதாயத்தின்மீது வன்முறை மற்றும் கொடூரத்தின் அலைகள் மோதும்போதெல்லாம் நம்பகமான நியாயப்படுத்துதல் தேவைப்பட்டால் கறுப்பு வன்புணர்ச்சியாளன் குறித்த கட்டுக் கதை முறையானவிதத்தில் கண்முன்னால் கொண்டுவந்து நிறுத்தப் படுகிறது."[2] அமெரிக்காவில் கறுப்பின ஆண்களைச் சித்திரவதை செய்து கொல்லும் நடைமுறை, வெள்ளை அமெரிக்கப் பெண் களின் தூய்மையைப் பாதுகாப்பதற்கு அவசியமானது என்று உரிமை கோருவதன் மூலம் நியாயப்படுத்தப்பட்டது; வரலாற்றாளர் கிரிஸ்டன் ஃபெய்ட்ஸ்டரின் வார்த்தைகளில் சொன்னால், "தங்கள் அரசியல் அனுகூலத்திற்காக கறுப்பின வன்புணர்ச்சியாளனின் பிம்பத்தை தெற்கத்திய வெள்ளையின ஆண்கள் (தீவிரமாக ஆயத்தப்படுத்தி) வைத்திருக்கிறார்கள்."[3] "யாரை விழுங்கலாம் என்று தேடித்திரியும் ஒரு கொடூரமான காட்டுமிராண்டி மிருகமாக மாறிவிட்ட ஏழை ஆப்பிரிக்கன் நமது காவல் முகாம்களையும், சிறைச்சாலைகளையும் நிறைக்கிறான் முரட்டுத்தனமாக நடந்து கொள்வதற்கும், கொல்வதற்கும், ஆதரவற்ற வெள்ளையினப் பெண் யாராவது கிடைப்பாளா என்று அக்கம்பக்கத்தில் பதுங்கி யிருக்கிறான்," என்று தென்கரோலினா செனட்டர் பெஞ்சமின்

டில்மேன் செனட்சபையில் சொன்னார். கறுப்பின அமெரிக்க ஆண்களைப் பெரும் எண்ணிக் கையில் சித்திரவதை செய்வது பல பத்தாண்டு காலம் கொடூரமாகப் பெருகுவதற்கு இட்டுச் சென்ற காரணம், அது தொடர்பான வெள்ளையின ஆண்களின் அரசியல் தந்திரமும், அவர்களது பாலியல் கவலையும் மட்டுமே யல்ல. தொலைக்காட்சி, செய்தித்தாட்கள் முதலியவற்றில் நீண்ட காலம் பணியாற்றிய ரெபெக்கா லடிமர் ஃபெல்டன், நியமனத்தின் மூலம், 1922இல், ஒருநாள் மட்டும் அமெரிக்காவின் முதல் பெண் செனட்டராக ஆனார். (வெள்ளையினப்) பெண்களின் உரிமைகளுக்காகத் தனித்துவமானவிதத்தில் முன்கை எடுப்பவராக இருந்த அவர் தனது பணியில் இனவாதத்தின் எரியும் நெருப்புக்கு எண்ணெய் ஊற்றுபவராகவும் இருந்தார். 1897இல் நிகழ்த்திய தனது உரையொன்றில், கறுப்பின வன்புணர்ச்சியாளர்களின் உத்தேசமான நீண்ட வரிசை குறித்து, "குடிபோதையிலிருக்கும், கருநிற மிருகங் களிடமிருந்து பெண்களின் அரும்பெரும்சொத்தைப் பாதுகாப் பதற்கு, சித்திரவதை தேவைப்படுமென்றால், வாரத்துக்கு ஆயிரம் முறை சித்திரவதை செய்யுங்கள் என்று நான் சொல்கிறேன்," என்று அறிவிக்கு மளவுக்குச் சென்றார்.

மாபெரும் சித்திரவதை எதிர்ப்புப் போராளியான ஐடா பி.வெல்ஸ் இந்தக் கதையாடலுக்கு "சதர்ன் ஹாரர்ஸ்: லிஞ்ச் லா இன் ஆல் இட்ஸ் ஃபேசஸ்" (1892) மற்றும் "எ ரெட் அலெக்ட் காஸஸ் ஆஃப் லிஞ்சிங்ஸ் இன் த யுனைடெட் ஸ்டேட்ஸ் 1892-1893-1894" (1894) ஆகிய தனது இரு துண்டறிக்கைகளில் எதிர் முகம் கொடுக்க முயன்றுள்ளார். "வரலாற்றாளர்கள் பலரும் ஆவணப்படுத்தியுள்ளதுபோல், சித்திரவதைக்குப் பலியானவர் களில் பெரும்பான்மையானவர்கள் வன்புணர்ச்சி செய்தவர்கள் என்ற குற்றச்சாட்டுக்கு ஆளாகாத நிலையிலும்கூட பரவலான அவநம்பிக்கையோடு பார்க்கப்பட்டனர் என்று வெல்ஸின் ஆய்வு முடிவுகள் காட்டுகின்றன.[4] சித்திரவதையின் கொடூரங்களை நியாயப்படுத்தும்விதத்தில், கறுப்பின ஆண்கள் வெள்ளையினப் பெண்களைப் பெரும் எண்ணிக்கையில் வன்புணர்ச்சி செய்வதற் கான முறைகேடான கொள்ளைநோயொன்று இருந்தது என்று அமெரிக்காவெங்கும் உள்ள வெள்ளையர்கள் கருதினார்கள். ஏனெ னில், கறுப்பினத்தைச் சேர்ந்த தங்களுடைய சக குடிமக்களைத் தங்க

ளுக்குச் சமமானவர்களாக ஏற்றுக்கொள்வதை தங்கள் அந்தஸ்து தொடர்பான ஓர் இழப்பாக உணர்வது, அவர்களது அச்சத்தையும், கவலையையும் விவேகமான உணர்வாக ஆக்குகிறது. பாலியல் கவலை தீவிரமானதாக, மற்றவர்கள் தனக்குத் தீங்கிழைக்க முயல் கிறார்கள் என்று தவறான முறையில் நம்புவதாக அல்லது மறைபொருளானதாக இருக்குமிடத்தில், அதற்குப் பின்னால், தெளிவாகக் காணத்தக்க, பாதுகாப்பின்மை உணர்வு பதுங்கி யிருக்கிறது.

பத்தொன்பது மற்றும் இருபதாம் நூற்றாண்டுகளில் அமெரிக் காவில் அனுபவிக்கப்பட்ட இந்த அச்சங்கள் உலகெங்கும் திரும்பத் திரும்ப நிகழ்வதாக இருந்தன. 2017ஆம் ஆண்டின் இலையுதிர் காலத்தில், இரண்டாம் உலகப் போருக்குப் பிறகான மிகவும் மோசமான இனச் சுத்திகரிப்பு நடவடிக்கைகளில் ஒன்று, மியான் மரின் ஊடாக, அந்நாட்டின் பெரும்பான்மை மதமான புத்த மதத்தைப் பகிர்ந்துகொள்ளாத மக்கள் கூட்டமான ரோகிங்யா மக்களைக் குறிவைத்துச் சுழன்றடித்தது. நூற்றுக்கணக்கான ரோகிங்யா கிராமங்கள் தீக்கிரையாக்கித் தரைமட்டமாக்கப்பட்டன. பெரும் எண்ணிக்கையிலான படுகொலைகளும், காட்டுத்தனமான வன்புணர்ச்சிகளும், ஐந்து லட்சத்திற்கும் மேற்பட்ட ரோகிங்யாக் களை பங்களாதேஷுக்குத் தப்பியோடச் செய்தது. ரோகிங்யா மக்களுக்கு எதிரான விவரிக்க இயலாத காட்டு மிராண்டித் தனமான இந்த இனச் சுத்திகரிப்பு நடவடிக்கையின் அண்மைக் காலப் பிறப்பிடம், 2012 ஜூனில் சில ரோகிங்யா ஆண்களால் புத்தமதத்தைச் சேரந்த ஓர் இளம்பெண் வன்புணர்ச்சி செய்யப் பட்டதால் ஏற்பட்ட கிளர்ச்சியிலிருந்து தொடங்குகிறது. 2014இல் புத்தமதத்தைச் சேர்ந்த இன்னொரு பெண் வன்புணர்ச்சி செய்யப் பட்டது குறித்து சமூக ஊடகங்களில் கிளம்பிய வதந்திகள் மேலதிக வன்முறைக்கு இட்டுச்சென்றது. பொதுவாக, புத்த மதத்தைச் சேர்ந்த பெண்களை இரையாக்கிக் கொள்வதற்கான முஸ்லிம்களின் பாலியல் சூழ்ச்சித் திட்டங்கள் குறித்த அறிவுப் பிறட்சிக் கோட்பாடுகள் ரோகிங்யாக்களுக்கு எதிரான இனப்படு கொலைக்குத் தூண்டுகோலாக இருந்தன; லாஸ் ஏஞ்சல்ஸ் டெய்லி நியூஸ் செய்தித்தாளில் 2014இல் வெளியான கட்டுரையொன்று, அந்தச் சூழ்நிலையை விவரிக்கும் விதத்தில், “புத்திஸ்ட்

விஜிலெண்ட்ஸ் இன் மியான்மர் ஆர் ஸ்பார்க்கிங் ரியோட்ஸ் வித் வைல்ட் ரூமர்ஸ் ஆஃப் முஸ்லிம் பிரிடேட்டர்ஸ்," என்று தலைப்பிடப்பட் டிருந்தது. மியான்மர் தொடர்பான வல்லுநர்களின் நேர்காணல்கள் மூலம் அந்தக் கட்டுரை, "தங்கள் பெண்களை அடைவதற்காக முஸ்லிம் ஆண்கள் சதித்திட்டம் தீட்டுவது குறித்து, புத்தமதத்தினர் தீவிரப் பரப்புரை மேற்கொண்ட பல பத்தாண்டு கால வரலாற்றை ஆவணப்படுத்துகிறது.

இந்தியாவில், இந்துக்களின் ஆண்மைத்தன்மைக்கு முஸ்லிம் ஆண்கள் அச்சுறுத்தலாக விளங்குவதாகக் கருதப்படுவதை கவனத் துக்குக் கொண்டுவரும் நடவடிக்கைகளைக் கொண்டு, முஸ்லிம் களுக்கு எதிரான உணர்வுகளை இந்து தேசியவாதிகள் வழக்க மாகத் தூண்டிவிடுகிறார்கள். மிகச் சமீபத்தில் "லவ் ஜிஹாத்" என்று ஊகமாகக் கொள்ளத்தக்க ஒரு சம்பவம், அது பற்றிய பேரச்சத்தின் வடிவத்தை எடுத்துக்கொண்டது. பிஜேபியின் கருத்துப்படி, திரு மணத்தின் மூலமும், ஏமாற்று வேலையின் மூலமும் இந்துப் பெண்களைக் கட்டாயமாக மதம் மாற்றுவதாக கருதப்படும் "லவ் ஜிஹாத்" இயக்கம் பற்றி ஆர்.எஸ்.எஸ்ஸாலும், இந்துக்கள் ஆதிக்கம் செலுத்தும் தேசியக் கட்சியின் சில உட்பிரிவுகளாலும் ஒருங்கிணைக்கப்பட்ட "விழிப்புணர்வுப் பேரணிகள்" உள்ளிட்ட, "வலியத் தாக்கும் இயல்புகொண்ட, முறை சார்ந்த ஒரு போராட்ட நடவடிக்கை" குறித்து, இந்திய வரலாற்றாளர் சாரு குப்தா, 2014 ஆகஸ்டில் இன்டியன் எக்ஸ்பிரஸில் வெளியான தனது கட்டுரையொன்றில் சுட்டிக் காட்டுகிறார்.[5] "மற்றவர்" என்பதை பொதுவான ஓர் எதிரியாக உருவாக்கும் இந்தப் போராட்ட நட வடிக்கைகள், "முஸ்லிம் ஆணின் வலிந்து தாக்கும் இயல்பையும், பாலியல் தூண்டுதலின் சக்தியையும், இடைவிடாமல் திரும்பத் திரும்பச் சுட்டிக்காட்டுவதன் மூலம் நிலைநிறுத்தப்படும் பிரிவி னைக் கோட்பாடுகளை அடிப்படையாகக் கொண்டுள்ளன," என்று குப்தா மேலும் கூறுகிறார்.

"பண்பாட்டுக் கன்னித்தன்மைக்கான அரசியலின் முன்னிலை யில், "இந்து தர்க்கவியல் சார்ந்த இயல்பாற்றல்கள் இழப்புக்குள் ளாவது மற்றும் குற்றமற்றதன்மை தொடர்பான கட்டுக்கதை ஆகிய இரண்டும் இணைந்த அந்தச் செயற்பாட்டின் "உள்ளுணரத்தக்க", "நியாயபூர்வமற்ற தன்மை"யானது, அத்து மீறல்கள், வன்முறை,

படையெடுப்பு, வன்புணர்ச்சி ஆகியவை தொடர்பான குறைகூறல் களுக்கு இட்டுச்செல்கிறது," என்று அந்தப் பெண் இகழ்ந்துரைக் கிறார். அமெரிக்காவில் இதை எழுதிக்கொண்டிருந்த சமயத்தில், புலம்பெயர் குழுக்களை வன்புணர்ச்சியோடு தொடர்புபடுத்தும் பரப்புரையின் தொடர் தாக்குதல்களின் முன்னிலையில், நாமும் "தர்க்கவியல் சார்ந்த இயல்பாற்றல்கள்" இழப்புக்குள்ளானதைக் கண்டோம். மெக்ஸிகோவிலிருந்து அமெரிக்காவுக்குப் புலம் பெயர்ந்து வந்தவர்களை வன்புணர்ச்சியாளர்கள் என்ற இகழ்ந் துரைப்பதன் மூலம் டிரம்ப் தனது பரப்புரையைத் தொடங்கினார். 2017 செப்டம்பர் 26 அன்று, த நியூயார்க் டைம்ஸ் பத்திரிகைக்கு எழுதிய கட்டுரையொன்றில் ஐடாகோவின் டிவின் ஃபால்ஸ் என்னும் சிறு நகரத்தில் நடந்ததாக ஒரு சம்பவம் குறித்து கெய்ட்லின் டிக்கர்சன் எழுதியிருக்கிறார். அங்கு ஏழு, பத்து மற்றும் பதினான்கு வயதுகொண்ட மூன்று அகதிச் சிறுவர்கள் ஐந்து வயதுகொண்ட அமெரிக்கச் சிறுமியிடம் ஒருவகைப்பட்ட பாலியல் நடவடிக்கையில் ஈடுபட்டதாகக் குற்றம்சாட்டப்பட்டனர். இந்தச் சம்பவத்துக்குப் பிறகு, உடனடியாக, அது குறித்து "அந்தச் சிறுமி கத்தி முனையில் வன்புணர்ச்சி செய்யப்பட்டார் என்றும், அதைச் செய்த வர்கள் சிரியாவிலிருந்து வந்த அகதிகள் என்றும், உள்ளங்கைகளை உயர்த்தித் தட்டிக் கொண்டாட்டத்தில் அவர்களது தந்தையர்கள் அதன் பிறகு ஈடுபட்டார்கள்" என்றும் கோரும் இணையதளக் கட்டுரைகளுக்கான தொடர்புகளைக்கொண்ட முகநூல் குழு வொன்று அமைக்கப்பட்டது. அதன் பிறகு வெகுவிரைவில், இணை யதளத்தில் அதிகம் பார்க்கப்பட்ட வலைத்தளங்களில் ஒன்றான டிரட்ஜ் ரிப்போர்ட்டின் தலைப்புச் செய்திக் கட்டுரை, ரிப்போர்ட்: சிரியன் ரெஃப்யூஜிஸ் ரேப் லிட்டில் கேர்ள் அட் நைஃப் பாய்ண்ட் இன் ஐடாகோ என்று ஓலமிட்டது. அந்தக் கட்டுரைகள் அனைத்தும் ஒரு விசயத்தில் பொய்யானவை. டிக்கர்சன் எழுதியிருந்ததுபோல், டிவின் ஃபால்ஸில் சிரியாவைச் சேர்ந்த அகதிகள் யாரும் குடி யமர்த்தப்பட்டிருக்கவில்லை. அப்படியொரு தாக்குதல் அங்கு நடந்ததாகத் தெரியவில்லை (அந்தச் சம்பவம் குறித்த கைப்பேசி அடிப்படையிலான காணொளி தொடர்பான வலைத்தள விவரிப்பு களை காவல்துறை அதிகாரி ஒருவர் "100 சதவீதம் பொய்யானவை, அவை சரியானவை என்பதற்குப் பக்கத்தில்கூட வரமுடியாதவை,"

என்று குறிப்பிட்டார். இருப்பினும், டிவின்ஃபால்ஸில் இருந்த பொதுத்துறை அதிகாரிகளுக்கு எதிராக, அச்சுறுத்தித் தம்வசப் படுத்தத்தக்க தொல்லைகள் தரப்பட்டன. அத்துடன் அந்தச் சமுதாயத்தில் இருந்த அகதிகளுக்கு எதிரான கொந்தளிப்பு ஒன்றும் புயலாக எழுந்தது. சுருக்கமாகச் சொன்னால், அமெரிக்க வெள்ளையினச் சிறுமிகளுக்கு அகதிகள் ஒரு பாலியல் அச்சுறுத்தலாக இருக்கிறார்கள் என்பது குறித்த ஓர் அறவியல் பேரச்சம் இதுவரை யில் தணிவதாக இருக்கவில்லை.

டிரம்பின் பரப்புரையைச் சூழ்ந்திருந்த புலம்பெயர்தல் தொடர்பான ஆரவாரப் பேச்சு (அவரது நிர்வாகத்திலும் அது தொடர்கிறது) ரஷ்யப் பரப்புரை வெளியீட்டகங்களின் தந்திரங்களுக்கு இணையானதாக இருந்தது. அவை ஐரோப்பாவில் உள்ள வெள்ளையினப் பெண்களை மத்தியக் கிழக்கிலிருந்து புலம்பெயர்ந்து வந்தவர்கள் வன்புணர்ச்சி செய்வது பற்றிய பொய்ச்செய்திக் கதைகளைப் பரப்பின (அதுபோலவே உண்மைகளை ஒட்டுமொத்தமாகப் பெரிதுபடுத்திக்காட்டின). 2017 செப்டம்பரில், நியூயார்க் டைம்ஸில், ஜிம் ருட்டன் பெர்க் என்பவரால் எழுதப்பட்ட ஒரு கட்டுரையை மட்டும் உதாரணமாக எடுத்துக்கொள்வோம். 2016இல் பெர்லினில் பதின்மூன்று வயதான ஒரு சிறுமி மத்தியக் கிழக்கிலிருந்து புலம்பெயர்ந்து வந்த ஒருவரால் வன்புணர்ச்சி செய்யப்பட்டதாக ஊகிக்கப்பட்டது பற்றிய ஒரு பொய்யான மோசடியை உருவாக்கும் முயற்சியில் ரஷ்யப்பரப்புரை வெளியீட்டகங்கள் ஈடுபட்டன. இந்த ஊகிக்கப்பட்ட வன்புணர்ச்சி குறித்து பல்வேறு ஊடக வெளியீட்டகங்கள் கதைகளை உற்பத்தி செய்தன. அது, ஜெர்மானிய ரஷ்யச் சமுதாயத்தின் மத்தியில், நடைபெறாத ஒரு சம்பவத்துக்காக எழுநூறு பேர் ஒன்று திரண்டு எதிர்ப்பு தெரிவிக்கும் அளவுக்குப் பெரும் கோபத்தைத் தூண்டி விட்டது. ரஷ்ய ஊடகங்களில் வெளியிடப்பட்ட செய்திகளும், ரஷ்யாவின் பொய்ச் செய்திக்கதைகளும் அந்தப் பெருங்கோபத்தைப் பற்றியெரியச் செய்தன. இவையனைத்தும் "ரைன் மீதான கறுப்புப் பேரச்சம்" தொடர்பாக, 1920களில் ஜெர்மனியப் பரப்புரை நடவடிக்கைகளையே பிரதிபலிக்கிறது. இது நம்மை தற்போது நடைமுறையிலிருக்கும் பார்வையைக் கைக்கொள்வதற்கு எதிராகத் திரும்பும்படி செய்கிறது. அதாவது இந்த வகையான

"பொய்ச் செய்திகள்" சமூக ஊடகத்தில் ஏற்பட்டுள்ள நவீனப் புரட்சியின் ஒரு விளைவாகும்.

∞

குடும்பங்களின் பாதுகாவலர்கள் மற்றும் அவற்றுக்குத் தேவையான அனைத்தையும் வழங்குபவர்கள் என்னும் தனியுரிமைப் பாத்திரத்தை சமூகம் ஆண்களுக்கு மட்டுமே அனுமதிக்கும் என்னும் எதிர்பார்ப்போடு இருக்கும்படி தந்தைவழி ஆண்மைத் தன்மை அவர்களை நிலைப்படுத்துகிறது. தீவிரப் பொருளாதாரக் கவலை நிலவும் சமயங்களில், அதிகரித்துவரும் பாலினச் சமத்துவத்தின் விளைவாக, ஏற்கனவே தங்கள் அந்தஸ்தை இழந்து விட்டதாகக் கருதும் ஆண்களை, பாலினச் சிறுபான்மையினருக்கு எதிராகச் செலுத்தும் அரசியல் தந்திரங்களின் மூலம் பேரச்சத்துக்குள் எளிதாகத் திணிக்க முடிகிறது. இங்கு, ஃபாசிச அரசியல், கவலையின் பிறப்பிடத்தை வேண்டுமென்றே திட்டமிட்டுச் சிதைத்துவிடுகிறது. (ஒரு ஃபாசிச அரசியல்வாதி பற்றாக்குறைகளுக்கான மூலக்காரணங்களை முன்வைத்துப் பேசும் நோக்கம் கொண்டவராக இருப்பதில்லை.) பொருளாதாரக் கவலையால் பெரிதாகியிருக்கும் ஆணின் கவலையை, குடும்பத்தின் கட்டமைப்பையும், மரபுகளையும் நிராகரிக்கப்படுபவர்களிடமிருந்து எழும் இருத்தலியல் அச்சுறுத்தலின்கீழ் ஒருவரது குடும்பம் இருக்கிறது என்னும் அச்சமாக ஃபாசிச அரசியல் சிதைந்துவிடுகிறது. ஃபாசிச அரசியலால் இங்கு மீண்டும் பயன்படுத்தப்படும் ஆயுதம் ஊடக அளவில் சாத்தியமான ஒரு பாலியல் தாக்குதல்தான்.

2016 மார்ச்சில் வட கரோலினா சட்டப்பேரவை, குளியலறைச் சட்டமுன்வரைவு என்று அழைக்கப்பட்ட, அவை சட்ட முன்வரைவு-2-ஐச் சட்டமாக நிறைவேற்றியது. உள்ளூர்க் கல்வி வாரியங்கள் "பலர் பயன்படுத்தும் ஒற்றைப் பாலினக் குளியலறை"களை நடைமுறைக்குக் கொண்டுவர வேண்டும் என்று அந்தச் சட்ட முன்வரைவு கட்டாயப்படுத்தியது. அதன் பொருள் பாலினம் கடந்த தனிநபர்கள், தங்கள் பிறப்பின் அடிப்படையிலான பாலினத்தவரின் குளியலறையைப் பயன்படுத்த வேண்டும் (இவ்வாறாக, பாலினம் கடந்த ஒரு சிறுமி ஒரு சிறுவனின் குளியலறையைப் பயன்படுத்தவேண்டியிருந்தது). குளியலறைச்

சட்ட முன்வரைவைச் சுற்றியெழுந்த ஒட்டுமொத்த விவாதமும் பாலினம் கடந்த சிறுமிகளால் பாலின மற்றவர்கள் அல்லாத சிறுமிகளுக்கு ஏற்படும் அச்சுறுத்தல் மீதே கவனத்தைக் குவிப்பதாக இருந்தது. பாலினமற்ற சிறுமிகள் தன்னிலும் மெலியோரைப் பாலியல்ரீதியாக முறைகேடாகப் பயன்படுத்துபவர்கள்போல் இருந்தார்கள் என்ற வாதிடுவதன் மூலம், அதற்குப் பண உதவி செய்பவர்களும், அதன் ஆதரவாளர்களும் அந்தச் சட்ட முன் வரைவுக்குப் போதுமான ஆதரவை வழங்கவில்லை. குடியரசுக் கட்சியைச் சேர்ந்த, வட கரோலினா ஆளுநரான பேட் மக்ரோரி, வட கரோலினா பெண்களின் பாதுகாப்புக்கு அந்தச் சட்ட முன் வரைவு அவசியமானது என்று வாதிடுவதன் மூலம், அவை சட்ட முன்வரைவு 2இல் கையெழுத்திடும் தன் முடிவை நியாயப் படுத்தினார். 2016இல் அமெரிக்காவில் பன்னிரண்டுக்கு மேற் பட்ட மாநிலங்களின் சட்டப் பேரவை உறுப்பினர்கள் குளிய லறைச் சட்ட முன்வரைவுகள் அவை சட்டமுன்வரைவு -2ஐ மாதிரியாகக் கொண்டிருந்தன என்று கருதுகிறார்கள்.

பாலினம் கடந்த பெண்கள் தங்களுக்கெனப் பெண்மைத் தன்மையைத் தேர்ந்தெடுப்பதன் காரணமாக, தந்தைவழிக் கருத்தியல்களுக்குக் காத்திரமான அச்சுறுத்தலாக இருக்கிறார்கள் என்று ஜூலியா செரானோ தனது செவ்வியல் படைப்பான விப்பிங் கேர்ல் என்னும் நூலில் விளக்குகிறார்:

> ஆணினத்தை மையமாகக்கொண்ட பாலினப் படிநிலை அமைப்பு ஒன்றில், பெண்களைவிட ஆண்கள் மேல் நிலையில் இருக்கிறார்கள் என்றும், பெண்மையைவிட ஆண்மை மேலானது என்றும் கருதப்படும் அந்த இடத்தில், பாலினம் கடந்த பெண்களாக இருப்பவர்கள், ஆணாக இருந்த போதிலும், ஆணுக்குரிய சிறப்புரிமை களை மரபுரிமையாகப் பெற்றிருந்தபோதிலும், பெண் ணாக இருப்பதையே "தேர்வு" செய்யும் நிலையில், அவர்களின் இருத்தலைவிட மிகப் பெரிய அச்சுறுத்தலாக வேறெதுவும் இருக்கப்போவதில்லை. நமது சொந்தப் பெண்தன்மையையும், பெண்மையையும் தழுவிக் கொள் வதன் மூலம், ஓர் அர்த்தத்தில், நாம், ஆண் தன்மையின், ஆண்மையின் ஊகிக்கத்தக்க மேலாதிக்க நிலை மீது

சந்தேகத்தின் நிழலை வீழ்த்துகிறோம். ஆணினத்தை மையமாகக் கொண்ட பாலினப் படிநிலை அமைப்புக்கு நாம் அச்சுறுத்தலாக இருக்கிறோம் என்பதால், அந்த அச்சுறுத்தலை மட்டுப்படுத்தவேண்டியதன் பொருட்டு, நமது பண்பாடு (முதன்மையாக ஊடகங்களின் வழியாக) தன்னிடமுள்ள மரபான பாலாதிக்கப் படைக்கல சாலையின் அனைத்துத் தந்திரங்களையும் நம்மை நிராகரிப்பதற்குப் பயன்படுத்துகிறது.[6]

2007இல் செரானோவின் நூலின் மூலப்பதிப்பு வெளியானதிலிருந்தே பாலினங்கடந்த பெண்கள் மீதான பகட்டாரவாரத் தாக்குதல்கள் அமெரிக்க அரசியலின் மையத்துக்கு நகர்ந்துவிட்டன. பாலியல் படிநிலை அமைப்புக்கு முக்கியத்துவம் தரும் ஃபாசிசக் கருத்தியலை கவனத்தில் கொண்டு அரசியல்வாதிகள் பாலினம் கடந்த பெண்களைப் பற்றி வெகுமக்களிடம் மிகையுணர்ச்சிக் கோளாறைத் தூண்டிவிட முயற்சிக்கிறார்கள். இந்த முயற்சி ஃபாசிச அரசியல் தந்திரம் என்றும், ஃபாசிச அரசியல் ஏறுமுகமாக இருப்பதன் அடையாளம் என்றும் புரிந்துகொண்டால், இது ஆச்சரியமளிப்பதாக இருக்காது. இதற்கு எதிரானவிதத்தில், பாலினம் கடந்த பெண்களைப் பெருமளவில் ஏற்றுக்கொள்வது தாராளவாத நடைமுறைகளுக்கான வலுவான ஓர் உடன்பாட்டு நிலையாகும்.

ஃபாசிச அரசியலுக்கு தந்தைவழிக்குடும்பம் எவ்வளவு முக்கியமானது என்பதை நினைவுக்குக்கொண்டுவாருங்கள். மரபான குடும்பத்தின் "தலைமை நிர்வாக அதிகாரி"யாக இருக்கும் தந்தையை ஒத்தவராக ஃபாசிசத் தலைவர் இருக்கிறார். தந்தைவழிக் குடும்பத்தில் தந்தையின் பாத்திரம் மனைவியையும், குழந்தைகளையும் காப்பாற்றுவதற்கானதாக இருக்கிறது. பாலினம்கடந்த பெண்கள் மீது தாக்குதல் தொடுப்பதும், அஞ்சத்தக்கவரான மற்றவரை தேசத்தின் ஆண்மைத் தன்மைக்கு ஓர் அச்சுறுத்தல் என்பதாகப் பிரதிநிதித்துவம் செய்வதும், ஆண்மைத் தன்மை என்னும் கருத்தை அரசியல் சிந்தனையின் மையத்தில் இடம்பெறச் செய்வதற்கும், ஃபாசிசப் படிநிலை அமைப்புக் கோட்பாடுகள் மற்றும் மேலாதிக்கத்தை உடல் சார்ந்த சக்திகளின் மூலம், பொதுப்புலத்துக்குள் படிப்படியாக அறிமுகம் செய்வதற்குமான வழிகளாகும்.

ஹங்கேரியைச் சேர்ந்த அதிதீவிர வலதுசாரி வரலாற்றாளரான மரியா ஸ்க்மிட், புடாபெஸ்டிலுள்ள ஹங்கேரியன் ஹவுஸ் ஆஃப் டெரர் அருங்காட்சியத்தின் இயக்குநராவார். 2017இல் வெளியான ஸ்க்மிட்டின் நூலான லாங்வேஜ் அண்ட் ஃபிரீடம் குறித்து வியன்னா பல்கலைக்கழகத்தில் மொழியியல் பேராசிரியரான யோஹன்னா லாக்ஸோ என்பவர் ஹங்கேரியன் ஸ்பெக்ட்ரம் இணையதளத்தில் வெளியிட்ட கட்டுரையொன்றில், ஸ்க்மிட்டின் எதிரிகளாக "புலம்பெயர்ந்த வந்த முஸ்லிம்கள், இடதுசாரி தாராளவாத மேட்டுக்குடியினர் மற்றம் ஜார்ஜ் சோரோஸ்"[7] ஆகியோரை விவரிக்கிறார். சிரியாவைச் சேர்ந்த பத்து லட்சம் அகதிகளை ஜெர்மனிக்குள் அனுமதிக்கும் ஏஞ்செலா மெர்கெல்லின் முடிவையும், அவர்களுக்கு நாடு அளித்த வரவேற்பையும் குறித்த ஸ்க்மிட்டின் விமர்சனங்களிலிருந்து லாக்ஸே அதே மதிப்புரையில் மேற்கோள் காட்டுகிறார். ஸ்க்மிட் எழுதுகிறார்:

> சாதாரண மனிதனுக்கு அல்லது சிறு பையனுக்கு தனது கடமைகள் என்னவென்று தெரியும். அத்துடன் தன் மனைவியை, மகளை அல்லது சகோதரியை அவன் காப்பாற்றுவான். இந்நாளில் இந்த ஜெர்மனியர்கள் மட்டுமே அதைச் செய்வதற்கும்கூட திறமற்றவர்களாக மூளைச் சலவை செய்யப்பட்டு. ஆண்மையற்றவர்களாக மாற்றப் பட்டிருக் கிறார்கள்.

சிரியாவைச் சேர்ந்த அகதிகளின் பெரும்கூட்டம் ஒன்று ஜெர்மனிக்குள் ஏற்றுக்கொள்ளப்படுவது அந்த நாட்டின் தந்தைவழிப் பாலினப் பாத்திரங்களை உடனடியாகப் பலவீனப்படுத்தும் என்று ஸ்க்மிட் குற்றம் சாட்டுகிறார். இந்த விளக்கத்தின் தர்க்கத்திலுள்ள பெரிய இடைவெளியை நிரப்புவதாக இருப்பது, அந்தப் பலவீனப் படுத்துதலுக்கு முன்னதாக, அங்கு இருந்த ஸ்க்மிட்டால் கருதப் படும் ஃபாசிசக் கட்டுக்கதையான கடந்தகாலம் ஆகும். அந்தக் கடந்தகாலத்தின் அந்நியச் செல்வாக்கிலிருந்து பெண்களைப் பாதுகாக்கும் மரபான, தந்தைவழிப்பட்ட பாலினப் பாத்திரத்தை ஆண்கள் வகித்த தாகக் கருதப்பட்டார்கள்.

தங்கள் பெண்களையும், குழந்தைகளையும் பாதுகாப்பதற்கான ஆண்களின் திறனுக்கு அச்சுறுத்தல்களாக இருப்பதாகக் கருதப் படுபவனவற்றுக்குத் தனிக்கவனத்தை வழங்குவது, ஃபாசிச

அரசியல்வாதிகளுக்குச் சிக்கலான ஓர் அரசியல் பிரச்சினைக்குத் தீர்வாக ஆகிறது. தாரளவாத ஜனநாயகத்தில் சுதந்திரத்தையும், ஜன நாயகத்தையும் வெளிப்படையாகத் தாக்கும் ஓர் அரசியல்வாதி அதிக ஆதரவைத் திரட்டப் போவதில்லை. பாதுகாப்பின் பெயரால் தாராளவாத ஜனநாயகத்தின் கருத்துகளைத் தாக்குவதற்கும், வலு விழக்கச் செய்வதற்கும் இந்தப்பிரச்சினையை வெளிப்படை யாகத் தெரியாதவிதத்தில், தட்டிக் கழிப்பதற்கும் பாலியல் கவலை தொடர்பான அரசியல் ஒரு வழியாகும்.

பாலியல் கவலை தொடர்பான அரசியலைச் செயல்படுத்துவதன் மூலம், ஓர் அரசியல் தலைவர் சுதந்திரத்தையும், சமத்து வத்தையும் அச்சுறுத்தல்கள் என்பதாக மறைமுகமானவிதத் திலாவது பிரதி நிதித்துவம் செய்கிறார். பாலின அடையாளம் அல்லது பாலின விருப்பத்தேர்வின் வெளிப்பாடு என்பது சுதந்திரம் சார்ந்த ஒரு நடவடிக்கையாகும். ஓரினப்புணர்ச்சி யாளர்களையும், திருநங்கை களையும், பெண்களுக்கும் குழந்தைகளுக்குமான ஓர் அச்சுறுத்தலாக முன்வைப்பதன் மூலமும், அத்துடன், அவர்களைப் பாதுகாக்கும் ஆண்களில் திறனுக்கான அச்சுறுத்தலாக அதை விரிவுபடுத்துவதன் மூலமும், சுதந்திரம் குறித்த தாராளவாத இலட்சியக் கருத்தை ஃபாசிச அரசியல் தவறானதென்று மறுத்துப்பேசுகிறது. கருக்கலைப்பு செய்து கொள்வதற்கான ஒரு பெண்ணின் உரிமையும்கூட சதந்திரம் சார்ந்த ஒரு நடவடிக்கையாகும். கருக்கலைப்பை குழந்தைகளுக்கு ஓர் அச்சுறுத்தல் என்றும், அவர்கள் மீதான ஆண்களின் கட்டுப் பாட்டுக்கு ஓர் அச்சுறுத்தல் என்றும் பிரதிநிதித்துவம் செய்வதன் மூலம், சுதந்திரம் குறித்த தாராளவாத இலட்சியக் கருத்தை ஃபாசிச அரசியல் தவறான தென்று மறுத்துப் பேசுகிறது. தான் யாரை விரும்புகிறாரோ அவரை மணம் செய்துகொள்ளும் ஒரு மனிதரின் உரிமை என்பது சுதந்திரம் சார்ந்த ஒரு நடவடிக்கையாகும். கலப்பு மணத்திற்கான சாத்தியம் இருப்பதன் காரணமாக, ஒரு மதத்தின் அல்லது ஓர் இனத்தின் உறுப்பினர்களை ஓர் அச்சுறுத்தலாகப் பிரதிநிதித்துவம் செய்வதன் மூலம், சுதந்திரம் குறித்த தாராளவாத இலட்சியக் கருத்து தவறானதென்று மறுத்துப் பேசப்படுகிறது.

பாலியல் கவலை குறித்த அரசியல், சமத்துவத்தையும் வலு விழக்கச் செய்கிறது. பெண்களுக்கு சமத்துவம் வழங்கப்படும் போது தங்கள் குடும்பங்களுக்குத் தேவையான அனைத்தையும்

வழங்குபவர்கள் என்னும் ஆண்களின் பாத்திரம் அச்சுறுத்தலுக் குள்ளாகிறது. தங்கள் மனைவிகளும், குழந்தைகளும் பாலியல் அச்சறுத்தல்களுக்கு உள்ளாவதன் முன்னிலையில் அதிகரிக்கும் ஆணின் உதவியற்ற நிலை, தந்தைவழிப்பட்ட ஆண்மைத் தன்மையை இழக்கச்செய்து இத்தகைய கவலையுணர்வுகளை மேலோங்கச் செய்கிறது. சுதந்திரத்தையும், சமத்துவத்தையும் வெளிப்படையாகத் தோன்றும்விதத்தில் நிராகரிக்காமல், அவற்றை அடிப்படையான அச்சுறுத்தல்களாக முன்வைப்பதற்குப் பாலியல் கவலை குறித்த அரசியலானது ஆற்றல்மிக்க ஒரு வழியாகும். பாலியல் கவலை குறித்த அரசியலின் வீரியமிக்க இருத்தல் ஒருவேளை தாராளவாத ஜனநாயகம் அரிக்கப்பட்டிருக்கிறது என் பதற்கான மிகவும் முனைப்பான அடையாளமாக இருக்கக்கூடும்.

இப்படிப்பட்ட சமயத்தில், பாலியல் பிறழ்வு மற்றும் வன்மை வாய்ந்த அச்சுறுத்தல்களுக்கான மிகவும் கேடானதும் செறிவானது மான மூலப்பிறப்பிடங்கள் - பெருநகர்ப்புற மையங்கள் - மீது அரசியல்வாதிகள் தங்கள் கவனத்தைத் திருப்புகிறார்கள். ஆதி யாகமத்தில் சோடோமும் கொமாராவும் அவற்றின் ஒழுக்கக் கேட்டுக்காகவும், பாவத்துக்காகவும், அழித்தொழிக்கப்படுவதற் காகக் கடவுளால் தனிப்படத் தேர்ந்தெடுக்கப்பட்ட நகரங்களாக இருக்கின்றன. இந்த நகரங்கள் அழித்தொழிக்கப்படுவதற்கான காரணமாகச் சொல்லப்பட்டிருக்கும் பாவங்கள் குறித்து பிரதி யியல் முரண்பாடுகள் இருந்துவருகின்றன. ஆனால் அறிவுத்திறத் தைப் பொருட்படுத்தாதவிதத்தில், வரலாற்றுரீதியான கற்பனையில், இந்தப்பாவங்கள் பாலியல் இயல்பு கொண்டவையாக, குறிப்பாக, ஓரினப்புணர்ச்சி என்று எடுத்துக்கொள்ளப் பட்டிருப்பவையாக இருந்திருக்கின்றன. பேச்சுக்கலையிலும், இலக்கியத்திலும், நீண்ட காலமாக நகரங்கள் ஒழுக்கக்கேடான நடத்தை மற்றும் பாவத்தின், மிகவும் குறிப்பாகப் பாலியல் ஒழுக்கக்கேடு மற்றும் பாவத்தின் இருப்பிடங்களாக நடத்தப் பட்டன. சோடோமும் கொமாராவும் பாலியல் கவலையின் பிறப்பிடங்களுக்கான விவிலியச் சுட்டுக் குறிப்புகளாகும். அங்கு ஓரினப்புணர்ச்சி, இனக்கலப்பு மற்றும் ஃபாசிசக் கருத்தியலுக்கு எதிரான பிற பாவங்கள் நிகழத்தக்கவை யாக இருக்கின்றன.

9. சோடோமும் கொமாராவும்

"அந்தப் பிற்பகலில், முன்னாள் அதிகாரியின் சோவியத் நாட்டுப் புற வீட்டில், உணவுக்காக முயல்களை வளர்க்கிற, ஆனால், அவற்றைக் கொல்ல மனமில்லாத அந்த மனிதரிடமிருந்து நான் சுடுவதற்குக் கற்றுக்கொண்டேன். விலங்குகளை நேசிப்பவரான அவர், இந்தப் பிரதேசத்தைத் தனித்துப்போனதாக ஆக்கும் பண்பாட்டு மனப்பான்மைகள் குறித்து விவாதிக்கும்போது இவ்வாறு விளக்கினார்: "உதாரணமாக, ஓரினப்புணர்ச்சி யாளர்கள் எங்கள் நகரத்துக்கு வந்தால் நாங்கள் அவர்களைக் கொன்றுவிடுவோம்."

– நிக்கோலஸ் முல்னர்,

இன் மோஸ்ட் டைட்ஸ் ஏன் ஐலண்ட்

மெயின் கேம்ப்பின் முதல் அத்தியாயம் "எனது இல்லம்" என்று தலைப்பிடப்பட்டுள்ளது. அது மூன்றரைப் பக்கமே உள்ள சிறிய அத்தியாயம். அதில், தான் பிறந்த இடமான ஜெர்மனிய தேசிய வாதப் பெருமைகொண்ட, சுறுசுறுப்பான, கடும் உழைப்பாளி களான மக்கள் நிறைந்த, "இரண்டு ஜெர்மனிய அரசுகளின் எல்லை களுக்கு இடையில் இருக்கும் சிறு நகர"மான இன்னில் உள்ள பிராகோவுக்கு ஹிட்லர் மரியாதை செலுத்துகிறார். துயரார்ந்த விதத்தில், "வறுமையும், யதார்த்தத்தின் கடுமையும்" அவரை, தான் பிறந்த எளிய நாட்டுப்புறச் சிறு நகர இல்லத்திலிருந்து வெளியேறுவதற்கு இட்டுச்சென்றது. "சிறு பயணப்பெட்டி நிறைய ஆடைகள் மற்றும் நாரால் நெய்யப்பட்ட லினன் துணிகளுடனும், நிறைய மனஉறுதியுடனும் நான் வியன்னாவுக்குப் போனேன்."

"மெய்ன் கேம்ப்"பின் இரண்டாவது அத்தியாயமான "வியன் னாவில் எனது கல்வியும் போராட்டங்களும்," என்பது, ஆஸ்திரியா வின் மிகப் பெரியதும், உலகின் பல பகுதிகளிலிலுமிருந்து வந்த மக்களைக் கொண்டதுமான நகரத்தில் ஹிட்லரின் அனுபவங்கள்

தொடர்பானது. அதன் முதல் பக்கத்தின்படி வியன்னா ஒரு "விஷப்பாம்பு", "அதன் விஷப்பற்களை அறிந்துகொள்வதற்கு" ஒருவர் அங்கு வாழ்ந்திருக்க வேண்டும். வியன்னாவை, யூதர்களால் ஆதிக்கம் செலுத்தப்படுத்தப்பட்ட, கட்டுப்படுத்தப்பட்ட நகரமாக ஹிட்லர் சித்தரிக்கிறார். அருவருப்பூட்டும் விதத்திலான, சீர்கேடான உருமாதிரி ஒன்றுக்குச் சாதகமாக யூதர்கள் மரபான ஜெர்மனியப் பண்பாட்டைக் கடுமையாக விமர்சனம் செய்து அவமதிக்கிறார்கள். வியன்னாவில் தேசியப் பெருமிதம் இல்லாமையை ஹிட்லர் இகழ்ந்துரைக்கிறார். அதன் அனைத்துலக மக்களைக் கொண்ட தன்மைக்காகவும், அதன் வேறுபட்ட பண்பாடுகள் மற்றும் இனக்குழுக்களின் கலவைக்காகவும் வியன்னாவை ஹிட்லர் வெறுக்கிறார். "தலைநகரத்தில் காட்சியளிக்கும் இனங்களின் கலவையை நான் வெறுத்தேன். செக் நாட்டவர்கள், போலந்து நாட்டவர்கள், ஹங்கேரியர்கள், ருத்தேனியர்கள், செர்ப்கள், குரோட்கள், எல்லாவற்றுக்கும் மேலாக, எப்போதும் இருந்துவரும் காளான்களாக வளர்ந்து வரும் யூதர்கள், மீண்டும் யூதர்கள் ஆகிய இவர்களின் கதம்பமான கூட்டத்தை நான் வெறுத்தேன்."[1] ஜெர்மனியில் நகரங்கள் சீர்கேடுகளுக்குக் காரணமாக இருக்கின்றன என்றும், கிராமப்புறங்கள் தூய்மைப்படுத்தும் மூலப் பொருட்களாக இருக்கின்றன என்றும் கருதும் இலக்கியம் மற்றும் பண்பாட்டின் புனைவியலான ஒரு மரபு இருந்துவந்தது. தேசிய சோசலிசக் கருத்தியல் இந்த மரபை அதன் அதீத நிலைகளுக்கு எடுத்துச் சென்றது: விவசாயி வாழ்க்கையில் உணர்ந்தறியும் கிராமப் புற விழுமியங்களே தூய ஜெர்மனிய விழுமியங்களாக இருந்தன; இதற்கு மாறாக, நகரங்கள் இனத்துவத்தின் கறைபட்ட இடங்களாக இருந்தன. அங்கே தூய நார்டிக் இரத்தம் மற்றவர்களோடு கலப்பதன் மூலம் சிதைவுக்குள்ளாகிப் போனது. ஹிட்லரின் பதிப்பிக்கப் படாத இரண்டாவது நூலின் இரண் டாவது அத்தியாயத்தில் அவர் பின்வருமாறு எழுதுகிறார்:

> ஒரு மக்கள் கூட்டத்தின் அமைதி நிறைந்த பொருளாதாரக் கொள்கை என்று அழைக்கப்படுவதில் உள்ள குறிப்பிடத் தக்க ஆபத்து என்பது, தொடக்கத்தில், அந்த மக்களுக்குச் சொந்தமான நிலம் மற்றும் பிரதேசத்தின் உற்பத்தித் திறனின் விகிதத்துக்கு இனிமேலும் பொருந்தாத விதத்தில்

இருக்கும் நிலையில், மக்கள்தொகையில் ஓர் அதிகரிப்புக்கு உரிமையளிப்பதில் தங்கியுள்ளது. அடிக்கடி நிகழாததாக இல்லாத போதிலும், ஒரு நாட்டின் வாழ் நிலத் தேவைக்குப் போதுமானதாக இல்லாத நிலப்பரப்பில் ஏராளமான மக்கள் இப்படிக் கூட்டமாகத் திரண்டிருப்பது சிக்கலான சமூகப் பிரச்சினைகளுக்கு இட்டுச் செல்வதாகவும் இருக்கும். மக்களின் உடலில் உள்ள சீழ்க் கட்டிகளுக்கு ஒப்பாக பண்பாட்டு இடங்கள் போன்று தோற்றமளிக்காத பணி மையங்களில் இப்போது மக்கள் ஒன்றுதிரட்டப்படுகிறார்கள். இந்த இடங்களில் அனைத்து ஒழுக்கக்கேடுகளும், தீயொழுக்கங்களும், நோய்களும் ஒன்றிணைவதாகத் தோன்றுகிறது. எல்லாவற்றுக்கும் மேலாக இரத்தக்கலப்பும், சோரம்போதலும் விரைந்து நடப்பதற்கு உகந்த இடங்களாக இருக்கும் இவை, வழக்கமாக இனத்தின் சீரழிவை உறுதிசெய்து, அதன் விளைவாக, சீழ்வடியும் அந்த மந்தையில், சர்வதேச யூத சமுதாயத்தின் புழுக்கள் செழித்து வளர்வதற்கும், மக்கள் ஒட்டுமொத்தமாக அழிந்துபோவதற்கும் காரணமாகவும் இருக்கின்றன.[2]

அனைத்துலக மக்களைக் கொண்ட பெரிய நகரங்கள் குறித்தும், அவற்றின் பண்பாட்டு உற்பத்திப் பொருட்கள் குறித்துமான ஹிட்லரின் கண்டனங்கள் ஃபாசிச அரசியலில் இயல்பாக ஏற்றுக் கொள்ளப் பட்டவையாக இருக்கின்றன. பெரும்பாலும் யூதர்களால் கட்டுப்படுத்தப்படுவதாகக் கருதப்படும் 'ஹாலிவுட்' அல்லது அது சார்ந்த உள்ளூர் அமைப்பு, "வக்கிரமான" கலையை உற்பத்தி செய்வதன் மூலம் எப்போதும் மரபான விழுமியங்கள் மற்றும் பண்பாட்டை அழித்துக்கொண்டிருக்கின்றன. 1930இல், கேம்பன்ட் ஃபர் டியூட்சேகுல்ச்சர் (ஜெர்மனியப் பண்பாட்டுக்காகப் "போராடும் சமூகம்" அதிகாரபூர்வ தேசிய சோசலிசவாத அமைப்பின்) கொள்கை அறிக்கையில் ஆல்ஃபிரட் ரோஸன்பெர்க், பின்வரும் அழைப்பை விடுக்கிறார்: "இன்று அனைத்துப் பெருநகரங்களிலும் உள்ள அரங்கக்கலை வக்கிரமான உணர்வுகளின் காட்சியாக மாறிவிட்ட காரணத்தால், அரங்கக்கலையின் அனைத்து நடத்தைப் பாங்குகளையும் எதிர்ப்பதற்கு ஓர் அழைப்பு விடுக்கப்படுகிறது. நீதி குறித்த

நமது கருத்தாக்கங்கள் தொடர்பாக நிலையாகப் பரவிவரும் சீர் கேட்டுக்கு எதிராக, மக்களைச் சுரண்டுவதற்கு நடைமுறையில் பெரிய மோசடிப் பேர்வழிகளுக்கு விருப்பம்போல் செயலாற்றும் உரிமையை வழங்குகிற ஓர் சீர்கேட் டுக்கு எதிராக நாம் போராடுகிறோம்.[3]

∞

ஃபாசிசவாதியின் கற்பனையில், நகரங்கள் பெரும்பாலும், யூதர் களாலும், பிற புலம்பெயர்ந்தோராலும் உருவாக்கப்படுகிற சீரழிக் கும் பண்பாட்டுக்கான பிறப்பிடங்களாக இருக்கும் நிலையில், கிராமப்புறம் தூய்மையானதாக இருக்கிறது. "விவசாயிகள் மற்றும் வேளாண்மை குறித்த தனது நடத்தை முறை மீதான கட்சியின் அதிகாரபூர்வமான அறிக்கை" ஹிட்லரின் கையொப்பத்தோடு (உண்மையில் அதை எழுதியவர் யாரென்பது தெளிவுபடவில்லை என்ற போதிலும்) 1930ஆம் ஆண்டு தேசிய சோசலிசப் பத்திரிகை யான வோல்கிஸ்ஸர் பியோ பேக்டரில் வெளியிடப்பட்டது தேசத்தின் உண்மையான விழுமியங்கள் கிராமப்புற மக்கள் கூட்டத் திடம் காணக்கிடைக்கின்றன என்பதும், "ஆரோக்கியமான ஓர் இனக்குழு மரபுத்தொடர்ச்சியை, மக்களின் இளமைக்கான ஊற்றுக் கண்ணை, இராணுவ சக்தியின் முதுகெலும்பைத் தாங்கியிருக்கும் முக்கிய மனிதர்களாக விவசாயிகளை தேசிய சோசலிசவாதிகள் பார்க்கிறார்கள்," என்பதுமான நாஜி கருத்தியலின் சுருக்கமான ஓர் அறிவிப்பை அது உள்ளடக்கியிருந்தது. ஃபாசிச அரசியலில் குடும்பப் பண்ணையானது தேசிய விழுமியங்களுக்கான ஆதாரக் கல்லாகும். அத்துடன் குடும்பப் பண்ணைச் சமுதாயங்கள் அதன் இராணுவத்துக்கான முதுகெலும்பை வழங்குபவையாக இருக் கின்றன.[4] தேசத்தின் விழுமியங்களுக்கான உயிரோட்டமான மைய மாக இருக்கும் இதனைப் பேணிப்பாதுகாப்பதற்காக, நகரங்களை நோக்கிப் பாயும் மூலவளங்கள் அதற்குமாறாக, கிராமப்புறச் சமுதாயங்களை நோக்கிச் செலுத்தப்பட வேண்டும். தேசத்தின் தூய இரத்தத்திற்கான மூலப்பிறப்பிடமாக இருக்கும் கிராமப்புறச் சமுதாயங்கள் புலம்பெயர்தலின் வழியாக வெளியிட இரத்தத்தால் மாசுபடுத்தப்படுவதாக இருக்கக் கூடாது. "உள்நாட்டுத் தொழி லாளர் கூட்டத்தை நல்ல நிலைமைக்குக் கொண்டுவருவதன்

மூலமும், நிலத்தைவிட்டு ஓடிவிடாமல் தடுப்பதன் மூலமும், வெளிநாட்டு விவசாயத் தொழிலாளரை இறக்குமதி செய்வது அவசியமற்றதாக மாறும். அதன் காரணமாக அது தடைசெய்யப் படுவதாகவும் இருக்கும்,"[5] என்பது அதிகாரப்பூர்வமான நாஜி கொள்கையாக இருந்தது.

"புலம்பெயர்ந்து வந்தவர்கள் தொடர்பான மனப்போக்குகளே அமெரிக்க நகரங்கள் மற்றும் கிராமப்புற சமுதாயங்களுக்கு இடையிலான மிகப் பெரிய இடைவெளியை வடிவமைக்கின்றன,"[6] என்று 2017 ஜூனில் வாஷிங்டன் போஸ்ட் - கெய்சர் ஃபவுண்டேசன் நிறுவனம் ஏறத்தாழ ஆயிரத்து எழுநூறு அமெரிக்கர்களிடம் மேற்கொண்ட கணக்கெடுப்பு கண்டறிந்திருக்கிறது. அந்த வாக்கெடுப்பில், "புலம்பெயர்ந்து வந்தவர்கள் நமது நாட்டிற்கு ஒரு சுமையாக இருக்கிறார்கள். ஏனென்றால் அவர்கள் வேலைகள், வீட்டுவசதி மற்றும் மருத்துவ சேவைகளை எடுத்துக்கொள் கிறார்கள்," என்னும் கூற்றைக் கிராமப்புறங்களில் வசிப்போரில் நாற்பத்திரண்டு சதவீதம் பேர் ஒப்புக்கொண்டுள்ளார்கள். நகர்ப் புறங்களில் வசிப்போரில் பதினாறு சதவீதம் பேர் மட்டுமே புலம் பெயர்ந்து வந்தோரை சுமையென்ற வகையில் சித்தரிக்கப்படுவதை ஒப்புக்கொண்டுள்ளார்கள். கிராமப்புறம் எதிர் நகர்ப்புறம் என்னும் அரசியல், தந்திரமனம் கொண்ட அமெரிக்க அரசியல்வாதிகளுக்கு, குறிப்பாக, புலம்பெயர்தல் என்னும் தலைப்பைச் சுற்றி, பிரிவினையை விதைப்பதற்கான நம்பிக்கையூட்டும் ஒரு வழியாக இருக்கிறது என்று இந்த வாக்கெடுப்பு சுட்டிக்காட்டுகிறது.

பிரான்ஸில் 2017ஆம் ஆண்டு அதிபர் தேர்தலின்போது ஏப்ரல் 21 அன்று த கார்டியன் வெளியிட்ட கட்டுரை ஒன்று லெ ஃப்ரன்ட் நேசனல் கட்சிக்கும், அதன் அதிபர் வேட்பாளர் மரின் லெ பென்னும் அடித்தளமாக இருப்பது, "பெருநகரங்களுக்கு வெகுதொலைவில் உள்ள எல்லா நகரங்களும், நாட்டுப்புற கிராமங்களும்தான்," என்று விவரிக்கிறது. பாதுகாப்பு தொடர்பான கடுங்கோட்பாடு மற்றும் குடிவரவு எதிர்ப்பு" குறித்த செய்தி, "குடிவரவு மிக அரிதாக நடைபெறும் இடங்களாக இருந்தபோதிலும்" குடிவரவு குறித்த எதிர்ப்புணர்வு ஆழமாகவும் பரவலாகவும் ஊடுருவியிருக்கும் கிராமப்புறங்களி லிருந்து அவரது கட்சிக்குப் பெருகிவரும் ஆதரவுக்குக் காரணமாக இருந்தது என்று சித்தரிக்கப்படுகிறது. பிரான்ஸின் தலைநகரமும்,

பெரிய நகரமுமான பாரிஸில் முதல் சுற்று வாக்களிப்பில் 5 சத வீதத்துக்கும் குறைவான வாக்குகளே வாங்கியிருந்ததற்குப் புறம் பாக, "பெரிய நகரங்களுக்கும் மற்றும் அதிக அளவு கிராமப் பகுதிகளுக்கும் இடையில் ஓர் அரசியல் முறிவைக் குறிப்பிட்டுக் காட்டும் "பிரதேச அளவிலான தேர்தல் முடிவு"களோடு[7] எம்மானுவல் மக்ரானுக்கு நெருக்கமாக இரண்டாமிடத்தை லெ பென் கைப்பற்றினார். இறுதிச் சுற்றில், எம்மானுவல் மக்ரான் பெரு வெற்றி பெற்றார். கிராமப்புறம்/நகர்ப்புறம் என்னும் முறிவு அப்படியே இருந்தது. அவர்களுக்கான ஆதரவில் உள்ள வித்தியாசங்களை 2017 மே 12இல் பிபிசியில் வெளியான ஒரு கட்டுரை பின்வருமாறு தொகுத்துரைக்கிறது:

> பத்துக்கு ஒன்பது வாக்காளர்கள் அவருக்கு வாக்களித்த பாரிஸ் உள்ளிட்ட பெரிய நகரங்களில் மக்ரான் சிறப்பான அளவில் வாக்குகளைப் பெற்றார். அது அவருக்கு வலு வான ஆதரவை அளிக்கும் பகுதியாக இருந்தது. இதற்கு மாறாக, லெபென் னுக்கான பெருமளவு ஆதரவு கிராமப் புறங்களிலிருந்து வந்தது.[8]

அதேபோல் அமெரிக்காவில் 2016 அதிபர் தேர்தலின்போது, புலம்பெயர்ந்தோருக்கு எதிரான டொனால்ட் டிரம்பின் கடுமை யான ஆரவாரப் பேச்சு புலம்பெயர்ந்தோர் மிகவும் குறைவாக இருந்த கிராமப்புறங்களில் குறிப்பான விதத்தில் பிரபலமானதாக இருந்தது.

தனது செய்தி யாரை மனம் குளிரச் செய்யுமோ பெரிய நகரங்களுக்கு வெளியில் இருக்கும் அந்தச் சாதாரண மக்களை ஃபாசிச அரசியல் இலக்காகக் கொள்கிறது. மேலெழுந்து வந்த உலகப் பொருளாதாரம் ஒன்றின் மையங்களாகப் பெரிய நகர்ப் புறப் பகுதிகளை நோக்கிப் பொருளாதார சக்தி சுழன்றடித்த போது, 1930களில் ஐரோப்பாவில் நிகழ்ந்ததுபோல், உலகமய மாதலின் காலம் முழுவதிலும் அது குறிப்பிடத்தக்க விதத்தில் அதிர்ந்துகொண்டிருந்தது. உலகமயமான பொருளாதாரம் கிராமப் புறங்களுக்கு இழைத்த தீங்குகளை, ஃபாசிச அரசியல் தெளிவு படத் தெரியும்படி செய்கிறது. பண்பாட்டுரீதியாகவும், பொருளா தாரரீதியாகவும் தாராளவாத நகரங்கள் பெற்ற வெற்றியின் மூல மாக மரபான கிராமப்புறத் தன்னிறைவு குறித்த விழுமியங்கள்

இக்கட்டான சூழ்நிலையில் வைக்கப்படுவதையும் தனது கவனத்தில் சேர்த்துக்கொள்கிறது.

மின்னசோட்டா மாநில சட்டப்பேரவைக்கு 2014இல் நடந்த தேர்தல்களில் ஜனநாயகக் கட்சியின் பெரும்பான்மையை மீறி குடியரசுக் கட்சி அலை உயர்ந்தெழுந்தது. 2015 ஜனவரி 25இல் வெளியான ஸ்டார் டிரிப்யூன் கட்டுரையொன்று, குடியரசுக்கட்சியின் வெற்றியை விளக்குகிறது. அதில், ஒரு ஜனநாயகக் கட்சிக்காரர் தனது எதிரியான குடியரசுக் கட்சிக்காரரால் “மெட்ரோ ஜே” என்று ஏளனம் செய்யப்படுகிறார். செயின்ட்பாலில் உள்ள புதிய மாநில செனட் அலுவலகக் கட்டடம் உள்ளிட்டு, ஓரின ஆண்பால் புணர்ச்சியாளர்களின் திருமணங்களைச் சட்டபூர்வமாக்குதல் மற்றும் மின்னசோட்டாவுக்கான தாங்கிக்கொள்ளும் செலவிலான மருத்துவச் சேவைச் சட்டத்தைக் கொண்டுவருவதற்கான முயற்சிகள், அரசின் கருவூலத்திலிருந்து களவாடப்பட்டவற்றைப் பதுக்கி வைத்துக்கொண்டு, சிறுநகரங்களின்மீது தமது விழுமியங்களைச் சுமத்தும் ஜனநாயகவாதிகள் தொடர்பான அதிருப்தியை மாநிலத்தின் பல்வேறு மூலைமுடுக்குகளிலெல்லாம் உள்ள குடியரசுக் கட்சி வேட்பாளர்கள் ஆதாயப்படுத்திக்கொண்டது ஆகியவற்றில் குடியரசுக் கட்சியின் வெற்றியைக் குறித்து பாட்ரிக் காண்டன் எழுதுகிறார்.

மின்னசோட்டாவில் உள்ள நகரவாசிகள் கடும் உழைப்பாளிகளான மின்னசோட்டாவின் கிராமப்புற மக்கள் செலுத்தும் வரிகளின் மூலம் வாழ்ந்துவந்தார்கள் என்பது தொடர்பான பரவலான உணர்வு 2014இல் மின்னசோட்டாவில் குடியரசுக்கட்சியின் வெற்றிக்கான ஆற்றல்மிக்க சக்தியாக விளங்கியது (“நாங்களும் வரி செலுத்துகிறோம். நாங்கள் வரியாகச் செலுத்தும் டாலர்களில் பெரும்பகுதி மாநகரப் பகுதியின் நகர்ப்புற வளர்ச்சிக்குச் சென்றுவிடுகிறது. அதில் எங்களுக்கும் சிறிதளவு பங்கு வேண்டும். எங்களுக்கும் நல்ல சாலைகள் வேண்டும்,” என்று கிராமப்புற மின்னசோட்டாவாசி கூறியதாக கார்டன் மேற்கோள்காட்டுகிறார்). இருப்பினும் அரசியலில் வழக்கமாக நடப்பதுபோல், உலகமயமாக்கல் காலகட்டத்தின்போது கிராமப்புற நகர்ப்புறப் பிரிவினைச் சிக்கல் மேலும் மோசமானதாக ஆக்கப்பட்டது. உலகமயமான பொருளாதார அமைப்பில், வேறு பல இடங்களிலும் இருந்தது

போல், மின்னசோட்டாவிலும் "அரசின் பொருளாதாரத்தை இயக்கும் இயந்திரமாக இருந்த மாநகரப் பகுதிகள்தான் அரசின் எல்லா மூலைகளுக்கும் வெளிநோக்கிப் பாயும் வரிப் பணமான டாலர்களை உருவாக்குபவையாக இருக்கின்றன" என்ற இட்டுக் கட்டப்பட்ட உணர்வே இருந்து வந்தது.

நகர்ப்புறத்தில் சோம்பேறிகளாக வசித்துவருவோருக்கு கடின உழைப்பாளிகளான கிராமப்புறத்தில் வசிப்பவர்கள் ஆதரவளிப் பவர்களாக இருக்கிறார்கள் என்னும் அவமானப்படுத்தும் கட்டுக் கதையை ஃபாசிச அரசியல் கட்டியமைக்கிறது. அதன் காரண மாக அதன் வெற்றிக்கான அடித்தளம் நாட்டின் கிராமப்பகுதிகளில் காணக்கிடைக்கிறது என்பதில் ஆச்சரியம் எதுவுமில்லை. நாஜிக் கட்சிக்கான ஆதரவின் ஒருங்கமைவு குறித்து 1980இல் வெளியான கட்டுரையொன்றில் நிகோ பாஸ்சியர், "நாஜிசத்துக்கு கிராமப் புறத்தின், குறிப்பாக விவசாயம் சார்ந்த மக்களிடமிருந்து கிடைத்த ஆதரவு பரந்து விரிந்ததாக இருந்தது." அத்துடன் நாஜிகள், "சற்றே ஒருபடித்தான சமூக அமைப்பையும், உள்ளூர் ஒருமைப்பாடு தொடர்பான வலுவான உணர்வுகளையும், சமூகக் கட்டுப்பாட்டை யும் கொண்ட, சிறு பண்ணைகள் இருந்த பகுதிகளில் தனிச்சிறப் பான வெற்றியைப் பெற்றிருந்தார்கள்,"[9] என்று குறிப்பிடுகிறார்.

நகரங்கள் மீதான, 'பாசிச அரசியல்வாதி ஒருவரது தாக்குதல் களின் துல்லியத்தன்மை அவர்களது வெற்றி குறிப்பிடத்தக்க விதத்தில் முக்கியக் காரணமாக இருக்கவில்லை. நகரங்களில் வசிக்காத வாக்காளர்களின் நினைவுகளில் இந்தச் செய்திகள் ஒலிக்க வேண்டியிருக்கவில்லை. அத்துடன் அவற்றுக்கு நகர்ப்புறங்களில் வசிப்போரை ஈர்க்கவேண்டிய அவசியமும் இருக்கவில்லை. நகரத் துக்கு எதிரான ஆரவாரப் பேச்சுக்கு 2016ஆம் ஆண்டு அமெரிக்க அதிபர் தேர்தலில் மையமான ஒரு பங்கு இருந்தது. 2016 மற்றும் 2017இல் அமெரிக்காவில் வன்மையான குற்றங்களின் விகிதம் வரலாற்றுரீதியாகக் குறைவான அளவு என்பதற்கு அருகிலேயே இருந்தன (வன்மையான குற்றங்களின் தனிச் சிறப்பான நிகழ்வுகள் - பெரும் எண்ணிக்கையிலானவர்கள் சுட்டுக்கொல்லப்படுதல் - குறிப்பாக நகர்ப்புறப் பகுதிகளோடு தொடர்புகொண்டவையாக இருக்கவில்லை. அத்துடன், அவை வெள்ளையின ஆண்களால் புரியப்பட்டவையாகும்). நகரங்கள் செழித்தோங்கின; அமெரிக்

காவில் உள்ள, “புத்தாயிரத்தைச் சேர்ந்த தலைமுறையினர், “நகர்ப் புறப் பகுதிகளைவிட புறநகர்ப்பகுதிகளை விரும்பித் தேர்ந்தெடுப் பவர்களாக இருந்தார்கள். அத்துடன் நகர்ப்புறப் பகுதிகள் மிகப் பெரிய புத்தெழுச்சிக்கு உள்ளாயின. 1970கள் மற்றும் 1980களில் சீரழிவுக்கு உட்படுத்தப்பட்ட ஓரினத்தைச் சேர்ந்தவர்களுக்கான மோசமான நகரப்பகுதியின் அடையாளங்களாக இருந்த ஹார்லெம் போன்ற பல பகுதிகளில், நல்லதற்கோ கெட்டதற்கோ வீடுகள் நடுத்தர மக்களுக்கானதாக மாற்றியமைக்கப்படும் மாபெரும் மாற்றத்துக்கு உள்ளாயின. வீடுகளின் விலைகளும் உச்ச அளவில் உயர்ந்தன. இதைப் பொருட்படுத்தாத விதத்தில் அமெரிக்க அதிபர் டொனால்ட் டிரம்ப் 2016ஆம் ஆண்டு அமெரிக்க அதிபர் தேர்தல் பரப்புரையின்போதும், அதன் பிறகும், அமெரிக்க நகரங்களை சீரழி வுக்கும், வன்கொலைகளுக்குமான இடங்கள் என்று மீண்டும் மீண்டும் பேசி வந்தார். உதாரணமாக, 2017 ஜனவரி 14இல், அப்போது அதிபராகத் தேர்ந்தெடுக்கப்பட்டிருந்த டிரம்ப், “அமெ ரிக்காவின் உட்பகுதியிலுள்ள தீவைப்பும், குற்றமும் புரையோடிப் போன நகரங்கள்” குறித்து ட்விட்டரில் பேசினார். அமெரிக்க நகரங்கள் குறிப்பிடத்தக்க விதத்தில் நடுத்தர மக்களுக்கானதாக மாற்றியமைக்கப்பட்டிருப்பதைப் பொருட்படுத்தாமல், அந்த நகரங் களைக் கறுப்பின மக்கள் நிரம்பிய மோசமான நகரப் பகுதிகளை உள்ளடக்கியவை என்று வழக்கமாகப் பேசி வந்தார். (இவர்கள் குற்றவாளிகளாக இருப்பதற்கு அதிக வாய்ப்புள்ளது என்று அவர் மறைமுகமாகக் குறிப்பிட்டார்). அவரது பரப்புரைப் பேச்சுகளில் ஒன்றின் வழமையான ஒரு வரி பின்வருமாறு இருந்தது: “நமது ஆப்பிரிக்க அமெரிக்க சமுதாயங்கள் முன்பு எப்போது, எப் போது, எப்போது இருந்ததை விடவும் முழுமுற்றாக மிகவும் மோசமான நிலையில் இருக்கின்றன. உள்நகரங்களில் நீங்கள் பார்வையைச் செலுத்துங்கள், நீங்கள் கல்வியைப் பெறவில்லை, நீங்கள் வேலைகளைப் பெறவில்லை, நீங்கள் வீதியில் இறங்கி நடக்கும்போது சுட்டுக் கொல்லப்படுவீர்கள்.” இருப்பினும், இந்தக் காலகட்டத்தில் அமெரிக்காவிலுள்ள நகரங்கள் தலைமுறைக் கணக் கிலான குற்றங்களின் விகிதத்தில் மிகவும் குறைந்த அளவை எட்டியிருந்தது. அத்துடன் வேலையின்மையும் பதிவளவில் மிகவும் குறைந்த அளவை எட்டியிருந்தது. நகரங்கள் குறித்த டிரம்பின்

ஆரவாரப்பேச்சு மிகப் பொதுவான ஃபாசிச அரசியல் பின்னணியில் மட்டுமே அர்த்தமுள்ளதாக இருக்கும். அதில் நகரங்கள் பிணி மற்றும் கொள்ளை நோயின் மையங்களாக, மற்றவர்களது உழைப்பில் வாழ்ந்து முடிக்கும் இழிவான சிறுபான்மைக் குழு வினரின் மோசமான நகரப் பகுதிகளைக் கொண்டதாகப் பார்க்கப் பட்டன.

ஆழமான மத உணர்வுகொண்ட சுற்றுவட்டாரங்கள் அல்லது ஆதிக்கத் தலைவர்கள் சிலரால் ஆதரவளிக்கப்பட்ட மக்கள்நலப் பொருளாதாரக் கொள்கைகளின் மூலம் நல்ல சேவையைப் பெற்ற, வறுமைப்பட்ட கிராமப்புறத் தொழிலாளர்களின் சுற்றுவட்டாரங் களை உள்ளடக்கிய, நகர்ப்புற மையங்களைக் கொண்ட நாடுகளில், ஃபாசிச அரசியலில் இடம்பெறும் கிராமப்புறத்துக்கான இந்த வேண்டுகோள் அறியப்படாததாக இருக்கக்கூடும். துருக்கியின் மிகப்பெரும் நகரமான இஸ்தான் புல்லின் மேயராக ரிசெப் தய்யிப் எர்டோகன் தனது தேசிய வாழ்க்கைப் பணியைத் தொடங்கினார். பழமைவாதிகளான, மத உணர்வுகொண்ட வாக்காளர்களால் ஆதிக்கம் செலுத்தப்பட்ட, பெரிய சுற்றுவட்டாரங்களைக் கொண் டதாக இருந்த இஸ்தான்புல் அவருக்கு தொடக்ககால ஆதரவுத் தளமாக இருந்தது; மக்களின் விருப்பத்துக்குரிய எர்டோகனின் பொருளாதாரக் கொள்கைகள் இஸ்தான்புல்லின் புறக்கணிக்கப் பட்ட ஏழைகளுக்கு சேவையாற்றுபவையாகவும் இருந்தன. இருப் பினும், “மத வேற்றுமை அடிப்படையிலான வெறுப்பைத் தூண்டு வதாக இருந்தது,” என்பதற்காக அவரைச் சிறையில் அடைக்கச் செய்த, மதச் சார்பின்மைக்கு எதிரான உரையை வழங்குவதற்கு, “நாட்டின் தென்கிழக்குப் பகுதியில், மதரீதியில் பிற்போக்கானதும், கட்டுப்பாட்டுக்குள் இல்லாததுமான ஒரு நகர”மான சைர்ட்டை எர்டோகன் 1999இல் தேர்ந்தெடுத்தார்.[10] ஃபாசிச அரசியலில் எர்டோகன் ஈடுபடுவது அதிகரித்துவந்த நிலையில், அவரது ஆதரவுத்தளம் கிராமப்புறங்களுக்கு மாற்றமுற்றது. எர்டோகனுக்கு ஏறத்தாழ சர்வாதிகாரிக்கான அதிகாரங்களை வழங்குவதற்கு, 2017இல் நடந்த கருத்துவாக்கெடுப்பில் துருக்கியின் மூன்று மிகப் பெரிய நகரங்களில் அனைத்துமே அவருக்கு எதிராக வாக்களித்தன.

இந்தக் கருத்து வாக்கெடுப்பு வெற்றி பெறுவதற்கு இந்த மையங்களுக்கு வெளியில் அவருக்கு இருந்த வலுவான ஆதரவு மட்டுமே காரணமாகும்.

பெரிய நகர மையங்கள் குறிப்பாக பன்மைத்துவம் நோக்கி அதிக அளவில் நாட்டம் கொண்டிருந்தன. நகரங்களில் பெரிய அளவில் வெறுமனே இனரீதியிலும் மதரீதியிலுமான பன்மைத் தன்மையை மட்டுமல்லாமல், வாழ்க்கைப்பாணிகளிலும், பழக்கவழக்கங்களிலும் பெருமளவிலான பன்மைத் தன்மையை ஒருவர் கண்டு கொள்வதற்கு வாய்ப்பிருக்கிறது. நாஜிகளால் இலக்கு வைக்கப் பட்ட மக்கள் கூட்டங்களுக்கு கொஞ்ச காலத்துக்காவது, பாது காப்பை வழங்குவதற்குப் போதுமான அளவு சகிப்புத்தன்மையை நகர்ப்புறப் பகுதிகள் கொண்டிருந்தன என்ற பார்வைக்கு தேசிய சோசலிசம் குறித்த இலக்கியம் ஆதரவாக இருந்தது. ரிச்சர்ட் கிரென் பெர்ஜரின் கருத்துப்படி, "கிராமப்புறங்களிலும், சிறுநகரங்களிலும் வாழ்ந்த யூதர்கள் சன்னல் உடைப்புக்கும், உடல்ரீதியான தாக்குதல்களுக்கும், உச்சநிலையில் கொலைக்கும் ஆளாக்கப்பட் டார்கள். இது அவர்களை ஃப்ராங்ஃபர்ட் மற்றும் பெர்லின் போன்ற பெரிய மையங்களில் பெயர் அறியப்படாத நிலைமையையும், ஒரு குழுவோடு பகிர்த்துகொள்ளும் வாழ்க்கை வசதிகளையும் தேடிக்கொள்ளும்படி செய்தது. நகர்ப்புறங்களைவிட நாட்டுப்புறப்பகுதிகள் பொதுவாக யூத எதிர்ப்பில் நாட்டம் கொண்டவையாக இருந்தன. நகரங்களில் யூத எதிர்ப்பு உணர்வு தோராயமாக நகரத்தின் அளவுக்குச் சரிசமமான விதத்தில் நேர் எதிரானதாக இருந்தது."[11]

ஃபாசிசக் கருத்தியல் பன்மைத்துவத்தையும், சகிப்புத் தன்மையையும் நிராகரிக்கிறது. ஃபாசிச அரசியலில் தேர்ந்தெடுக்கப் பட்ட தேசத்தில் உள்ள ஒவ்வொருவரும் ஒரு மதத்தையும், ஒரு வாழ்க்கை முறையையும், பழக்கவழக்கங்களின் தொகுதியையும் பகிர்ந்துகொள்கிறார்கள். பெரிய நகர்ப்புற மையங்களில் வேறுபட்ட தன்மைக்கான சகிப்புத்தன்மை பல்வகைத் தன்மையோடு சேர்ந்துவருவதன் காரணமாக ஃபாசிசக் கருத்தியலுக்கு ஓர் அச்சுறுத்தலாக இருக்கிறது. நிதி சார்ந்த மேட்டுக்குடியினர், "காஸ்மோபாலிடன்கள்," தாராளவாதிகள், மதம் சார்ந்த, இனம் சார்ந்த, மற்றும் பாலினம் சார்ந்த சிறுபான்மையினர் ஆகியோரை

ஃபாசிச அரசியல் இலக்காகக் கொள்கிறது. பல நாடுகளிலும் இவை இயல்பானவிதத்தில் நகர்ப்புற மக்கள் கூட்டங்களாக இருக்கின்றன. இதன் காரணமாக நகரங்கள் பயனுள்ள வகையில் ஃபாசிச அரசியலின் வகைமாதிரியான எதிரிகளுக்கு ஒரு மாற்று இலக்காகப் பயன்படுகின்றன.

∞

ஃபாசிசக் கருத்தியலில் கிராமப்புற வாழ்க்கை நாட்டின் தன்னிறைவு தொடர்பான சிறப்புப் பண்புகளால் வழிநடத்தப்படுகிறது. அது வலிமையை விளைவிக்கிறது. நகரத்தில் உள்ள "ஒட்டுண்ணி" களைப்போலில்லாமல், கிராமப்புற சமுதாயங்களில் ஒருவர் அரசைச் சார்ந்து இருக்கவேண்டிய அவசியமிருப்பதில்லை. சமூகக்கடமைப் பொறுப்பு, நலவாழ்வுப் பணியை உள்ளடக்கியதாக இல்லாமலிருக்கலாம். அது கேலிக்குரியதும், பயனற்றதுமாகும். ஆனால் தனிநபரின் இழிவுநிலையை முடிவுக்குக்கொண்டு வருவதோடு பிணைக்கப்பட்டிருக்கும் நமது பொருளாதார மற்றும் பண்பாட்டு வாழ்க்கையின் அமைப்பில் ஆழமாக வேரூன்றியுள்ள தவறுகளைக் களைவதில் அந்தக் கடமைப் பொறுப்பு உள்ளது," என்பது வியன்னாவில், தான் தங்கியிருந்தபோது கற்றுக்கொண்ட ஒரு பாடம் என்று ஹிட்லர் எழுதுகிறார்.[12] ரிச்சர்ட் வால்த்தர் டார்ரே, முன்னணி நாஜி கோட்பாட்டாளராகவும், எஸ்.எஸ். அமைப்பின் மிக மூத்த தளபதிகளில் ஒருவராகவும் இருந்தார். 1929இல் டார்ரே எழுதிய, "த பெசன்ட்ரி ஏஸ் த கீ டு அன்டர்ஸ்டான்டிங் த நார்டிக் ரேஸ்" என்னும் கட்டுரையின் கருதுகோள் உண்மையான சுதந்திரத்தை விவசாயியின் கிராமப்புற விவசாய வாழ்க்கையில்தான் அறிந்துணர முடியும் என்பதாகும். நகரத்தில் வசிப்போர் குறித்து டார்ரே வாதிடுவது போல், ஓர், "ஒட்டுண்ணி"யாக இல்லாமல், கிராமப்புற வாழ்க்கையில் ஒருவர், "தனது சொந்தத் திறனாற்றல்களை" சார்ந்திருக்கவும், தன்னிறைவோடு இருக்கவும் கட்டாயப்படுத்தப்படுகிறார்.[13]

ஃபாசிசத்தில் அரசு ஓர் எதிரியாகும். அது, தேசத்தைக்கொண்டு மாற்றீடு செய்யப்படவேண்டியதாக இருக்கிறது. அது, இனரீதியான அல்லது மதரீதியான பெரும்புகழை ஒரு பொதுவான இலக்காகக்

கொள்வற்காகத் தன்னிறைவான தனிநபர்கள் கூட்டாகச் சேர்ந்து தியாகம் செய்வதைத் தேர்ந்தெடுப்பதை உள்ளடக்கியதாகும். "அரசு" என் பதிலிருந்து சுதந்திரமானதும், தன்னிறைவு குறித்த விடுதலை ஆர்வக் கோட்பாட்டாளரின் கருதுகோளுக்குக் குறைந்த பட்சம் மெலெழுந்தவாரியாகவேனும் நெருக்கமானதுமான ஏதோ ஒன்றுடன் தொடர்புடையதாக ஃபாசிசக் கருத்தியல் இருக்கிறது என்பதைப் பதற்றமான ஓர் உணர்வோடு நாம் அடுத்த அத்தி யாயத்தில் காண உள்ளோம்.

தேசத்தை மேம்படுத்துவதற்காக, குறைந்துவரும் பிறப்பு விகிதத் தைத் தலைகீழாக்குவதிலும், ஃபாசிச இயக்கங்கள் முழுக் கவனத் தையும் செலுத்துவதில் தீவிரமாக இருக்கின்றன; குடும்பத்தை மேலாண்மை செய்வதற்கென்று அர்ப்பணித்துக்கொண்டவர்களின் மூலம் பேணி வளர்க்கப்படும் பெரிய குடும்பங்களே அவற்றின் குறியிலக்காக இருக்கின்றன.[14] ஃபாசிச அரசியலில், நகரங்கள் பிறப்பு விகிதம் குறைந்துவரும் இடங்கள் என்று இகழப்படுகின்றன. ஆண் களையும் பெண்களையும் தங்கள் மரபான பாலினப் பாத்திரங்களை (உதாரணமாக போர் வீரர்கள் மற்றும் தாய்மார்கள்) ஏற்று, நிறைவு செய்வதற்கான ஆற்றல் குறைந்தவர்களாக ஆக்கி, மக்கள் கூட்டத்தின் மீது பன்னாட்டுத்தன்மை (காஸ்மோபாலிடனிசம்)யின் பலவீனப் படுத்தும் தாக்கத்தைச் செலுத்து பவையாக நகரங்கள் குற்றம்சாட்டப் படுகின்றன. 1927இல் இத்தாலிய ஃபாசிசத் தலைவர் முஸோலினி ஆற்றிய உரையொன்றில் அவர் சொல்கிறார் :

> "குறிப்பிட்ட ஒரு நிலையில், தனது சொந்த வள ஆதாரங் களின் மூலமாக அல்லாமல், வெளியிலிருந்து வரும் உதவி யின் மூலமாக, நகரம் நோயுற்று, நோய்க்குறி கொண்ட விதத்தில் வளர்ச்சியடையத் தொடங்குகிறது... குடிமக்களின் அதிகரித்து வரும் கருவளமின்மை நகரங்களின் கட்டுக் கடங்காத, அசுரத் தனமான வளர்ச்சியோடு ஒரு நேரடி யான உறவைப் பற்றிக் கொண்டுள்ளது... மிகப் பெரிய மாநகரம் விரிவடைகிறது, கிராமப்புறத்திலிருந்து வரும் மக்கள்கூட்டத்தை ஈர்க்கிறது. உடனடியாக அதை நகர மயமாக மாற்றுகிறது. அங்கு ஏற்கெனவே இருந்துவரும் மக்கள்கூட்டத்தைப் போலவே மலடாக்கப்பட்டதாக மாறு கிறது... நகரம் மரணிக்கிறது, தேசம்... இப்போது வயது

முதிர்ந்த, சீர்கேடுற்ற மக்களால் ஆக்கப்பட்டதாக இருக் கிறது. இப்போது பாதுகாக்கப்படாததாக எல்லைகளின் மீது ஒரு தாக்குதலைத் தொடுக்கும் இள வயது மக்க ளுக்கு எதிராக தன்னைத்தானே பாதுகாத்துக்கொள்ள முடியாததாக இருக்கிறது.[15]

வெள்ளையரல்லாத மக்கள்கூட்டங்கள் நிறைந்து காணப்பட்ட தற்காக நியூயார்க் போன்ற மிகப்பெரிய நகரங்களை முஸோலினி இகழ்ந்துரைக்கிறார். ஃபாசிசக் கருத்தியலில் நகரமானது வெறுக்கப் பட்ட மற்றவர்கள் கட்டுப்பாடற்றுப் பெருகிக்கொண்டிருப்பதும், அவர்களது குழந்தைகள் நிரந்தரமாக அரசுக்குச் சுமையாக இருப் பதுமான நாடோடிக் கூட்டங்களால் சுற்றிவளைக்கப்பட்டு, இந்தத் தேசத்தின் உறுப்பினர்கள் குழந்தைகள் இல்லாதவர்களாக, வயது முதிர்ந்துபோய், சாவதற்கான ஓர் இடமாக இருக்கிறது.

ஃபாசிச உலகக் கண்ணோட்டத்தில் நகரங்கள் கூட்டான ஆக்க முயற்சிகளாக இருக்கின்றன. அங்கு பிழைப்புக்காகவும், வசதி வாய்ப்புகளுக்காகவும் மக்கள் பொதுவான உள்கட்டமைப்பான “அரசு” என்பதையே சார்ந்திருக்கிறார்கள். ஃபாசிசக் கட்டுக்கதை யில் உள்ளதுபோல், நகரங்களில் வசிப்பவர்கள் தங்களுக்கான உணவை வேட்டையாடியோ அல்லது விளைவித்தோ பெறுவ தில்லை; அதை அவர்கள் கடைகளிலிருந்து விலைகொடுத்து வாங்குகிறார்கள். இது ஃபாசிசக் கருதுகோளான கிராமப்புற விவசாயம் சார்ந்த தன்னிறைவுக்கு எதிரானதாக இருக்கிறது. ஃபாசிசக் கருத்தியலில், ஒரு சமுதாயமாகச் செயல்படும் தன் னிறைவு பெற்ற, தனிநபர்கள் இணைந்த, இனக்குழு சார்ந்த விதத்தில் அல்லது மதம் சார்ந்த விதத்தில் தூய்மையான, சிறிய சமுதாயங்களுக்கு அனைத்தையும் வழங்குவதாக இருப்பது அரசு அல்ல தேசம்தான். இந்தக் கருத்தியலுக்கான தெளிவான ஆதாரத் தைச் சமகால அமெரிக்காவிலும் நாம் காணலாம். முந்தைய பக்கங்கள் ஒன்றில் விவாதிக்கப்பட்ட 2017 தேர்தலில் கடின உழைப்பு மற்றும் தன்னிறைவு குறித்த தேர்தலைச் சூழ்ந்தமைந்த நோக்கங்களில் கிராமப்புறம் மற்றும் நகர்ப்புறம் சார்ந்து எதிர் வினையாற்றியவர்களுக்கிடையில் ஒரு குறிப்பிடத்தக்க மிகப் பெரிய அளவிலான இடைவெளியும் இருந்தது. “ஒரு மனிதர் ஏழையாக இருப்பாரானால், அதற்கு உங்கள் அபிப்பிராயத்தில்,

பொதுவாக அடிக்கடி குறைகூறப்படுவது எது?" என்று கேட்கப் பட்டபோது, கிராமப்புறங்களில் வசிப்பவர்களில் நாற்பத்தொன்பது சதவீதம் பேர் "தங்கள் சொந்தப் பங்கிலான முயற்சியின்மை" என்ற பதிலை ஒப்புக்கொண்டார்கள். அதே சமயம் நாற்பத்தாறு சதவீவிதம் பேர் "அவர்களது கட்டுப்பாட்டுக்கு அப்பாற்பட்ட சிக்கலான சூழ்நிலைகள்" என்ற பதிலை ஒப்புக்கொண்டார்கள். இதற்கு மாறாக, நகர்ப்புறங்களில் வசிப்பவர்களில் 37 சதவிதம் பேர் மட்டுமே "தங்கள் சொந்தப் பங்கிலான முயற்சியின்மை" என்ற பதிலை ஒப்புக்கொண்டார்கள். அதே சமயம் 56 சதவீதம் பேர் "அவர்களது கட்டுப்பாட்டுக்கு அப்பாற்பட்ட சிக்கலான சூழ்நிலைகள்" என்ற பதிலை ஒப்புக்கொண்டார்கள்.

நகரங்களில் வாழும் சிறுபான்மை மக்கள்கூட்டங்களைக் கிராமப் புற மக்களின் நேர்மையான கடின உழைப்பைச் சார்ந்து வாழ்க்கை நடத்தும் கொறிவிலங்குகள் அல்லது "ஒட்டுண்ணிகள்" என்று ஃபாசிச அரசியல் தனக்கே உரித்தான விதத்தில் பிரதிநிதித்துவம் செய்கிறது. மெய்ன் காம்ப்பில் ஹிட்லர் இவ்வாறு எழுதினார்:

> தொடக்கத்தில் ஆர்யன் என்பவன் அநேகமாக ஒரு நாடோடி யாக இருந்திருக்க வேண்டும். அதன்பிறகு காலப்போக்கில் ஓரிடத்தில் தங்கி வாழ்பவனாக அவன் மாறினான். அவன் வேறு யாராக இல்லாதபோதிலும் ஒரு யூதனாக இருக்க வில்லை என்பதை இது நிரூபிக்கிறது! இல்லை, யூதன் ஒருபோதும் ஒரு நாடோடியாக இருக்க மாட்டான், ஏனெனில் ஒரு நாடோடியேகூட "வேலை" என்னும் கருத்தாக்கத்தை நோக்கி ஏற்கனவே ஒரு தெளிவான மனப் போக்கைக்கொண்டவனாக இருந்திருப்பான்... இருப் பினும் யூதனிடம், இந்த மனப்போக்குக்கு இடமில்லை; யூதன் எப்போதும் ஒரு நாடோடியாக இருந்ததில்லை. ஆனால் பிற தேசங்களின் உடல்களில் ஓர் ஒட்டுண்ணியாக என்றும் இருந்தான்.[16]

தேசிய சோசலிசக் கல்வி அமைப்பில், "தொழிற்சாலைத் தொழி லாளி, கொத்தனார், கொல்லர், சுரங்கத்தொழிலாளி, பூட்டுத்தொழில் செய்பவர், விவசாயி, சாந்துக்கலவை பூசுபவர் ஆகிய தொழில்களில் யூதர்கள் காணப்படுவதில்லை. வேறு வார்த்தைகளில் சொன்னால்,

யூதன் கைகளால் செய்யும் வேலையைத் தவிர்க்கிறான். கடும் உழைப்பைத் தவிர்க்கிறான். அதே சமயத்தில் 'தனது அண்டை வீட்டார்களின் வியர்வையில் வாழ்க்கையை நடத்துகிறான். அவன் மரத்தின்மேல் வளரும் ஒட்டுண்ணித் தாவரம்போல் ஓர் ஒட்டுண்ணி யாக இருக்கிறான்.'[17] ஃபாசிச அரசியலில், நகரங்களில் உள்ள சிறு பான்மையினரின் சோம்பேறித்தனம் அவர்களைக் கட்டாயமாகக் கடின உழைப்பின் மூலமாக மட்டுமே குணப்படுத்தக் கூடியதாகும். நாஜி கருத்தியலில் கடினஉழைப்பு குறிப்பிடத்தக்க ஒரு சக்தியைக் கொண்டிருந்தது: உள்ளார்ந்தவிதத்தில் சோம்பேறியாக உள்ள ஓர் இனத்தை அது தூய்மைப்படுத்தக்கூடியது.

10. அர்பெய்த் மாக்ட் ஃப்ரெய்·

2017இல் அடுத்தடுத்து வந்த மகத்தான வலிமைகொண்ட சூறாவளிகள் அமெரிக்காவைத் தாக்கின. ஆகஸ்டில், ஹார்வி சூறாவளி டெக்ஸாஸ் மாநிலத்திலுள்ள ஹூஸ்டன் நகரத்தை நிலைகுலையச் செய்தது. செப்டம்பரில் மரியா சூறாவளி ப்யூர்டோ ரீகோவின் அமெரிக்க நிலப்பரப்புமீது கணிசமான அளவு மோசமான தாக்கத்தை ஏற்படுத்தியது. அங்கு வசித்தவர்களில் பலர் பல மாதங்களுக்கு மின்சாரம் இல்லாமல் விடப்பட்டார்கள். ஹூஸ்டனில், பிறந்தவர்களைப் போலவே, ப்யூர்டோ ரீகோவில் பிறந்தவர்களும் அமெரிக்கக் குடிமக்கள்தான். இருப்பினும், ஒன்றிய அளவில் அதிபர் டொனால்ட் டிரம்பிடமிருந்தும், அமெரிக்காவின் தலைநிலப் பகுதிகளிலிருந்த வெள்ளை அமெரிக்கர்களிடமிருந்தும் இந்தச் சூறாவளிக்கான எதிர்வினைகளுக்கிடையில் இருந்த வேறுபாடு மிகப் பெரியதாக இருந்தது. 2017 அக்டோபரில் வாஷிங்டன் போஸ்டில் ஜென்னா ஜான்சனால் எழுதப்பட்ட ஒரு கட்டுரை டெக்ஸாஸில் சூறாவளிக் காப்புதவி பெற்ற, டிரம்புக்கு வாக்களித்தவர்களில் பலர், ப்யூர்டோ ரீகோவைச் சேர்ந்தவர்களுக்கும் அது கிடைக்க வேண்டும் என்று உறுதிப்படுத்தவில்லை என்று தலைப்பிடப்பட்டிருந்தது. ஒன்றியத்திடமிருந்து ஹூஸ்டன் பெற்ற உதவியை ப்யூர்டோ ரீகோவும் பெற வேண்டுமா என்ற தலைப்பில் அந்தப் பெண் ஹூஸ்டனில் வசிக்கும் எழுபத்தைந்து வயதான ஃப்ரெட் மாட்டக்ஸ் என்பவரை மேற்கோள் காட்டுகிறார்:

> உண்மையில், அது எங்களுக்குச் சம்பந்தம் இல்லாதது. அப்படியிருக்கும் என்று நான் நினைக்கவில்லை. அவர் அவர்களைத் தட்டியெழுப்ப முயற்சிக்கிறார்: உங்கள் வேலையைச் செய்யுங்கள். பொறுப்பாக இருங்கள்.

மாட்டக்ஸ் குடும்பத்தினர் வெள்ளக் காப்பீடு செய்திருக்கவில்லை. இருப்பினும் ஃபெமா (FEMA)விலிருந்து ஒன்றியத்தின்

உதவியாக 14,200 டாலரைப் பெற்றனர். இந்தப் பேரழிவு குறித்து டிரம்பின் மாறுபட்ட எதிர்வினைகள் தொடர்பான மாட்டக்ஸின் பார்வை குறித்த மேற்கோளுடன் அந்தக் கட்டுரை முடிவடைகிறது:

> ஒரு தொழிலதிபர், குறிப்பாக, வேதனைமிக்க உண்மையை அச்சமின்றிப் பேசக்கூடிய ஒருவர், பதவியில் இருக்க வேண்டும் என்று அவர் விரும்புகிறார்.

"இதுதான் சரியான நேரம்" என்று அவர் சொன்னார், "நமக்காகப் போராடுவதற்கு நமக்கென்று ஒருவர் இருக்கிறார்."

ஃபாசிசக் கருத்தியலில், நெருக்கடியும் தேவையும் உள்ள நேரங்களில், தேர்ந்தெடுக்கப்பட்ட தேசத்தின் உறுப்பினர்களான "நமக்கு"த் தான் அரசு தனது ஆதரவை ஒதுக்கி வைக்குமே தவிர "அவர்களுக்கு" அல்ல. ஏனென்றால், அவர்கள் சோம்பேறிகள், வேலை ஒழுங்கு இல்லாதவர்கள், அரசின் நிதியை அவர்களை நம்பி ஒப்படைக்க முடியாது; ஏனென்றால், "அவர்கள்" குற்றவாளிகள். அரசின் ஈகையைக்கொண்டே வாழ்க்கை நடத்த வேண்டும் என்பதை அவர்கள் குறியாகக் கொண்டிருக்கிறார்கள் என்பதே மாறாத விதத்தில் இதற்கான நியாயப்படுத்தலாக இருக்கிறது. ஃபாசிச அரசியலில், சோம்பேறித் தனத்திலிருந்தும், திருட்டுத் தனத்திலிருந்தும் கடின உழைப்பின் மூலமாக மட்டுமே குணப் படுத்தப்பட முடிந்தவர்களாக "அவர்கள்" இருக்கிறார்கள். இதன் காணமாகத்தான் ஆஸ்விட்சின் வாயிற்கதவுகளின் மேல் பொறிக்கப் பட்டுள்ள வாசகச் சின்னம் - அர்பெய்த் மாக்ட் ஃப்ரெட் - உழைப்பு உன்னை விடுதலை செய்யும் என்று பறைசாற்றுகிறது.

நாஜி கருத்தியலில், யூதர்கள் சோம்பேறிகளாக, ஒழுக்கங்கெட்டவர்களாக இருக்கிறார்கள். கடின உழைப்பாளிகளான ஆரியர்களின் பணத்தைப் பறித்துக்கொள்ள அவர்கள் சதித்திட்டம் தீட்டுகிறார்கள். இந்த வேலைக்கு அரசு வசதி செய்து கொடுக்கிறது. டியூட்சே அர்பெய்தர் பார்ட்டி - டிஏபி - ஜெர்மன் தொழிலாளர் கட்சி (இது நாஜி கட்சியின் உண்மையான பெயர்)யின் "வழிகாட்டுநெறிகள்" "டிஏபி யாருக்கு எதிராகப் போராடுகிறது?" என்ற கேள்வியை முன் வைக்கிறது. பதில், "எந்த மதிப்பையும் உருவாக்காதவர்கள் அனைவருக்கும் எதிராக, மூளை உழைப்பு அல்லது உடல் உழைப்பு இல்லாமல் அதிக லாபம் சம்பாதிப்பவர்களுக்கு எதிராக, அரசுக்கு

ஒத்து ஊதுபவர்களுக்கு எதிராக நாங்கள் போராடுகிறோம்; இவர்கள் பெரும்பாலும் யூதர்களாக இருக்கிறார்கள்; இவர்கள் மேலான வாழ்க்கை வாழ்கிறார்கள், விதைக்காத இடத்தில் இவர்கள் அறுவடை செய்கிறார்கள்," என்பதாகும்.[1] அரசைக் கலைத்துவிட்டு அதற்கு மாற்றீடாக தேசத்தை வைப்பதுதான் அவர்களது தீர்வாக இருந்தது. அரசை ஒப்பிடும்போது, தேசம் "நலவாழ்வு" தொடர்பான பொறியமைவுகளைக் கொண்டதாக இருக்கவில்லை. பொருளாதார சுதந்திரத்துக்கான தனிநபர்களின் ஆற்றலை நலவாழ்வுத் திட்டம் பறித்துவிடுகிறது என்ற ஹிட்லர் இகழ்ந்துரைக்கிறார். கடின உழைப்பாளிகளான குடிமக்களின் செல்வத்தை ஆதிக்கத்தில் இருக்கும் இனக்குழு அல்லது மதத்தைச் சேர்ந்த, சமுதாயத்துக்கு வெளியில் இருக்கும் "தகுதியற்ற" சிறுபான்மையினருக்கு மறுவிநியோகம் செய்வதை அரசு பிரதிநிதித்துவம் செய்கிறது. அவர்கள் அதைத் தங்களுக்குச் சாதகமாக எடுத்துக்கொள்கிறார்கள்.

நலத்திட்டங்களுக்கான (இவை ஓரளவுக்குத் தவறான விதத்தில் விளக்கப்படும் வகையினமாக உள்ளன என்பதே உண்மையான விசயம்) வெள்ளை அமெரிக்கர்களின் ஆதரவு குறித்து கணிசமான அளவு அறிவியல் ஆய்வுகள் உள்ளன. நலத்திட்டங்களுக்கான அமெரிக்க எதிர்ப்பு என்பது தனிநபர் வாதத்துக்கான அர்ப்பணிப்பு குறித்ததாக, தன்னிறைவின் ஒழுக்கத்தைப் பேணுவதற்கான ஆதரவையும், ஆசையையும் குறித்ததாகப் பிரதிநிதித்துவம் செய்யப்படுகிறது. இருப்பினும், கறுப்பின மக்கள் சோம்பேறிகள் என்னும் முடிவான கருத்து குறித்த வெள்ளை அமெரிக்கர்களின் மனப்போக்கே "நலத்திட்டங்கள்" என்று விவரிக்கப்பட்டவை குறித்து அவர்களது மனப்போக்கை முன்மதிப்பீடு செய்யும் மிகப் பெரிய, ஒரே முன்மதிப்பீட்டாளராக இருக்கிறது என்பது நலத் திட்டம் குறித்த வெள்ளை அமெரிக்கர்களின் மனப்போக்கு தொடர்பான ஆய்விலிருந்து வெளிப்பட்டிருக்கும் ஒரு முனைப்பான கருத்தாகும். பிரின்ஸ்டனைச் சேர்ந்த அரசியல் அறிவியலாளர் மார்டின் கிலென்ஸ் தனது "'ரேஸ் கோடிங்' அன்ட் வொயிட் ஆப்போசிசன் டு வெல்ஃபேர்" என்னும் 1996ஆம் ஆண்டு ஆய்வுக்கட்டுரையில் "பொருளாதாரத் தன்னலம், தனிநபர்வாதத்தின் மீதான நம்பிக்கைகள் அல்லது ஏழைகள் குறித்த பொதுவான பார்வை என்பவற்றைவிடவும் கறுப்பர்கள் சோம்பேறிகள் என்னும்

உணர்வு, நலத்திட்டங்கள் குறித்த கொள்கை தொடர்பாக வெள்ளை அமெரிக்கர்களிடம் மிகப் பெரிய தாக்கத்தைக் கொண்டிருக்கிறது."[2]

இனவாதம், ஏழைகள் சோம்பேறிகளாக இருக்கிறார்கள் என்னும் நம்பிக்கை, குறிப்பிட்ட வடிவங்களிலான தனிநபர் வாதங்களை ஏற்றுக்கொள்ளுதல் போன்றவற்றின் மாறும் வடிவங்கள் ஒன்றை விட்டு ஒன்று தனித்தியங்குவதாக இருப்பதில்லை என்பது நிச்சயம். யார் ஏழைகள் என்பது குறித்து வெள்ளை அமெரிக்கர்களில் பலர் தவறான நம்பிக்கைகளைக் கொண்டிருக்கிறார்கள். நலத் திட்டங்களால் பயனடைபவர்களில் பெரும்பகுதியினர் வெள்ளை யர்களே என்னும் உண்மை குறித்த அறியாமை மிகப் பரவலாக இருந்துவருகிறது. மேலும், முந்தைய அத்தியாயத்தில் குறிப்பிட் டுள்ளதுபோல், தன்னிறைவை வல்லமை வாய்ந்ததாகப் போற்று வது ஃபாசிசக் கருத்தியலில் மையமாக இருக்கிறது, குறிப்பிட்ட சில சிறுபான்மைக் குழுக்களுக்கு எதிரான வெறுப்புணர்வோடு பிரிக்கமுடியாத விதத்தில் இரண்டறக் கலந்துள்ளது. கறுப்பின மக்கள் மற்றும் ஏழை மக்களின் சோம்பேறித்தனத்திலும், தன் னிறைவின் மதிப்பிலும் உள்ள, அதனதன் மீதான நம்பிக்கைகளை நாம் வேறுபடுத்திப் பார்க்க வேண்டும். ஆனால் அவை ஃபாசிசக் கருத்தியலின் செல்வாக்குக்கு உட்படும்போது அவை ஒன்றி ணைந்தே வருகின்றன.

ஃபாசிசக் கருத்தியலில், கடின உழைப்பு என்னும் குறிக்கோள் சிறுபான்மை மக்கள் கூட்டங்களுக்கு எதிரான ஆயுதமாக ஆக்கப் படுகிறது. பிரான்ஸில் நியோ ஃபாசிசக் கட்சியான லெ ஃ பிரன்ட் நேஷனல் இரக்கமற்றவிதத்தில் புலம்பெயர்தலுக்கு எதிரானதாக இருக்கிறது. "உண்மையான" பிரஞ்சு மக்களின் கடின உழைப்பில் வாழ்க்கை நடத்தும் சோம்பேறிகளான வேண்டாச் சுமைகள் என்று புலம்பெயர்ந்தவர்களை அந்தக் கட்சியின் பிரதிநிதிகள் இடை விடாமல் கடுமையாக விமர்சித்து வருகின்றனர். உதாரணமாக, அதன் தற்போதைய தலைவரான லி பென் 2017 அதிபர் தேர்தல் பரப்புரைப் பயணத்தின்போது, "உலகெங்கிலுமிருந்து இடையில் வந்துசேர்ந்த வந்தேறிகள்... பிரான்ஸை அத்துமீறிக் குடி யேறுவதற்கான மிகப் பெரிய இடமாக ஆக்க விரும்புகிறார்கள்," என்று சொன்னார்.

"கடின உழைப்பு" எதிர் "சோம்பேறித்தனம்" என்னும் இரட்டை நிலை என்பது, "சட்டத்துக்குக் கீழ்ப்படிந்து நடப்பது" எதிர் "குற்றத் தன்மை" போன்று, ஃபாசிசக் கருத்தியலின் மையத்திலிருக்கும் 'நம் முடையது' மற்றும் 'அவர்களுடையது' என்பவற்றுக்கு இடையிலான வித்தியாசமாக இருக்கிறது. ஆனால் இந்த ஆரவாரப்பேச்சுக்க ளிடையிலான வேற்றுமைகள் என்பது "அவர்களுடையது" என்னும் கட்டுக்கதையை, சமூகக் கொள்கையின் மூலமாக, யதார்த்தமாக மாற்றுவதற்கான ஃபாசிச இயக்கங்களின் முயற்சியின் ஒரு வகை யினமாக உள்ளது. அகதிகள் குறித்த இயக்கங்களில் இதை நாம் வழக்கமாகக் காண்கிறோம். ஹன்னா அரென்ட் எழுதுகிறார்:

> ஃபாசிசப் பரப்புரை பொய் சொல்வதோடு திருப்தியடைவ தில்லை. தனது பொய்களை யதார்த்தமாக ஆக்குவதற்குத் திட்டமிட்டுச் செயல்படும் அதன் தனித்தன்மை எப் போதும் மிகக் குறைந்த அளவே கவனிக்கப்படுகிறது. இவ்வகையில் யூதர்கள் அனைவரும் வீடற்ற பிச்சைக் காரர்கள். அவர்களால் பிற தேசங்களின் பொருளாதார உயிராக்கத்தின் மீது ஒட்டுண்ணிகளாக மட்டுமே வாழ்க்கை நடத்த முடியும் என்னும் நாஜிகளின் கருத்தை வெளி நாடுகளில் இருந்த மக்கள், போர் வெடிப்பதற்கு சில ஆண்டு முன்புகூட முழுமையாக நம்பவில்லை என்று டாஷ் ஸ்வார்ஸி கோர்ப்ஸ் ஒப்புக்கொண்டது. இன்னும் சில ஆண்டுகளிலேயே ஜெர்மனிய யூதர்கள் பிச்சைக் காரர்களின் கூட்டம்போல் எல்லைக்கு வெளியே துரத்தப் படும்போது, வெளிநாட்டு மக்கள் இந்த உண்மையை ஏற்றுக்கொள்வதற்கான வாய்ப்பு வழங்கப்படும் என்று அவர்கள் முன்னறிவித்தார்கள் அப்படிப்பட்ட ஒரு பொய் யான யதார்த்தத்தின் புனைவுருவாக்கத்திற்கு யாரும் தயா ராக இருக்கவில்லை. ஃபாசிசப் பரப்புரையின் சாரமான தனிப்பண்பு அதன் பொய்களாக இருக்கவில்லை. ஏனெ னில், இது ஏறத்தாழ எங்கும் எப்போதும் பரப்புரைக்கே உரிய பொதுத் தன்மையாக இருப்பதாகும். யதார்த்தத் தோடு உண்மையைக் குழப்பிக்கொள்ளும், காலத்தால் பழைய கீழைத்தேசத் தப்பெண்ணங்களை அவர்கள் தங்க ளுக்குச் சாதகமாகப் பயன்படுத்திக்கொள்கிறார்கள். அத் துடன் அதுவரை பொய் என்று மட்டுமே சொல்லப்பட முடிந்ததை அவர்கள் "உண்மை" என்று ஆக்கிவிட்டார்கள்.[3]

பெருந்துயரத்துக்கு ஆளாகி, வறிய நிலையில், எல்லை தாண்டி வரும் அகதிகளுக்கு உழைப்புச் சந்தைக்குள் நுழைவதற்கு முன் அரசின் உதவி தேவைப்படுகிறது. மொழியைப் படிப்பதற்கும், குறைந்தபட்சம் தொடக்ககாலத்தில் மட்டுமேனும் உணவு, இருப்பிடம் மற்றும் தொழிற்பயிற்சிக்கு இத்தகைய உதவி தேவைப்படுகிறது. வெறுக்கப்பட்ட சிறுபான்மைக் குழுவொன்றின் உறுப்பினர்களை மிருகத்தனமாக நடத்தப்படுவதற்கு உட்படுத்தி, அதன் பிறகு அவர்களை அகதிகளாக பிறநாட்டு எல்லைகளுக்குள் அனுப்புவதன் மூலம், அந்தக்குழுவின் உறுப்பினர்கள் சோம்பேறிகள், அரசின் உதவியையும், சிறு குற்றங்களையும் சார்ந்திருப்பவர்கள் என்னும் ஃபாசிச இயக்கங்களின் கோருதலுக்கு அடியோட்டமாக உள்ள, வெளிப்படையான யதார்த்தம் ஒன்றை அந்த இயக்கங்கள் தோற்றுவிக்க முடியும். இத்தகைய அணுகுமுறைகளின் மூலம் அந்த இயக்கங்களை ஃபாசிச அரசியலை காத்திரமானதாக ஆக்குவதற்கான நிலைமைகளையும் ஏற்றுமதி செய்கின்றன.

ஒரு காலத்தில் மாறாக் கருத்துருவாக இருந்த கட்டுக்கதைக்குக் குறைந்தபட்சம் ஓர் அடிப்படையையேனும் உருவாக்குவதற்காக, எதிர்கால யதார்த்தம் என்பது ஓர் உறுதிமொழிப் பத்திரமாக இருக்கிறது என்பது அரென்டின் கருத்தாகும். ஃபாசிச யதார்த்த மின்மை என்பது, அரென்ட் விளக்குவது போல், ஃபாசிசக் கொள்கைக்கு ஓர் முன்னோட்டமாக இருக்கிறது. ஃபாசிச அரசியலும், ஃபாசிசக் கொள்கையும் ஒன்றையொன்று பிரிந்திருக்க முடியாதவை. ஃபாசிசக் கொள்கையைச் செயல்படுத்துவோருக்கு இருக்கும் வலுவான சபல உணர்வு, ஒருமுறை தாங்கள் அதிகாரத்துக்கு வந்ததும், தங்கள் பதவியைப் பயன்படுத்தி, ஒரு காலத்தில் புனைவானதாக இருந்த தங்களது கூற்றுகளை மேன்மேலும் உண்மையானதாக ஆக்கவேண்டும் என்பதாகும்.

இவ்வழியில், இனச்சுத்திகரிப்பு அல்லது இனப்படுகொலை செய்வதற்கான முன்னோட்டமாக, பின்னால் அந்த மக்கள் கூட்டம் மிருகத்தனமாக நடத்தப்படுவதை நியாயப்படுத்துவதாகத் தோற்றமளிக்கத்தக்க நிலைமைகளை அரசாங்கங்கள் செயற்கையாக உருவாக்கும். 1939இல் நாஜி ஜெர்மனி, செக்கோஸ்லோவாக்கியா மீது படையெடுத்ததற்குப் பிறகு தோன்றிய,

ஜோசப் டிஸோவால் ஆளப்பட்ட, ஸ்லோவக் அரசு இதற்கு நல்ல உதாரணமாகும். யேல் பல்கலைக்கழக வரலாற்றாளர் டிமோதி ஸ்னைடர், 2015இல் வெளியான பிளாக் எர்த்: த ஹோலோகாஸ்ட் ஏஸ் ஹிஸ்டரி அண்ட் வார்னிங் என்னும் தனது நூலில் எழுதுகிறார்:

> செக்கோஸ்லோவாகியா சட்டத்திலிருந்து ஸ்லோவாக்கியச் சட்டத்துக்கு மாறிய காலகட்டத்தின்போது, யூதர்களிட மிருந்து ஸ்லோவாக்குகளும் மற்றவர்களும் ஆர்வத்தோடு திருடினார்கள். டிஸோவும் அரசின் புதிய தலைவர்களும் இதை இயல்பான நடைமுறையின் ஒரு பகுதியாகக் கண் டார்கள். அதன்படி நடுத்தரவர்க்கத்தின் இடத்திலிருந்த யூதர்களை அகற்றிவிட்டு ஸ்லோவாக்குகள் அந்த இடத்தை எடுத்துக்கொள்ள இருந்தார்கள். ஸ்லோவாக் பிராட்டஸ் டன்டுகளின் இடத்தை ஸ்லோவாக் கத்தோலிக்கர்கள் ஓரளவுக்கு எடுத்துக்கொள்ள இருந்தார்கள். யூதர்களின் உடைமைகளைக் கவர்ந்துகொள்வதற்கான சட்டங்கள் இவ்வாறாக செயற்கையான யூதப் பிரச்சினை ஒன்றை உரு வாக்கின: ஏழைகளாக்கப்பட்ட இந்த மக்கள் அனை வரையும் வைத்துக்கொண்டு என்ன செய்வது?[4]

இதைத் தொடர்ந்து, தாங்கள் அனுப்பும் ஐம்பத்தெட்டாயிரம் ஸ்லோவாக்கிய யூதர்கள் திருப்பியனுப்பப்பட மாட்டார்கள் என்ற உத்தரவாதத்தை முதலில் நாஜி தலைவர் ஹென்ரிச் ஹிம்லரிடம் பெற்றுக்கொண்ட பிறகு, தங்களிடமிருந்த யூத மக்களை ஆஸ் விட்சுக்கு நாடு கடத்துவது என்னும் தீர்வை ஸ்லோவாக் தலை வர்கள் மேற்கொண்டார்கள் என்பதை ஸ்னைடர் விளக்குகிறார்.

2017இல் நடந்த ரோஹிங்யா பிரச்சினை தொடர்பான இனச் சுத்திகரிப்பு மற்றும் பெரும் எண்ணிக்கையிலான படுகொலை ஆகியவை திடீரென்று நடந்தவையல்ல. முன்னர் குறிப்பிட் டிருப்பதுபோல், புத்தமதத்தைச் சேர்ந்த ஒரு பெண்ணை சில ரோஹிங்யா ஆண்கள் வன்புணர்ச்சி செய்ததற்குப் பிறகு, ஏராள மான ரோஹிங்யாக்கள் நூற்றுக்கணக்கான கிராமங்களில் தனிமைப் படுத்தப்பட்டு, பயணம் செய்வதற்குத் தடை விதிக்கப்பட்டதைத் தொடர்ந்து, 2012லேயே அது முனைப்பு பெறத்தொடங்கிவிட்டது. ஐ.நா. சபையின் மனித உரிமைகள் உயர் ஆணையரின் 2016

ஜூன் அறிக்கையின்படி, 2012ன் தொடக்கத்திலிருந்து பெரும் பான்மையான ரோஹிங்யாக்கள்:

> நகராட்சி வட்டாரங்களுக்கு இடையில், அடிக்கடி நகராட்சி வட்டாரங்களுக்குள்ளும் போய்வருவதற்கு அதிகாரப்பூர்வ மான அனுமதியைப் பெறவேண்டியிருந்தது (உதாரணமாக, வடக்கு ராஹைன் மாநிலத்தில் இன்னொரு கிராமத்தில் தங்குவதற்கு கிராம வெளிச்செல்லல் சான்றிதழ் அவசிய மானதாக இருந்தது). பயண அனுமதி பெறுவதற்கான நடை முறைகள் பெருமுயற்சியை வேண்டுவதாகவும், நீண்ட காலத்தை எடுத்துக்கொள்வதாகவும் இருக்கிறது. இந்த நிபந் தனைகளுக்கு இணங்கிப்போகத் தவறுவது கைது செய்யப் படுவதிலும், வழக்குத் தொடுக்கப்படுவதிலும் முடியலாம். இந்தக் கட்டுப்பாடுகள் வழக்கமாக சட்ட அமலாக்கத் துறை மற்றும் பொதுத்துறை அதிகாரிகளால் பணம் பறிக்கப்படுவதற்கும், தொல்லைதரப்படுவதற்கும் இட்டுச் செல்கின்றன... நீண்ட இடப்பெயர்வுகள், முகாம்களில் நெரிசலர்க அடைத்து வைத்தல், வாழ்வாதாரம் இல்லா திருத்தல், வாழ்க்கையின் அனைத்து அம்சங்களையும் வரம்புக்குட்படுத்தி மோசமானதாக ஆக்கும் பதற்றங்கள் மற்றும் குடும்ப வன்முறை தொடர்பான இடர்பாடுகள்.[5]

மியான்மரில் ரோஹிங்யா சிறுபான்மையினர் நடத்தப்பட்ட விதம், வேலை செய்வதற்கான அவர்களது வாய்ப்புகளைப் பறிப்ப தாக இருந்தது. அத்துடன் தொடர்ச்சியான தொல்லை தருதலும், கண்காணிப்பும் மக்களிடையே மனநல நெருக்கடியை உருவாக்கின என்பதில் சந்தேகமில்லை. இவையனைத்தும் ரோஹிங்யா மக்கள் குறித்த எதிர்மறையான மாறாக் கருத்துருவை உறுதிப்படுத்தவே பயன்பட்டன. இது அவர்கள் மிருகத்தன மாகவும், மனிதத் தன்மையற்ற விதத்திலும் நடத்தப்படுவதை நியாயப்படுத்து வதற்குப் பயன்படுத்தப்பட்டது. 2017இல் இது அந்த மக்களை இனச்சுத்திகரிப்புச் செய்தலுக்கு, அதுபோலவே பிற நாடுகளில் அவர்களை அகதிகளாக ஏற்றுக்கொள்வதற்கு எதிர்ப்பு அதிகரித்தலு மான உச்சகட்டத்தை எட்டுவதற்கும் இட்டுச் சென்றது.

மார்டினிக்கில் பிறந்து, பிரான்ஸிலும், வட ஆப்பிரிக்காவிலும் வாழ்ந்தவரான ஃபிரான்ட்ஸ் ஃபனான் உளநோய் மருத்துவராவார்.

ஃபனானின் நூலான பிளாக் ஸ்கின் வெயிட் மாஸ்க்ஸ் 1952இல் அவர் இருபத்தைந்து வயதுகொண்டவராக இருந்தபோது வெளியானது. இது, இருபதாம் நூற்றாண்டைச் சேர்ந்த காலனிய எதிர்ப்புச் செவ்வியல் நூல்களில் ஒன்றாகும். அல்ஜீரியர்களை பிரஞ்சு காவல்துறை எப்படி நடத்தியது என்னும் விவரணை ஒன்றில், காலனியப்படுத்துபவரின் வழக்கமான நடைமுறை ஒழுங்கு - இந்த இடத்தில் பிரஞ்சு காவல்துறை - இனவாதம் சார்ந்த மாறாக்கருத்துரு ஒன்றை அடியோட்டமாகக் கொண்ட பொருளாதார நிலைமைகளை எவ்வாறு உருவாக்க முடிகிறது என்று ஃபனான் சுருக்கமாகத் தெளிவு படுத்துகிறார்.

அராபியர்கள் குறித்த பிரஞ்சுக்காரர்களின் மாறாக் கருத்துரு அவர்கள் தந்திரமானவர்கள், மறைவான செயல்களில் ஈடுபடுபவர்கள், அழுக்கானவர்கள், அவநம்பிக்கை நிறைந்தவர்கள் என்பதாகும். ஆனால் பிரஞ்சு காவல்துறை அல்ஜீரியர்களை வழக்கமாக நடத்துகின்ற விதத்தின் மூலமாகவும், பிரஞ்சு ஆட்சி அவர்களை வறியவர்களாக ஆக்கிவிட்டதன் மூலமாகவுமே இந்த மாறாக்கருத்துரு உருவாக்கப்பட்டது என்பதை ஃபனான் சுட்டிக் காட்டுகிறார். பட்டப்பகலில் காவல்துறையினரால் வழக்கமாக நிறுத்திவைக்கப்பட்டுவதற்கு அவர்கள் ஆளாகும்போது, எவரொருவரும், "வேட்டையாடப்பட்ட, மழுப்பலான அவநம்பிக்கைப் பார்வை," கொண்டவராகவே இருப்பார். இப்படி நடத்தப்படுவதற்கு இது மட்டுமே இயல்பான எதிர் வினையாக இருக்க முடியும். காலனிய மக்கள் இப்படி மாறாக் கருத்துருவுக்குப் பொருத்தமானவிதத்தில் நடந்துகொள்வதற்கு பிரஞ்சு காவல் துறையின் நடைமுறை ஒழுங்கே அதனளவில் இதற்குக் காரணமாகும். இந்தச் சூழ்நிலையைத் தொகுத்துரைக்கும் விதத்தில் ஃபனான் முடிவாகச் சொல்கிறார்: "இனவாதியாக இருப்பவர்தான் தாழ்நிலைப்பட்டவரை உருவாக்குகிறார்."[6]

∞

மாறாக் கருத்துருக்களுக்கு ஊட்டம் அளிக்கக்கூடியதும், அவற்றை உண்மைபோல் தோன்றச்செய்வதுமான கொள்கைகள் குறித்து தனக்கே உரிய வரலாறொன்றை அமெரிக்கா கொண்டுள்ளது.

அமெரிக்காவில் பெரும் எண்ணிக்கையிலானவர்கள் சிறையி லடைக்கப்படுவது எவ்வாறு எதிர்மறைக் குழுவின் மாறாக் கருத்து களைக் கட்டமைக்கப்படுகிறது, எவ்வாறு நியாயமானவைபோலத் தோற்றமளிக்கும்படிச் செய்யப்படுகிறது என்பதை விளக்குவதில் மையமாக இருப்பவை காவல்துறை மூலம் ஒழுங்கை நிலை நாட்டும் கட்டமைப்பும், சிறையிலடைக்கப்படுதலும் அது குறித்த வெள்ளை இனத்தவரின் எதிர்வினையும்தான். வாழ்நாளில் குறைந்த பட்சம் ஒருமுறையேனும் சிறையிலடைக்கப்படுவதற்கான வாய்ப்பு கறுப்பின அமெரிக்க ஆண்களில் மூவரில் ஒருவருக்குக் கிடைப்ப தாக இருக்கிறது; வெள்ளையின ஆண்களில் அது பதினேழு பேரில் ஒருவருக்குக் கிடைப்பதாக இருக்கிறது. ஆனால் இந்தப் புள்ளிவிவரம் தொடர்பான துயரம் சிறையிலிருந்து விடுதலையாவ தோடு முடிந்துவிடுவதில்லை. சிறைத்தண்டனையை அனுபவித்த வர்கள் வேலைக்கான வருங்கால வாய்ப்புகளில் கடுமையான சிக்கல்களை எதிர்கொள்கிறார்கள். சிறைப்படுத்தப்பட்டது குறித்த வரலாறு என்பது வேலை வழங்கும் முதலாளிகளுக்கு ஒரு சிவப்பு எழுத்தைப்போல் செயல்படுகிறது. வேலை தேடுவதில் முன்னாள் சிறைப்படுத்தலின் மோசமான தாக்கங்களுக்குச் சான் றளித்துத் தெளிவுபடுத்தும் 2003ஆம் ஆண்டு வெளியான ஆய் வொன்றில், ஹார்வர்ட் பல்கலைக்கழகச் சமூகவியலாளர் தேவா பேஜர், சிறைப்பட்டிருத்தல் என்பது கல்லூரிப் பட்டதாரிகள் அல்லது நலத்திட்ட வசதிகளைப் பெறுபவர்கள் போல் ஓர் அடையாளச் சீட்டாக மாறிவிட்டது என்று எழுதுகிறார்:

> குற்றத்தன்மையின் பதிவுடன் தொடர்புடைய "எதிர்மறைத் தகுதிச்சான்றிதழ்," என்பது, படிநிலைப் பகுப்பின் தனித் துவமான பொறியமைவு ஒன்றைப் பிரதிநிதித்துவம் செய் கிறது. அதில் பாகுபாட்டுக்கு அல்லது சமூக விலக்குக்கு உரியவர்கள் என்று மதிப்பீடு செய்யத்தக்க விதத்தில் குறிப் பிட்ட தனிநபர்களுக்குச் சான்றளிப்பதை அரசுதான் செய் கிறது.[7]

வேலை வாய்ப்பு தொடர்பாக முன்னாள் சிறைப்படுத்துதலின் பெரிய தாக்கங்ளைக் குறித்து பேஜர் தனது முக்கியத் திருப்பு முனையான ஆய்வில் கண்டறிந்திருக்கிறார். ஒரே மாதிரியான தோற்றத்தையும், ஒரே மாதிரியான தகுதிப் பட்டியலையும்

கொண்ட. இரண்டு கணக்குத் தணிக்கையாளர் அணிகளைப் பயன்படுத்தின. அதில் இருவர் கறுப்பர்கள், இருவர் இருவர் வெள்ளையர்கள். ஓர் உறுப்பினர் கோகெய்ன் போதை மருந்துக் கடத்தலுக்காகச் சிறைப்பட்டிருந்தவர் என்று அறிவிக்கும்படி சொல்லப்பட்டிருந்தார். மற்றவர் குற்றப்பதிவு ஏதும் இல்லா தவர் என்று அறிவிக்கும்படி சொல்லப்பட்டிருந்தார். குற்றப்பதிவு பெற்றவராக அறிவிக்கப்பட்டவர் ஒவ்வொரு வாரமும் மாற்றப் படுவார். மில்வாக்கியிலும், விஸ்கான்சினிலும் நுழைவுநிலை வேலைகளுக்கு இந்த அணிகள் ஒன்றாகச் சேர்ந்து விண்ணப்பித்தன.

வெள்ளையர்கள் மத்தியில் ஒரு குற்றப்பதிவு என்பது, நுழைவு நிலை வேலையில் நேர்முகத்தேர்வுக்குத் திரும்ப அழைக்கப்பட்ட வர்கள் 50 சதவீதம்பேர் என்ற அளவுக்குக் குறைத்துவிடுவதாக இருந்தது. பேஜரின் வெள்ளைத் தணிக்கையாளர்களில் குற்றப் பதிவை அறிவிக் காதவர்களில் திரும்ப அழைக்கப்பட்டவர்கள் 34 சதவீதம் பேர்; குற்றப்பதிவை அறிவித்தவர்களில் திரும்ப அழைக்கப்பட்டவர்கள் 17 சதவீதம் பேர். அந்தப் பெண் பயன் படுத்திய அதே மாதிரியான தகுதிப் பட்டியலைக்கொண்ட கறுப்புத் தணிக்கையாளர்கள் குற்றப்பதிவு எதையும் அறிவிக்காதபோது திரும்ப அழைக்கப்பட்டவர்கள் 14 சதவீதம் பேர். குற்றப்பதிவை அறிவித்த வெள்ளையின அமெரிக்கர்களைவிட குற்றப்பதிவை அறிவிக்காத கறுப்பின அமெரிக்கர்கள் நுழைவுநிலை வேலை களைத் தேடிக்கொள்வதில் ஏற்கனவே மிகவும் மோசமான நிலையில் இருக்கிறார்கள். குற்றப்பதிவை அறிவித்த கறுப்பின விண்ணப்பதாரர்களில் 5 சதவீதம் பேர் மட்டுமே நேர்முகத் தேர்வுக்குத் திரும்ப அழைக்கப்பட்டார்கள். பேஜரின் ஆய்வின் படி, இனம் மற்றும் முந்தைய சிறைப்படுத்தல் பதிவு ஆகிய இரண்டுமே ஒருவரது வேலை வாய்ப்புகளின்மீது மோசமான பாதிப்பை ஏற்படுத்துகின்றன. இனமும், முந்தைய சிறைப்படுத்தல் பதிவுகளும் ஒன்றாகச்சேர்வது வேலைவாய்ப்புகளைக் கவனத்தை ஈர்க்கும்விதத்தில் மிகவும் மோசமானதாக ஆக்கிவிடுகின்றன. அதிகரித்துவரும் சிறைப்படுத்தல் விகிதங்கள் அந்த மக்கள் மத்தி யில் வேலையின்மையை அதிகரிக்கச்செய்வதற்கு இட்டுச் செல்லும் என்பதே இயல்பாக எதிர்பார்க்கக்கூடியதாக இருக்கும்.

கறுப்பின அமெரிக்கர்கள் சோம்பேறிகள் மற்றும் வன்முறை யாளர்கள் என்னும் வெள்ளையின அமெரிக்கர்களின் மாறாக் கருத் துருக்கள் அமெரிக்காவின் ஆதிகாலத்திலிருந்தே பெறப்பட்ட தாகும். அந்த நிலையில் இந்தக் கற்பிதங்கள் வழக்கமாக அமெரிக்காவின் கறுப்பின மக்கள் அடிமைப்படுத்தப்பட்டதை நியாயப்படுத்துவதற்காகப் பயன்படுத்தப்பட்டன. அடிமை முறைக்குப் பிறகு, இந்த மாறாக் கருத்துருக்கள் அதற்கிணையான விதத்தில் கொடூரமானதாக இருந்த தண்டனை பெற்றவரைக் குத்தகைக்கு எடுத்தல் என்னும் நடைமுறையை நியாயப்படுத்து வதற்காகப் பயன்படுத்தப்பட்டன. உள்நாட்டுப் போருக்கு முந்தைய தெற்கில் முன்பிருந்த கறுப்பின மக்களின் பெரும்பகுதி சிறு குற்றங்களுக்காகக் கைது செய்யப்பட்டு, இரும்பு, எஃகு மற்றும் நிலக்கரி நிறுவனங்களுக்குக் குத்தகைக்குவிடப்பட்டனர். இதில் அடிக்கடி உயிராபத்துகளும் ஏற்பட்டன.[8] கறுப்பின மக்களை இனரீதியாக பெரும் எண்ணிக்கையில் சிறையில் அடைப்பது என்பதற்கு அடியோட்டமாக இருக்கும் பொறியமைவு. இந்த மக்கள் கூட்டம் சோம்பேறித்தனமாக இருக்கிறது - அதாவது இயலாமையில் இருக்கிறது. ஏனெனில் வேலைவாய்ப்பை முயன்று பெறுவதற்கு விருப்பமற்றதாக இருக்கிறது என்பதான மாறாக்கருத்துருக்களை நியாயப்படுத்தும் நீண்ட மரபின் ஒரு பகுதியாக இருக்கிறது.

1960களில், கென்னடி மற்றும் ஜான்சனின் நிர்வாகங்கள் தொழிற் பயிற்சி மற்றும் வறுமைக்கு எதிரான திட்டங்களோடு, தண்டனை களுக்குரிய குற்றங்களுக்கு எதிரான நடவடிக்கைகளை இணைத் ததன் மூலம், குடிமை உரிமைகள் இயக்கத்துக்கு எதிர்வினை புரிந்தன. 1968இல் ரிச்சர்ட் நிக்சன் அமெரிக்க அதிபர் பதவிக்குப் போட்டியிட்டபோது, பேசுபொருளை சமூகநீதியிலிருந்து சட்டம் - ஒழுங்குக்கு மாற்றுவதற்கு, நகர்ப்புறக் கிளர்ச்சி நிலையைப் பயன்படுத்திக்கொண்டார். நகர்ப்புறக் கிளர்ச்சிநிலை தொடர்பான முக்கிய இயக்கங்கள் நடைபெற்று வந்ததும், அதேசமயம் சிறைப் படுத்துதலின் அளவுகள் குறைந்துகொண்டிருந்ததுமான ஒரு காலத்தில் அவர் இப்படிச் செய்தார். வரலாற்றாளர் எலிசபெத் ஹின்டன் பின்வருமாறு எழுதுகிறார்:

> 1969இல் ரிச்சர்ட் நிக்சன் பதவிக்கு வந்தபோது, சிறைப் பட்டிருப்போரை வெளியில் விடுவதற்கான தண்டனைச் சட்டமுறையொன்றை மரபுரிமையாகக் பெற்றிருந்தார். மாநிலச் சிறைகளில் இருந்த மக்களின் எண்ணிக்கையில் மிகவும் குறைவான அளவை 1960கள் தோற்றுவித்தது. 1950ஐவிட 1969இல் சிறையில் இருந்தவர்களின் எண் ணிக்கை 16,500 பேர் என்ற அளவில் மிகவும் குறை வானதாக இருந்தது. சிறையை விட்டு வெளியேறும் இந்தப் போக்குக்கு மாறாக, நிக்சன் நிர்வாகத்தின் தலைமையில் ஒன்றிய அரசு முன்னெப்போதும் இல்லாத அளவில் சிறைகளைக் கட்டியமைக்கத் தொடங்கியது.[9]

தேசத்தின் கவனத்தைச் சட்டம்-ஒழுங்கை நோக்கித் திருப்பு வதற்காக, நிக்சன் நிர்வாகம் வெற்றிகரமானவிதத்தில் ஜான்சனின் வறுமை எதிர்ப்புத் திட்டங்களையும், தொழில் முன்னெடுப்பு களையும் கைவிடும் காரியத்தை மேற்கொண்டது. அதற்கு பதிலாக, குறிப்பாக ஆப்பிரிக்க அமெரிக்கர்கள் நிறைந்திருக்கும் நகர மையங்களில் தண்டனைக்குரிய குற்றங்கள் மீது கவனத்தைக் குவித்தது. தங்கள் கொள்கைகள் கறுப்பினக் குடிமக்கள் மத்தி யில் சிறையிலடைக்கப்படுவோரின் எண்ணிக்கையைக் கருத்தைக் கவரும்விதத்தில் அதிகரிப்பதற்கு இட்டுச்செல்லும் என்பதை நிக்சனும், அவரது நிர்வாகத்தில் உறுப்பினர்களும் நன்கு அறிந் திருந்தார்கள் என்பதை நம்புவதற்கான வலுவான காரணங்களை ஹின்டனும் மற்றவர்களும் வழங்குகிறார்கள். அமெரிக்காவில் பெரும் எண்ணிக்கையிலானவர்கள் சிறை யிலடைக்கப்பட்டிருக் கும் நிகழ்கால நெருக்கடிக்கான காரணங்கள் குறித்த நூல்களின் பெரும் தொகுதியில் உடன்பாடின்மைகளும் வெளிப்படையான கேள்விகளும் இருந்துவருகின்றன. ஆனால் கறுப்பின அமெ ரிக்கச் சமுதாயங்கள் தொடர்பான கடுமையானதும், தண்டிக் கத்தக்கதுமான குற்றம் குறித்த கொள்கைகளுடன், சமூக நலத் திட்டங்கள் மற்றும் தொழிற்பயிற்சி தொடர்பான கடுமையான வெட்டுகளும் இணைந்து, துன்பகரமான பின்விளைவுகளுக்கும், திரும்பத்திரும்ப வரும் மாறாக் கருத்துருக்கள் மற்றும் கொள்கைகள் தன்னைத்தானே உறுதிப்படுத்திக்கொள்ளும் வடிவமைப்புக்கும் இட்டுச் சென்றன என்பதில் எவ்வித உடன்பாடின்மையும் இருக்க

வில்லை. சிறைப்படுத்தப்படுதலுக்கும், வேலையைத் தேடிப் பெற இயலாமைக்கும் இடையிலான தெளிவான தொடர்புடன், கூடுதலாக, சமூகப் பாதுகாப்பு வலையிலும், வேலைக்கான திட்டங்களிலுமான கடுமையான வெட்டும், தண்டனைக்குரிய குற்றம் குறித்த கொள்கையும் இணைந்து, வேலையின்மை விகிதங்களில் நெகிழ்ச்சியற்ற உயர்வு கொண்ட, கறுப்பின அமெரிக்க மக்கள் கூட்டம் ஒன்று உருவாவதற்கு இட்டுச்சென்றது. ஃபாசிசத் தந்திரங்களைப் பயன்படுத்தும் அரசியல்வாதிகள், இந்த மக்கள்கூட்டத்தைச் சுட்டிக்காட்டி, பல தலைமுறைகளாகத் தொடரும் ஏழ்மை நிலைக்கு அடியோட்டமாக இருக்கும் உண்மையான காரணங்களை விட்டுவிட்டு, அவர்களாக ஊகித்துக் கொண்ட சோம்பேறித்தனத்தின் நெருக்கடி ஒன்றைக் குறித்துப் பேசக் கூடும். பாதுகாப்பு வலையை மேலதிகமாக வெட்டிச் சிதைப்பதன் மூலமும், இந்த மக்கள்கூட்டத்தை "கடின உழைப்பு"க்குக் கட்டாயப்படுத்துவதன் மூலமும், இந்த "சோம்பேறித்தனம்" "குணப்படுத்தப்படுவதாக" இருக்க முடியும் என்று ஊகிக்கப்படுகிறது. கறுப்பின ஆண்களை, குறிப்பாக, முன்பு சிறைப்பட்டிருந்தவர்களை வெள்ளையினத்தவர் வேலைக்கு அமர்த்திக்கொள்வதில்லை. இத்தகைய வேலையின்மையின் வடிவமைப்புகளை இது மேலும் ஆழமாக்குகிறது - அதன் மூலம், ஃபாசிச அரசியலுக்குப் பயன்மிக்கதாக இருக்கும் பழுதுபட்ட மாறாக்கருத்துரு ஒன்றை நீடித்திருக்கச் செய்கிறது.

1970களில் இந்தக் கூட்டிணைந்த கொள்கைகளின் தாக்கம் தெளிவற்றதாக இருந்தது. வன்முறை மற்றும் வேலையின்மை போன்ற விடாப்பிடியான சமூகப் பிரச்சினைகளை அணுக முடியாது என்பதை விடவும், தண்டிக்கப்படவேண்டிய குற்றங்களுக்கு எதிரான நடவடிக்கைகள் மேலானவை என்று எண்ணுவது சாத்தியமானதாக இருந்தது. சிறுபான்மைச் சமுதாயங்களுக்கு உதவி செய்வதற்காக, அந்த மக்கள் கூட்டங்களை இலக்காகக்கொண்ட, குறைக்கப்பட்ட சமூக சேவைகளோடு இணைந்த, குற்றங்களுக்கு எதிரான வன்மையான நடவடிக்கைகள் பேரிடர் விளைவிக்கும் பின்விளைவுகளுக்கே இட்டுச் செல்லும். 1970கள், 1980கள் மற்றும் 1990களைச் சேர்ந்த "குற்றத்தின் மீது கடுமையைக் காட்டும்" இயக்கங்கள் மூலமாக எழுந்த கொள்கைகளால் ஏற்பட்ட பேரிடர் மீது வருடக் கணக்கில் ஊடகங்கள் கவனம் செலுத்தி வந்ததன் விளைவாக, தண்டிக்கத்தக்க

குற்றங்கள் குறித்த கொள்கைகளிலிருந்து சமூகநலத்திட்டங் களுக்கு மாறுவதற்கு இரு கட்சிகளிடமிருந்தும் பேராதரவு கிடைத்தது. இருப்பினும், இந்த மாற்றத்தோடு இணைந்து செல் லாதது என்னவென்றால், குற்றத்தின் மீது கடுமைகாட்டுதல் குறித்த ஆரவாரப் பேச்சுக்கும், கொள்கைக்கும் அடியோட்டமாக இருந்த உள்நோக்கங்கள் ஃபாசிசத்தன்மை கொண்டவை; அவை, நம்முடையது - எதிர் - அவர்களுடையது என்னும் இருமைத் தன்மையை நிறுவி, ஏற்கனவே இருந்துவரும் படிநிலை அமைப்பு தொடர்பான மாறாக் கருத்துருக்களை உறுதிப்படுத்துவதற்காக ஏற்படுத்தப்பட்டவை என்பது தொடர்பான எச்சரிக்கையுணர்வு தான்.

ஆகையால், இதை எழுதிக்கொண்டிருக்கும் இந்த நேரத்தில், அமெரிக்க அதிபர் டொனால்ட் டிரம்ப், அவரது அட்டர்னி ஜெனரல் ஜெப் செஸ்ஸன்ஸ், அவைத்தலைவர் பால் ரியான் உள்ளிட்டு குடி யரசுக்கட்சியின் பல உறுப்பினர்களின் திட்டம், ஏற்கனவே நைந்து கிடக்கும் அமெரிக்க சமூகநல அரசை நீக்கிவிடுவதாகவும், அதே சமயத்தில் குற்றம் தொடர்பான நீதித்துறை அமைப்பை இன்னும் பொருண்மைமிக்கதாக ஆக்குவதாகவும் இருந்தது. இத்தகைய கொள்கைகளின் பின்விளைவுகள் குறித்து ஊடகங்களின் ஆண் டாண்டுகால கவனக்குவிப்பிற்குப் பிறகு, கறுப்பின அமெரிக்கர்கள் மற்றும் வெள்ளையர்களின் இனவாதப்போக்குகள் ஆகிய இரண் டையும் குறித்த இத்தகைய கொள்கைகளின் கூட்டிணைவு ஒன்றின் விளைவுகள் குறித்து அறிந்திருக்கவில்லை என்று இப்போது யாரும் உரிமை கோர முடியாது. கனக்டிகட் பல்கலைக்கழக மெய்யியலாளர் லூயிஸ் கார்டனால், "போலி நம்பிக்கை" என்று அழைக்கப்படுகிற இத்தகைய பொய்த்துப்போன கொள்கைகளுக்கு மறு அர்ப்பணிப்பு செய்வதற்கு, ஆதாரங்கள் குறித்த விடாமுயற்சி கொண்ட அறியாமை தேவைப்படுகிறது."[10] இத்தகைய "போலி நம்பிக்கை" ஃபாசிச ஆட்சிகளின் இயற்பண்பாக இருப்பதை நாம் கண்டிருக்கிறோம். குற்றக்கொள்கை மற்றும் சமூகநலத் திட்டங்கள் தொடர்பாக அமெரிக்க அரசியல்வாதிகளின் மனப்போக்குகளின் விசயத்தில் விரும்பி ஏற்றுக்கொள்ளப்பட்ட இந்த அறியாமை, நல்லியல்புவாய்ந்ததாக இருக்கவில்லை என்பதை நாம் காண முடியும். இது வெளிப்படையாக அறிவிக்கப்படாத ஒரு

நோக்கத்தையும் கொண்டிருக்கிறது. தேர்தல் ஆதாயத்துக்காக அரசியல் வாதிகள் ஃபாசிசத் தந்திரங்களைத் தமக்குச் சாதகமாகத் தொடர்ந்து பயன்படுத்தும் நோக்கில், இனவாதம் சார்ந்த மாறாக் கருத்துருக்கள் செழித்து வளர்வதை அனுமதிக்கும் நிலைமைகளை உருவாக்குவது என்பதுதான் அதன் நோக்கமாகும்.

∞

நம்முடையது அவர்களுடையது என்று மேலே விவரிக்கப்பட்ட இந்த வகையான பிரிவினைகளுக்கு ஒரு சாலைத் தடையாக இருப்பது தொழிற்சங்கங்களில் முன்மாதிரியாக இருக்கும் வர்க்க நெறிமுறையை ஒட்டிய ஒற்றுமையும், மற்றவர் மீதான பரி வுணர்ச்சியும்தான். செயல்பாட்டில் உள்ள தொழிற்சங்கங்களில் வெள்ளையினத் தொழிலாளி வர்க்கக் குடிமக்கள், கறுப்பினத் தொழிலாளிவர்க்கக் குடிமக்களை வெறுப்பதை விடவும் தங்க ளோடு சேர்த்து அடையாளப்படுத்திக் கொள்கிறார்கள்.பிரிவினைக் கொள்கைகளை எதிர்க்கும் இந்த ஒருமைப்பாட்டின் காத்திரத் தன்மையைப் புரிந்துகொண்ட ஃபாசிச அரசியல்வாதிகள், அதன் காரணமாக, தொழிற்சங்கங்களைக் கலைப்பதற்கு வழிதேடுகிறார் கள். “உயர்குடிகள்” மீதான தனது கண்டனத்துக்குப் புறம்பாக, வர்க்கப்போராட்டத்திற்கான முக்கியத்துவத்தை ஃபாசிச அரசியல் குறைக்க விரும்புகிறது.

தொழிற்சங்கம் என்பது பல்வேறு பரிமாணங்களையொட்டி வேறுபட்டிருக்கும் மக்களை ஒன்றிணைப்பதற்கு சமூகங்கள் கண் டறிந்த முதன்மையான பொறியமைவாகும். தொழிற்சங்கங்கள் கூட்டுறவுக்கும், தோழமையுணர்வுக்கும், கூலிச் சமத்துவத்துக்கும் அது போலவே உலகளாவிய சந்தை நிலை மாற்றங்களிலிருந்து பாது காப்புகளை வழங்குவதற்குமான மூலப்பிறப்பிடங்களாக இருக் கின்றன. ஃபாசிச அரசியலின் கருத்துப்படி, தொழிற்சங்கங்கள் தகர்க் கப்படவேண்டியவை. அதன்மூலம் தொழிலாளர்கள் உலகளாவிய முதலாளியக் கடலில் தங்களைத் தாங்களே போராடிப் பாது காத்துக் கொள்ளும்படி விடப்படவேண்டியவர்கள், ஒரு கட்சியை அல்லது தலைவரைச் சார்ந்திருக்கத் தயாரானவர்களாக மாறவேண்டி யவர்கள். தொழிற்சங்கங்கள் மீதான எதிர்ப்புணர்வு என்பது

ஃபாசிச அரசியலில் முக்கியக் கருத்து என்பதால், அது குறித்து முழுமையாக அறிந்துகொண்டு, உய்த்துணர்வதற்கு ஃபாசிசத்தால் முடியாது.

மெய்ன் காம்ப் நூலின் பகுதி 1இல் ஹிட்லர் தொழிற்சங் கங்களைத் திரும்பத்திரும்பத் தாக்குகிறார். உதாரணமாக, அவர் எழுதுகிறார்: "யூதன் படிப்படியாகத் தொழிற்சங்க இயக்கத்தின் தலைமையை மிக எளிதாகக் கைப்பற்றிக்கொள்கிறான். ஏனெனில் தேசியப்பொருளாதார சுதந்திரத்தை அழிக்கும் நோக்கில், தொழில்துறையில் இருக்கும் குருட்டுத்தனமான பணிவு கொண்ட போராட்டச் சக்தியொன்றின் கட்டமைப்பு என்ற வகையில், அவனுக்குப் பொருட்டாக இருப்பது பெருமளவிலான சமூகத் தீமைகளை அகற்றுவதல்ல"(131). மெய்ன் காம்ப் நூலில், "தொழிற் சங்கப் பிரச்சினை" ("யூதப்பிரச்சினை") என்பதை நினைவுக்குக் கொண்டுவரக்கூடியது) என்னும் தலைப்பிடப்பட்ட அத்தியாயத்தில், "தனது சொந்த வர்க்கத்தின் போருக்கான ஒரு கருவியை (தொழிற்சங்க அமைப்பை) மார்க்சியம் வார்த்தெடுத்தது. தங்களது தேசியத் தொழிலையும், வணிகத்தையும், நடத்துவதற்காக மார்க்சியம் பொருளாதார ஆயுதத்தை உருவாக்கியது. சர்வதேச யூதர்கள் அதை சுதந்திரமானதும், தன்னுரிமை கொண்டதுமான தேசிய அரசுகளின் பொருளாதார அடிப்படையை அழிப்பதற்குப் பயன் படுத்திக்கொள்கிறார்கள்." ஹிட்லர் தொழிற்சங்கங்களை இகழ்ந் துரைக்கிறார். அவை "தொழிலிலும், ஒட்டுமொத்த தேசத்தின் வாழ்விலும் செயல்திறனுக்குத் தடங்கலாக இருக்கின்றன," என்று வாதிடு கிறார்.[11] வர்க்க நலன்களுக்குச் சேவை செய்வதற்கு மாறாக, தேசத் திற்குச் சேவை செய்யும்விதத்தில் அவற்றின் குறிக்கோள்களை மாற்றியமைத்துக்கொள்ளும்படி தொழிற்சங்கங்களுக்கு அவர் அழைப்பு விடுக்கிறார்.

பொருளாதார சுதந்திரம் மற்றும் தொழில் சார்ந்த செயல்திறன் குறித்த அக்கறை ஆகியவை தொழிற்சங்கங்கள் தொடர்பான ஹிட்லரின் எதிர்ப்புணர்வுக்கு ஒரு முகமூடியாகவே இருந்தன. 1951இல் வெளியான ஹன்னா அரென்டின் செவ்வியல் படைப் பான த ஆரிஜின்ஸ் ஆஃப் டோட்டாலிடேரியனிசம் என்னும் நூலின் அத்தியாயம் 10, "எ கிளாஸ்லெஸ் சொஸைட்டி" என்று தலைப்பிடப்பட்டுள்ளது. அந்த அத்தியாயத்தில், ஒரு சமூகத்தில்

உள்ள தனிநபர்கள் "அணுக்களாகக் குறைக்கப்பட வேண்டும்" என்பது, அதாவது, வேறுபாடுகளைத் தாண்டிய பரஸ்பரத் தொடர்புகளை அவர்கள் இழக்க வேண்டும் என்பது ஃபாசிசத்துக்கு அவசியமானதாக இருக்கிறது என்று அரென்ட் வாதிடுகிறார். இனம் அல்லது மதத்தைவிடவும் வர்க்க நெறிமுறையை யொட்டிய பரஸ்பரப் பிணைப்புகளை தொழிற்சங்கங்கள் உருவாக்கின. தொழிற்சங்கங்கள் ஃபாசிசக் கருத்தியலின் அப்படியானதொரு தாக்குதல் இலக்காக இருப்பதற்கு இதுதான் அடிப்படைக் காரணம்.

ஃபாசிசக் கருத்தியல் தொழிற்சங்கங்களை இலக்காகக் கொள்வதற்கு இன்னும் கூடுதலான காரணங்கள் இருக்கின்றன. அப்பட்டமான பொருளாதார ஏற்றத்தாழ்வு நிலவும் நிலைமைகளின்கீழ், ஃபாசிச அரசியல் மிகவும் காத்திரமானதாக இருக்கிறது. இத்தகைய நிலைமைகளின் வளர்ச்சிக்குத் தொழிற் சங்கங்களின் எண்ணிக்கை அதிகரிப்பதுதான் மிகச்சிறந்த மாற்று மருந்தாக இருக்கிறது என்று ஆய்வு காட்டுகிறது. ஹார்வர்ட் அரசியல் அறிவியலாளர் ஆர்கான் ஃபங்க் சுட்டிக்காட்டுவதுபோல், "ஏற்றத்தாழ்வு மட்டங்கள் குறைவாக உள்ள சமூகங்கள் தொழிற்சங்கங்களில் உயர்ந்தபட்சப் பங்கெடுப்பைக் கொண்டுள்ளன.[12] 2013இல் ஓ ஈ சி டி (OECD) நாடுகளில் (இவை வட அமெரிக்காவிலும் ஐரோப்பாவிலும் உள்ள நிலையான ஜனநாயக நாடுகள்) மேற்கொள்ளப்பட்ட ஏற்றத்தாழ்வும், தொழிற்சங்க அடர்த்தியும் குறித்த ஓர் ஆய்விலிருந்து பெறப்பட்ட அசாதாரணமான புள்ளிவிவரம் ஒன்றை ஃபங்க் குறிப்பிடுகிறார்: "தொழிற்சங்க அடர்த்தி உயர்வாக உள்ள நாடுகளில் குறைந்த அளவு வருமான ஏற்றத்தாழ்வு இருப்பதாகவும் (டென்மார்க், ஃபின்லாந்து, ஸ்விடன் மற்றும் ஐஸ்லாந்து), ஏற்றத்தாழ்வு உயர்வாக உள்ள நாடுகளில் தொழிற்சங்க அடர்த்தி குறைவாக இருப்பதாகவும் (அமெரிக்கா, சிலி, மெக்ஸிகோ, மற்றும் துருக்கி)" ஃபங்க் சுட்டிக்காட்டுகிறார். இந்த ஆய்வில் உயர்வான ஏற்றத்தாழ்வும், உயர்வான தொழிற்சங்க அடர்த்தியும்கொண்ட நாடுகளின் எண்ணிக்கை பூச்சியமாகும். ஏற்றத்தாழ்வான பொருளாதாரப் புலம் ஒன்றின் வளர்ச்சிக்கு எதிராக சக்திமிக்க ஓர் ஆயுதமாக தொழிற்சங்கங்கள் இருக்கின்றன. ஏனெனில், பொருளாதார நிச்சயமின்மை தொடர்பான நிலைமைகளின்கீழ், ஃபாசிசம் செழித்தோங்கு கிறது. அங்கு குடிமக்களை ஒருவருக்கொருவர் எதிராக நிறுத்துவதற்கு

அச்சமும், வெறுப்பும் ஒன்றுதிரட்டப்படுகின்றன. ஃபாசிச அரசியல் கால்கொள்வதற்கு எதிராகத் தொழிற்சங்கங்கள் காவல் நிற்கின்றன.

அமெரிக்காவில் இனப்பிரிவினையானது தொழிற்சங்க இயக்கத்தின் ஒன்றுபடுத்தும் சக்திக்கு எப்போதும் எதிரிடையானதாக இருக்கிறது. அது வரலாற்றுரீதியாக கூட்டாண்மைக் கழகங்கள் மற்றும் தொழிற்சாலைகளின் முதலாளிகளையும், அவற்றில் பொருண்மைமிக்க முதலீடுகளைச் செய்திருப்பவர்களையும் அச்சுறுத்துகிறது. டபிள்யூ. இ.பி. துப்வாவின் பிளாக் கன்ஸ்ட்ரக்சன் நூலின் அத்தியாயம் 14, "கவுன்ட்டர் ரெவல்யூசன் ஆஃப் புரோப்பர்ட்டி," என்று தலைப்பிடப்பட்டுள்ளது. அதில் துப்வா, மறுகட்டமைப்புக் காலகட்டத்தின்போது தொழிற்சங்க இயக்கம் தோற்றம் பெற்றதை, "தெற்கத்திய தொழிலாளர்களின் கைகளில், புத்திக்கூர்மையானதும், தன்னல மற்றதுமான தலைமையைக் கொண்டதாகவும், தெளிவுதரும் குறிக்கோள் கொண்டதாகவும் உள்ள அப்படிப்பட்ட ஒரு சக்தி, தெற்கத்திய சமூகத்தின் பொருளாதார அடித்தளங்களை வேறுமுறையில் கட்டியிருக்கக் கூடியதாகவும், செல்வத்தைப் பறிமுதல் செய்து மறுவிநியோகம் செய்யக்கூடியதாகவும், மக்கள் கூட்டத்துக்கு உண்மையான ஜனநாயகத்தையும் தொழில்துறையையும் கட்டியமைக்கக்கூடியதாகவும் இருந்திருக்க முடியும்,"¹³ என்று விவரிக்கிறார். புதிதாக விடுதலையடைந்த கறுப்பினக் குடிமக்களால் சமூகப்படிநிலையில் மேலே இருக்கும் தங்களுடைய இடத்தை இழக்க நேரிடும் என்ற அச்சம் கொண்டிருந்த ஏழை வெள்ளையர்களின் இனரீதியான வெறுப்பால், வெளிப்படத் தொடங்கியிருந்த தெற்கத்தியத் தொழிற்சங்க இயக்கம் எப்படிப் பிளவுபடுத்தப்பட்டது என்று துப்வா ஆவணப்படுத்துகிறார். வடக்கத்திய தொழிலதிபர்கள் வெள்ளையினத்தைச் சேர்ந்த பழைய தெற்கத்திய அதிகாரக் கட்டமைப்புகளோடு சேர்ந்து, இந்த வெறுப்புணர்வை இனம் கடந்த தொழிலாளர் இயக்கத்தின் சாயல்கொண்டதும், அதன் மூலம் பொருளாதார சமத்தவத்தின் ஆற்றல்மிக்க ஒரு சக்தியாக இருக்கக்கூடியதுமான எந்த ஒன்றையும் அடித்து நொறுக்குவதற்குப் பயன்படுத்திக்கொண்டார்கள் என்று துப்வா வாதிடுகிறார். வெள்ளையின ஏழைத் தொழிலாளர்கள் கறுப்பின ஏழைத் தொழிலாளர்களோடான வர்க்கரீதியான அடையாளத்தை இழக்கும்போது,

அவர்கள்பழகிப்போனவழிகளானஇனரீதியானபிரிவினையையும், வெறுப்புணர்வையும் துணையாகக் கொள்கிறார்கள்.

இன்று, “வேலைக்கான உரிமை” சட்டம் அமெரிக்காவின் இருபத்தெட்டு மாநிலங்களில் நிறைவேற்றப்பட்டுள்ளது. இதை எழுதிக் கொண்டிருக்கும் இந்த நேரத்தில், பொதுத் தொழிற்சங்கங்களைப் பொறுத்த அளவிலாவது இது உச்ச நீதிமன்றத்தால் சட்டப்படி செல்லத்தக்கதாக ஆக்கப்படப்போவதாக அச்சுறுத்திவருகிறது. சந்தா செலுத்த விரும்பாத தொழிலாளர்களிடம் தொழிற்சங்கங்கள் சந்தா வசூலிப்பதை இந்தச் சட்டங்கள் தடை செய்கின்றன. அதே சமயம் சந்தா செலுத்தாத தொழிலாளர்களுக்கும் தொழிற்சங்கங்கள் சமமான பிரதிநிதித்துவத்தையும், உரிமைகளையும் வழங்க வேண்டும் என்றும் கட்டளையிடுகின்றன. இத்தகைய சட்டமியற்றுதல் தொழிற்சங்கங்கள் நிதியாதாரத்தைப் பெறுவதற்கான வழியை அகற்றுவதன் மூலம் அவற்றை அழிப்பதற்கான நோக்கத்தைக் கொண்டதாகும். “வேலைக்கான உரிமை” என்னும் ஆர்வெல் பாணியிலான பெயரைக்கொண்ட இந்தச் சட்டம், தொழிலாளர்களின் கூட்டுப்பேரத்திற்கான ஆற்றல்மீது தாக்குதல் தொடுக்கிறது. இதன் மூலம் தொழிலாளர்களின் குரலைப் பறித்துக் கொள்கிறது. உழைப்பதற்கான உரிமைச் சட்டங்கள் அமெரிக்கத் தொழிலாளர்களின் கோட்டைகளான விஸ்கான்சினிலும், மிச்சிகனிலும் நிறைவேற்றப்பட்டதற்குப் பிறகு, அந்த மாநிலங்களின் அரசியல், குறிப்பாக 2016ஆம் ஆண்டின் அமெரிக்க அதிபர் தேர்தலுக்கான, இனரீதியாகப் பிரிவினையைத் தோற்றுவிக்கக்கூடிய பரப்புரையைத் தொடர்ந்து, கூர்மையாக வலதுசாரிகளின் பக்கம் நோக்கிச் சென்றது. வலது சாரிகளின் தற்கால இனப்பிரிவினையைப் புரிந்துகொள்வதற்கு, அவர்கள் இயற்றிய வேலைக்கான உரிமைச் சட்டங்களின் வரலாற்றை விசாரணைக்கு உட்படுத்துவது பயனுள்ளதாக இருக்கும்.

வேலைக்கான உரிமைச் சட்டங்கள் 1940களில் டெக்ஸாஸ் மாநிலத்தில் தோன்றின. தொழிற்சங்கங்கள் “அந்தப் பிரதேசத்தின் இன அடிப்படையிலான அரசியல் பொருளாதாரத்துக்கு” சவால் விடுத்ததற்கு எதிர்வினையாக எதிர்த்தரப்பு ஆதரவாளரான வான்ஸ் மியுஸால் முதன்முதலாக முன்மொழியப்பட்டன. மிகப் பெரிய உள்ளடக்குதலை, குறிப்பாகத் திறனற்ற தொழிலாளர்களையும்

உள்ளடக்க வேண்டும் என்னும் சிஐஓ (காங்கிரஸ் ஆஃப் இண்டஸ்டிரியல் ஆர்கனைசேசன்ஸ்)வின் வற்புறுத்தலின் காரண மாக, 1930களின் மத்தியில் ஏஎஃப்எல் (அமெரிக்கன் ஃபெடரேசன் ஆஃப் லேபர்)லிலிருந்து சிஐஓ பிரிந்து சென்றது. சிஐஓவானது தொடக்கத்திலிருந்தே, தான் பிரிந்துசென்ற அமைப்பைக் காட்டி லும் மிகவும் முற்போக்கானதாக இருந்தது. அதன்பின்னர் அது இன்றைய ஏஎஃப்எல்-சிஐஓவாக மீண்டும் இணைந்தது. டார்ட் மவுத் சமூகச் செயற்பாட்டாளர் மார்க் டிக்சன் குறிப்பிடுவதுபோல், “ஏஎஃப்எல் தொழிற்சங்கங்களை விடவும் சிஐஓ தொழிற் சங் கங்கள் இனரீதியாக மிகவும் முற்போக்கைப் பேணுபவையாக இருந்தன. 1940களின் தொடக்கத்திலிருந்து நடுப் பகுதி வரை யிலான காலத்தின்போது தெற்கத்திய மாநிலங்களில் வாக்களிப்பு வரியை நீக்க வேண்டும் என்பதற்கான பரப்புரைகளை அடிக்கடி முன்னெடுத்தன.”[14] மியூஸ், கிறிஸ்டியன் அமெரிக்கன் அசோசி யேசன் தலைவராக இருந்தார். அது எண்ணெய் நிறுவனங்களின் தரப்புக்குப் பணியாற்றுவதாக இருந்தது. அது இனவாத உணர்வும், யூத எதிர்ப்புணர்வும், கத்தோலிக்க எதிர்ப்புணர்வும்கொண்டதாக இருந்தது. அத்துடன் அது, வெள்ளையினத்தவரின் மேலாதிக்கத் தைத் தூக்கியெறிவதற்காக கம்யூனிஸ்டுகள் இனச்சமத்துவத்தை நாடுகிறார்கள் என்னும் அச்சத்தைத் தூண்டும் வழக்கமான ஃபாசிசத் திட்டத்தைக் கொண்ட தனது தொழிற்சங்க எதிர்ப்புத் செயல்திட்டத்தை முன்னெடுத்தது.

வேலைக்கான உரிமைச்சட்டங்கள் மூலம் தொழிற் சங்கங்கள் மீது தாக்குதல் தொடுக்கும் இனவாத நோக்கம் குறித்து வான்ஸ் மியூஸ் வெளிப்படையாக இருந்தார்: “இப்போதிருந்து வெள்ளை யின ஆண் களும் வெள்ளையினப் பெண்களும் கறுப்பு ஆப்பிரிக்க மனிதக் குரங்குகளை ‘சகோதரா’ என்று அழைக்கவேண்டும் அல்லது தங்கள் வேலையை இழக்க வேண்டும்.” 1945இல் மியூஸ் சொன்னார், “அவர்கள் என்னை யூத எதிர்ப்பாளன், நீக்ரோ எதிர்ப்பாளன் என்று அழைக்கிறார்கள். கவனமாகக் கேளுங்கள், நாம் நீக்ரோவை விரும்புகிறோம் - அவர் அவருக்கான இடத்தில் இருப்பதை... நமது (வேலைக்கான உரிமை) சட்டத்திருத்தம் நீக்ரோவுக்கு உதவி செய்கிறது. அது அவரிடம் பாரபட்சம் காட்டு வதில்லை. நல்ல நீக்ரோக்களிடம், கம்யூனிஸ்ட் நீக்ரோக்களிடம்

அல்ல. யூதர்கள்? ஏன், என்னுடைய சிறந்த நண்பர்களில் சிலர் யூதர்கள்தான். நல்ல யூதர்கள்." தன்னைப் பற்றி, "ஒரு தெற்கத்தியவன், வெள்ளை மேலாதிக்கத்துக்காக நிற்பவன்," என்றும், கிறித்தவ அமெரிக்கர்கள், "நியூ டீல் கொள்கையை கிறித்தவர்களின் சுதந்திரத் துணிகரமுயற்சியின்மீதாக 'யூத மார்க்சியம்' தொடுக்கும் விரிவான தாக்குதலின் ஒரு பகுதியென்றே கருதுகிறார்கள்," என்றும் மியூஸ் அறிவித்தார்.[15]

மெய்ன் காம்ப்பில் தொழிற்சங்கங்களின் மீது ஹிட்லர் தொடுத்த தாக்குதல்களை, கண்ணாடிபோல் துல்லியமாக உருக் காட்டும் மொழியில் வேலைக்கான உரிமைச் சட்டங்கள் மெய் யாகவே முன்னெடுத்தன. இருப்பினும், அவர்களது தொழிற்சங்க எதிர்ப்புச் செயல்திட்டம் வெள்ளையர்கள் மேல்நிலையில் இருக் கும் படிநிலை அமைப்பைப் பேணிக்காப்பதற்கும், இனங்களையும், மதங்களையும் தாண்டிய ஒருமைப்பாட்டைத் தடுப்பதற்கான ஒரு விருப்பத்தின் மீதாக நிறுவப்பட்டதாகும். இன்று அமெரிக்காவில் அது வெற்றிமுகத்தில் இருக்கிறது. ஒருகாலத்தில் மத்தியமேற்கின் தொழிலாளர் மாநிலங்கள் என்று பெருமை கொண்ட பகுதி நெடுகவும் வெற்றிநடை போடுவதற்காக, 1930கள் குறித்த ஏக்க உணர்வை வெளிப்படையாகக் காட்டிக்கொண்ட ஒரு அதிபர் வேட்பாளரால் வெள்ளையினத் தேசியவாதப் பரப்புரை மேற்கொள் ளப்படுவதற்கு இத்தகைய தொழிற்சங்க எதிர்ப்புக்கொள்கைகள் வழியமைத்துக் கொடுத்தன.

∞

தொழிற்சங்கங்கள் மீதான தடுப்பு நடவடிக்கையும், குறிப்பிட்ட சில குழுக்களை சோம்பேறித்தனமானவை என்னும் குற்றம் சாட்டுவதும் ஃபாசிச அரசியல் வெற்றி பெறுவதற்கு மிகவும் அவசியமானதாக இருக்கும் பிரிவினைகளை உருவாக்கின. ஃபாசிச அரசியலில், சமூகப் பயன்மதிப்பின் படிநிலை அமைப்பில், கீழான படிகளில் ஒன்றாக அமைபவர்கள் ஏன் சோம்பேறிகளாக இருக் கிறார்கள்? ஃபாசிச அரசியல்வாதிகள் வர்க்க ஒற்றுமையைத் தடுத்துநிறுத்துவதற்கு மாறாக ஏன் பயன்படுத்திக்கொள்வதில்லை? ஃபாசிச அரசியலில் அடிப்படையானதாக இருக்கும் சமூக டார்வினிசத்தில்தான் இதற்கான பதில் தங்கியிருக்கிறது.

வாழ்க்கை என்பது அதிகாரத்திற்கான ஒரு போட்டி என்னும் சமூக டார்வினிசக் கருத்தை ஃபாசிச இயக்கங்கள் பகிர்ந்துகொள் கின்றன. அந்தக் கருத்தின்படி, சமூகத்திற்குச் சொந்தமான வள ஆதாரங்கள் தூய சுதந்திரச் சந்தைப் போட்டிக்கு விடப்பட வேண்டும். அதன் குறிக்கோள்களான கடின உழைப்பு, தனியார் துணிகர முயற்சி மற்றும் தன்னிறைவு ஆகியவற்றை ஃபாசிச இயக்கங்கள் பகிர்ந்துகொள்கின்றன. சமூக டார்வினிச வாதியைப் பொறுத்தவரை, பயன்மதிப்புள்ள ஒரு வாழ்க்கையைப் பெற்றிருப்பது என்பது போராட்டத்தின் மூலமும், தரத்தகுதியின் மூலமும், மற்றவர்களுக்கு மேலாக எழுவது, வள ஆதாரங்களுக்கான ஆவேசமான போராட்டத்தில் தப்பிப் பிழைத்திருப்பது என்பதாகும். வெற்றிகரமாகப் போட்டியிடாதவர்கள் எவரும் சமூகத்தின் சரக்குகளையும் வள ஆதாரங்களையும் பெறுவதற்குத் தகுதியற்றவர்கள். உற்பத்தித்திறனின் மூலம் பயன்மதிப்பை அளக்கும் ஒரு கருத்தியலில், வெளிக்குழு ஒன்றின் உறுப்பினர்கள் சோம்பேறிகள் என்று பிரதிநிதித்தவப்படுத்தும் பரப்புரையானது, பயன் பாட்டு மதிப்புப் படிநிலை அமைப்பு ஒன்றில் அவர்கள் கீழாக வைக்கப்படுவதை நியாயப்படுத்துவதற்கான ஒரு வழியாகும்.

மாற்றுத்திறனாளிகளின் வாழ்க்கையை - லிபென்சன் வெர்த்தல் லிபென் - பயன்மதிப்பற்ற விதத்தில் வாழும் வாழ்க்கை என்று விவரிக்கும் தேசிய சோசலிச மனப்போக்கை ஃபாசிசக் கருத்தியலின் இந்த அம்சம் விளக்குகிறது. மாற்றுத் திறனாளிகளான குடிமக்கள் மதிப்பு இல்லாதவர்களாகக் கருதப்பட்டார்கள். ஏனெனில் மதிப்பு என்பது தேசிய சோசலிசக் கருத்தியலில் வேலையின் மூலமாக சமூகத்துக்கு ஒருவரது பங்களிப்புகளில் உருவாகும் மதிப்பேயாகும். நாஜி கருத்தியலில் தங்கள் பிழைப்பிற்காக அரசைச் சார்ந்திருப்பவர்கள் எந்தவகையான மதிப்பும் இல்லாதவர்களாக இருக்கிறார்கள். மாற்றுத்திறனாளிகளாக இருந்த மக்கள் கூட்டங்களின்மீது மனித குலத்தின் மிக மோசமான கொடூரங்கள் சிலவற்றை ஃபாசிச அரசுகள் காட்சிப்படுத்தின. சந்ததிகள் மூலமாகப் பரவும் பரம்பரை நோய்களைத் தடுப்பது தொடர்பான நாஜி ஜெர்மனியின் 1933ஆம் ஆண்டுச்சட்டம் மாற்றுத்திறனாளிக் குடிமக்கள் மலடாக்கப்படுவதற்கு அதிகாரம் வழங்கியது; அதைத் தொடர்ந்து ஜி4 இரகசிய திட்டம் நடைமுறைக்கு வந்தது. அது

மாற்றுத் திறனாளிகளான ஜெர்மனியக் குடிமக்களை விஷவாயு செலுத்திக் கொல்லும் நடவடிக்கையை நிறைவேற்றியது. அதன் பின், 1939இல் அவர்களைக் கொன்றுவிடும்படி மருத்துவர்களுக்கு உத்தரவிடப்பட்டது.

ஃபாசிசம் தனிநபர்வாதத்துக்கு எதிரானது, தனது ஆற்றலை ஒரே மாதிரியான மக்களிடமிருந்து தருவித்துக்கொள்கிறது என்று நாம் பல தடவை நினைத்திருக்கிறோம். இருப்பினும், தனிநபரின் மதிப்பு குறித்தும், தகுதி கொண்டோர் ஆட்சியின் குறிக்கோள் குறித்தும், ஹிட்லர் திரும்பத்திரும்பப் புகழ்ந்து பேசினார். ஃபாசிசப் படிநிலைக்கட்டமைப்பை வழங்குவதாகவும், சோம்பேறித்தனத்தின் மீதான குற்றச்சாட்டை விளக்குவதாகவும், டார்வினிசக் கருத்தாக்கமான தனிநபர் பயன்மதிப்பு இருந்து வருகிறது. உழைப்பிலும், போரிலும் சாதிப்பதற்கான குழுக்களின் உள்ளாற்றலின் மூலமாக, மற்றவர்களுக்கு மேலாக அவை எழுந்துவர வேண்டும் என்று ஃபாசிசத்தில் உத்தரவிடப்படுகிறது. தாராளவாத ஜனநாயகத்தை ஹிட்லர் குறைகூறுவதற்குக் காரணம், அது இயற்கையானதும், தகுதி சார்ந்ததுமான ஒரு போராட்டத்தில் கிடைக்கும் வெற்றியைச் சாராத விதத்தில், பயன்மதிப்பை வழங்கும் முரண்பாடான மதிப்பீட்டு முறை ஒன்றை உள்ளடக்கியிருக்கிறது என்பதுதான். ஜனநாயகம், தனிநபர்த் தன்மையோடு ஒத்திசைந்து போவதில்லை என்றும், அதன் காரணமாகப் போட்டியிடும் போராட்டத்தில் தனிநபர்களான, குடிமக்களை மற்றவர்களுக்கு மேலாக எழுந்து வருவதற்கு அது அனுமதிப்பதில்லை என்றும் ஹிட்லர் இகழ்ந்துரைக்கிறார். தனிநபர் சுதந்திரம் குறித்த ஃபாசிசப் பார்வை, தனிநபர் உரிமைகளின் விடுதலைக் கோட்பாட்டு ஆதரவாளரின் நோக்கத்தோடு ஒப்புமை உடையதாக இருக்கிறது. அது, போட்டியிடுவதற்கான உரிமைகொண்டதாக, ஆனால் வெற்றி பெறவேண்டியதற்கோ அல்லது தப்பிப்பிழைக்கவேண்டியதற்கோ அவசியமில்லாததாக இருக்கிறது.

பொருளாதார விடுதலைவாதம் சுதந்திரத்தை மிகத் தனிச் சிறப்பான ஒருவகையில் புரிந்துகொள்கிறது - சுதந்திரம் என்பது கட்டுப்படுத்தப்படாத சுதந்திரச்சந்தைகள் மூலம் வரையறுக்கப்படுகிறது. அது எந்தவிதமான வழிமுறைகளாலும் கட்டுப்படுத்தப்படாத சந்தைகளின் வடிவத்திலான "சமாந்தர விளையாட்டுக் களம்" ஒன்றைப்

பயன்படுத்திக்கொள்வதற்கான உரிமைகொண்டிருப்பதை உள்ளடக்கியதாகும். போராட்டத்தில் ஒருவர் பலவீனமாக இருக்கும் நிலைக்குத் தள்ளப்படுவாரானால், அவரது சொந்த இழப்புகளுக்கு அவரே பொறுப்பாவார். பொருளாதார விடுதலைவாதம் சுதந்திரத்தையும், செல்வத்தின் பயன்பாட்டுநிலையையும் தொடர்புபடுத்துகிறது. இந்தக் கொள்கைகளின்படி, போராட்டத்தில் படிப்படியாக செல்வத்தைப் பெருக்கிக்கொள்வதன் மூலம் ஒருவர் சுதந்திரத்தை “முயன்று பெறு”கிறார். இந்த வழியில் தங்கள் சுதந்திரங்களை “முயன்று பெறாத”வர்கள் அதற்குத் தகுதியானவர்களாக இருக்க மாட்டார்கள். தனி நபரைத்தாண்டி எதையும் பொதுமைப்படுத்தாத, உண்மையான பொருளாதார விடுதலைவாதத்தோடு நேரடியாக ஒத்திசைந்து போகாத பயன்பாட்டு மதிப்பு குறித்த குழுப்படிநிலைகளுக்கு அர்ப்பணிப்பு செலுத்துவதோடு தொடர்புடையதாக ஃபாசிசம் இருந்தபோதிலும், இவ்விரண்டு தத்துவங்களுமே மதிப்பை அளவிடும் ஒரு பொதுவான கொள்கையைப் பகிர்ந்துகொள்கின்றன. பொருளாதார விடுதலைவாதம் என்பது எல்லாவற்றுக்கும் மேலாக, சமூக டார்வினிசத்தின் மன்ஹாட்டன் மாலை விருந்து நிகழ்ச்சியின் முகமாகும்.

2012ஆம் ஆண்டு அமெரிக்க அதிபர் தேர்தலில் துணை அதிபர் வேட்பாளரான பால் ரியான், அமெரிக்க சமூகம் “உற்பத்தி செய்பவர்கள்” மற்றும் “எடுத்துக்கொள்பவர்கள்” என்று பிரிக்கப்பட்டிருப்பதாக திரும்பத்திரும்பப் பேசினார். சமூகத்தில், “உற்பத்தி செய்பவர்க”ளைப் பெருக்கவும், “எடுத்துக்கொள்பவர்க”ளைக் குறைக்கவும் வேண்டியதற்கான கொள்கைகளை முன்னிலைப்படுத்துவது தவிர்க்க முடியாதது என்று ரியான் வாதிட்டார். “உற்பத்தி செய்பவர்கள்” சிறுபான்மையாகவும், “எடுத்துக் கொள்பவர்கள்” பெரும்பான்மையாகவும் இருக்கும் ஒரு சமூகமாக அமெரிக்கா மாறிவருவதாக அவர் கவலை தெரிவித்தார். ஒரு சமூகத்தில் “தாங்கள் திருப்பிச் செலுத்தும் வரிகளைவிட டாலர் மதிப்பில் அதிக அளவிலான ஆதாயங்களை ஒன்றிய அரசாங்கத்திடமிருந்து பெறுபவர்கள் “எடுத்துக்கொள்பவர்”களாக இருக்கிறார்கள். இந்தக் கருத்தியலின்படி, சமூகத்தில் உள்ள “உற்பத்தி செய்பவர்கள்” அவர்களுடைய செல்வத்தின் காரணமாக, “எடுத்துக் கொள்பவர்”களைவிட மதிப்புமிக்கவர்களாக இருக்கிறார்கள். மிகச்

சமீபத்தில், "உற்பத்தி செய்பவர்கள்," "எடுத்துக்கொள்பவர்கள்" தொடர்பான சொற்றொகுதியை ரியான் கைவிட்டுவிட்டார். ஆனால் அவர் குறைந்த செல்வம் உள்ளவர்களின் செலவுப்பொறுப்பில் அதிக செல்வம் உள்ளவர்களுக்கு, தெளிவான விதத்தில் சாதகமாக இருக்கும் அதே கொள்கைகளையே தக்கவைத்துக்கொண்டவராக இருக்கிறார். உதாரணமாக, அமெரிக்கர்கள், "உற்பத்தி செய்பவர்" களுக்கும், "எடுத்துக்கொள்பவர்"களுக்கும் வெவ்வேறான தோலின் நிறங்களைக் கொடுக்க விரும்புகிறார்கள்; அப்படிச் செய்வதன் மூலம் விடுதலைக் கோட்பாட்டுவாதத்தைத் தாண்டி ஃபாசிசத் தினுள் நுழைகிறார்கள்.

விடுதலைக்கோட்பாட்டுவாதம் சுதந்திரச் சந்தைகளில் போட்டி யிடுவதற்கான தனிநபர் சுதந்திரத்தை வலியுறுத்துவதாக இருந்த போதிலும், வணிக நிறுவனங்களின் படிநிலை அமைப்புக்கு அது ஆதரவானதாக இருக்கிறது. விடுதலைக் கோட்பாட்டுத் தத்துவத்தை ஃபாசிச அரசியல் இந்தக் காரணத்துக்காகவும் பாராட்டுகிறது. எல்லா அதிகாரங்களையும்கொண்ட ஒரு தலைமை நிர்வாக அதிகாரி அல்லது தொழிற்சாலையின் தலைவரைக்கொண்டு வேலையிடங்கள் பொது வாக படிநிலை அமைப்பில் ஒருங்கிணைக்கப்படுவதை தேசிய சோசலிசம் அங்கீகரிக்கிறது. தனியார் தொழில்துறை முயற்சிகளில் (அது போலவே இராணுவத்திலும்) பரப்புரை மூலமாக தேசிய சோசலிசம் தனக்குச் சாதகமாகப் பயன்படுத்தக்கூடிய, நன்கு பழக்கப்பட்ட அதிகாரத்துவக் கட்டமைப்பு ஒன்றை அது அங்கீக ரிக்கிறது. தேசிய சோசலிசவாதிகளின் பேச்சுகளில் சுதந்திரத்தின் இழப்போடு அரசாங்கத் தலையீட்டைத் தொடர்புபடுத்தக்கூடியதும், தலைமை நிர்வாக அதிகாரியின் தலைமைத்துவத்தில் பயன்பாட்டு நிலையைக் காணக்கூடியதுமான அமெரிக்க வலதுசாரி அரசியலின் தெளிவான எதிரொலிகளை நாம் காணலாம்.[16]

தனியார் தொழில்முயற்சிக் கொள்கைகள் தனது சொந்தக் கருத் தியலுக்கு ஆதரவாக இருப்பதை ஹிட்லர் கண்டார். தகுதி வாய்ந்தோர் ஆட்சி குறித்த, கொள்கையின் மூலம் "மகத்தான மனித"ருக்கு அவரது சிறப்பான தகுதிநிலைக்காக, தலைமைப் பதவியொன்றை வழங்கு வதன் மூலம் வெகுமதியளிக்கப்படுவது அவருக்கு ஆர்வத்தைத் தூண்டுவதாக இருந்தது; பலவீனமானவர்களை வலிமையானவர்கள்

ஆள வேண்டும் என்பது சரியானதுதான். ஹிட்லரின் கருத்துப்படி தரத் தகுதி வாய்ந்தோர் ஆட்சியானது, தேசிய சோசலிசத்தின் எல்லா வகையிலும் முக்கியத்துவம் வாய்ந்த தலைமை என்னும் கொள்கையை ஆதரிப்பதாக இருந்தது. உத்தரவுகளை வழங்கும் தலைமை நிர்வாகி ஒருவரோடு தொடர்புடைய ஒரு கட்டளைக் கட்டமைப்பைக்கொண்ட, படிநிலை அமைப்பாகத் தனியார் வேலையிடங்கள் ஒழுங்கமைக்கப்பட்டிருக்கின்றன (தலைமை நிர்வாக அதிகாரி, இயக்குனர்களின் ஆட்சிக் குழு ஒன்றுக்குப் பதில்சொல்லக் கடமைப்பட்டவர் என்ற உண்மை ஃபாசிச அரசியலில் வழக்கமாகக் கண்டுகொள்ளப்படுவதில்லை).

"இரண்டு கோட்பாடுகள் ஒன்றுக்கொன்று அப்பட்டமாக எதிரானவை" என்று ஹிட்லர் கண்டார். "ஜனநாயகக் கோட்பாடு, அதன் நடைமுறை விளைவுகள் எங்கெல்லாம் வெளிப்படையாகத் தெரிகிறதோ அங்கெல்லாம் அழிவின் கோட்பாடாகவே இருக்கிறது. மற்றது, தனிநபர் அதிகாரத்தின் கோட்பாடு. அதை நான் சாதனையின் கோட்பாடு என்று அழைக்க விரும்புகிறேன்.[17] ஜனநாயக அரசியல் செயற்களம் ஒன்றும், அதிகாரத்துவப் பொருளாதார செயற்களம் ஒன்றும் இருக்குமானால், அது நிலையற்ற கலப்பு ஒன்றையே உருவாக்கும்; ஏனெனில் ஜனநாயகப் பூர்வமாக சுமத்தப்பட்ட விதிமுறைகளைக்கொண்டு, தொழிலை ஆக்கிரமிக்கும் போக்கு அரசிடம் இருக்கிறது என்று அவர் எச்சரித்தார். தொழில் நிறுவனங்கள் ஏற்கனவே "தலைவர் (ஃபுரர்) கோட்பா"ட்டின்படி, நடத்தப்பட்டு வருவதால், தொழிலதிபர்கள் நாஜி இயக்கத்துக்கு ஆதரவளிக்க வேண்டும் என்று ஹிட்லர் அழுத்தமாகக் கூறினார். தனியார் தொழில்துறையில், ஒரு தலைமை நிர்வாக அதிகாரி உத்தரவுகளை வழங்கும்போது தொழிலாளர்கள் கீழ்ப்படிந்து நடக்க வேண்டும். அங்கு ஜனநாயக நிர்வாகத்துக்கு இடமில்லை. அதுபோலவே, ஒரு தொழில் நிறுவனத்தின் தலைமை நிர்வாக அதிகாரிபோல் தலைவர் செயல்பட வேண்டும் என்று ஹிட்லர் அறிவுறுத்துகிறார்.

நுகர்வோர் அல்லது தொழிலாளர்களைப் பாதுகாக்கக்கூடிய வழிமுறைகள் குறித்து ஹிட்லருக்கு எந்தப் புரிதலும் இல்லை. அதுபோலவே நலத்திட்டங்கள் அல்லது தொழிற்சங்கங்களால் வழங்கப்

படும் பாதுகாப்பு குறித்தும் அவருக்கு எந்தப் புரிதலும் இல்லை. தாராள மனப்பான்மைகொண்ட உலகளாவிய ஒரு நலத்திட்ட அமைப்பு முறைக்கான அர்ப்பணிப்பின் அடிப்படை என்பது ஒவ்வொரு குடிமகனின் அடிப்படை மதிப்பின் மீதான நம்பிக் கையின் வெளிப்பாடாகும். மதிப்பிற்கான ஒரு போட்டியில், "உற்பத்திசெய்பவர்க"ளையும், "எடுத்துக்கொள்பவர்க"ளையும் தாராளவாத ஜனநாயகவாதி மோதவிடுவதில்லை. தந்திரக்கார அரசியல்வாதிகள் தவறாகப் பயன்படுத்திக்கொள்ளும் விதத்தில் உட்குழுக்களாகப் பிரிப்பதற்கு மாறாக, தாராளமனப்பான்மை கொண்ட ஒரு சமூகநலத்திட்ட அமைப்பு முறையானது பேணிக் காத்தலின் பரஸ்பரப் பிணைப்புகளால் ஒருங்கிணைக்கிறது. வேறு பட்ட இனம் மற்றும் மதப்பின்னணிகொண்ட, வேறுபட்ட பாலின அடையாளம்கொண்ட, வேறுபட்ட பாலியல் பழக்கவழக்கம் கொண்ட தொழிலாளர்களை தொழிற்சங்கங்கள் பொதுவான இலக்குகளில் ஒன்றுசேர்க்கின்றன; பேரம்பேசுவதற்கான நல்ல அணுகுமுறை ஒன்றுக்கு ஒத்துழைப்பை நல்குகின்றன.

அனைத்து மானுட நிறுவனங்களும் ஏதோ ஒரு குறைபாட்டைக் கொண்டவையாக இருக்கின்றன; அவற்றில் தொழிற்சங்கங்களும் அடங்கும். ஆனால் எந்தவொரு நிறுவனத்தின் குறைபாடுகளையும் விமர்சிக்கும்போது, அந்த நிறுவனம் இல்லாது போனால், அதனால் இழக்கப்படுவது என்ன என்ற கேள்வி கேட்கப்பட வேண்டும் என்பது முக்கியமானது. எல்லோருக்குமான நல்ல நிலைமைகளை ஏற்படுத்துவதற்காகக் கூட்டமாக ஒன்றுதிரட்டப்படுவது, தோற்றம், இனம், மதம், உடல் ஊறுபாட்டின் தன்மை, பாலியல் நாட்டம், பாலினம் ஆகியவற்றில் உள்ள வேறுபாடுகளுக்குப் புறம்பாக, பொதுவான ஒரு மனித இனம் ஒன்று பொதுவாக அடையாளம் காண்பதற்குச் சாத்தியப்படும் வழிகளில் நம்மை ஒன்றுபடுத்து கிறது. உண்ண உணவு தேவைப்படுகிறது. வயதான நமது பெற்றோரைப் பேணிக்காத்து ஆதரிக்க வேண்டியிருக்கிறது என்று மனிதர்கள் துயரார்ந்தவிதத்தில் தொடர்ந்து நினைவுறுத்தப்பட வேண்டியவர்களாக இருக்கிறார்கள்.[2] நிறுவனங்களும், கொள்கை களும் குறைபாடு கொண்டுள்ள நிலையில் நமக்கான ஜனநாயக நெறிமுறைகளை வழங்கவேண்டியதாக இருக்கக்கூடிய அந்த நெறிமுகைள் இல்லாது போகுமானால் ஒரு ஜனநாயக சமூகமானது நிலைகுலைந்துபோகும் ஆபத்துக்கு உள்ளாகிவிடும்.

ஒரு ஜனநாயக அரசியல் அமைப்பும், படிநிலைக் கோட்பாடு களின்கீழ் இயங்கும் தனியார் நிறுவனங்களை அடிப்படையாகக் கொண்ட ஒரு பொருளாதார அமைப்பும் உள்ள ஒரு சமூகத்தில் மெய் யான பதற்றங்கள் நிலவும் என்று ஹிட்லர் சொன்னதில் தவறில்லை. நம்மில் பலரும் அத்தகைய சமூகங்களில்தான் வாழ்ந்துவருகிறோம். அதன் காரணமாக, ஜனநாயக நியமங்களுக்கும் இடையிலான முரண் பாடுகளால் பெருகிவரும் பதற்றங்களுடன் நாம் வாழ்ந்துவருகி றோம். இப்படிப்பட்ட ஒரு போராட்டத்தின் மூலமாக வார இறுதியை, எட்டுமணிநேர வேலையை மற்றும் பல வெற்றிகளைத் தொழிற்சங்க இயக்கம் வென்றெடுத்தது. அவை எதுவும் முற்றிலு மாக, ஜனநாயகரீதியாக உருமாறக்கூடியவை அல்ல. ஜனநாயக சமூகம் ஒன்றில், குடும்பங்கள், வேலையிடங்கள், அரசாங்க அமைப்புகள் மற்றும் குடிமைச்சமூகத்தின் பல்வேறுபட்ட நடை முறைகள் மற்றும் கட்டுமானங்களுக் கிடையில் பதற்றங்கள் நிலவு கின்றன என்று ஹிட்லர் சொன்னது சரியானதே. இந்த வேறுபாடு களைக் களைவதன் மூலம் இதற்குத் தீர்வு கொண்டதாக ஃபாசிசம் வாக்குறுதியளிக்கிறது. இதற்கு மாறாக, ஃபாசிசக் கருத்தியலில், குடும்பம் முதற்கொண்டு தொழில் மற்றும் அரசு வரையில் அனைத்து நிறுவனங்களும் ஃபுரர் கொள்கைப்படி நடத்தப்படு கின்றன. ஃபாசிசக் கருத்தியலில் தந்தை என்பவர் குடும்பத்தின் தலைவராவார்; தலைமை நிர்வாக அதிகாரி தொழிலமைப்பின் தலைவராவார்; ஆதிக்கம் செலுத்தும் தலைவர் நாட்டின் தந்தை அல்லது தலைமை நிர்வாக அதிகாரியாவார். ஜனநாயக சமூக மொன்றின் வாக்காளர்கள் தலைமை நிர்வாக அதிகாரி ஒருவர் அதிபராக வரவேண்டும் என்று விரும்புவார்களானால், அவர்கள் தங்களுடைய உள்ளார்ந்த ஃபாசிசத் தூண்டுதல்களுக்கு எதிர் வினையாற்றுபவர்களாக இருக்கிறார்கள்.

ஃபாசிச அரசியலின் ஈர்ப்பு மிகவும் ஆற்றல் வாய்ந்ததாகும். அது மனித இருத்தலை எளிமைப்படுத்துகிறது; "அவர்கள்" என் னும் செயல் இலக்கு ஒன்றை வழங்குகிறது. "அவர்க"ளிடம் இருப்பதாக ஊகிக்கப்படும் சோம்பேறித்தனம் நமது சொந்தப் பயன்பாட்டு நிலையை, நல்லொழுக்கத்தை முதன்மைப்படுத்திக் காட்டுகிறது; உலகத்தை அர்த்தமுள்ளதாக ஆக்குவதற்கு நமக்கு உதவும் ஆற்றல்மிக்க தலைவர் ஒருவரோடு நம்மை அடையாளப்

படுத்திக்கொள்வதற்கு ஊக்கமளிக்கிறது; இந்த உலகத்திலுள்ள "தகுதியற்ற" மக்கள் தொடர்பான அவரது வெளிப்படைத்தன்மை புத்துணர்ச்சியூட்டுவதாக இருக்கிறது. ஜனநாயகம் வெற்றிகரமான ஒரு தொழில் நிறுவனம் போல் தோற்றமளிக்குமானால், தலைமை நிர்வாக அதிகாரி கடுமையாகப் பேசுபவராகவும், ஜனநாயக நிறுவனங்களைப் பற்றி அதிகம் பொருட்படுத்தாதவராகவும், அவற்றைத் தூற்றுபவராகவும்கூட இருந்தால் மிகவும் நல்லது. நமக்குக் கீழே இருப்பதாக நம்மால் பார்க்கப்படுபவர்கள் நம்மை விட அதிகமாகத் துன்பப்படுவதை அறிந்தால், நமது சொந்தம் துன்பத்தைத் தாங்கிக்கொள்ள முடிவதுபோல் தோற்றமளிக்கச் செய்யும் மனித பலவீனத்தை ஃபாசிச அரசியல் இரையாக்கிக் கொள்கிறது.

நிர்வாகரீதியாக ஒரு ஜனநாயகப் புலத்தையும், ஜனநாயகமற்ற படிநிலை அமைப்பான ஒரு பொருளாதாரப் புலத்தையும் கொண்ட ஓர் அரசில் வாழ்வது, நிறுவனங்கள், கட்டமைப்புகள் மற்றும் நல்ல வாழ்க்கை குறித்த பல்வேறு பார்வைகளை உறுதியாகப் பற்றிக்கொண்டிருக்கும் சமுதாயக் குழுக்கள் நிறைந்த, செல்வவளமிக்க, சிக்கலான ஒரு குடிமைச் சமூகத்தால் உருவாக்கப்படும் பதற்றங்களைக் கடந்துசெல்ல வழிகண்டறிவது விரக்தி தருவதாக இருக்கக்கூடும். ஜனநாயகக் குடியுரிமையானது குறிப்பிட்ட அளவு பரிவுணர்ச்சியையும், நுண்ணோக்கையும், நம் அனைவருக்கும் வேண்டியிருக்கும் கருணையையும் கோருவதாக இருக்கிறது. எளிதாக வாழ்வதற்கான வழிகள் இருக்கத்தான் செய்கின்றன.

உதாரணமாக, நமது பொது ஈடுபாடுகளை நுகர்வளவைப் பொறுத்துக் குறைத்துக்கொள்ளலாம். நமது உழைப்பை, நமது பைகளில் உள்ள பணத்தைக்கொண்டு, நுகர்வோர் சந்தையிடத்தில் நுழைவதற்குத் தேவையானதைச் செய்யக்கூடியது என்றும், சிறு உபகரணங்களைத் தேர்ந்தெடுப்பதற்கு நமக்கு சுதந்திரம் அளிப்பது என்றும், நுகர்வை அடிப்படையாகக் கொண்ட ஓர் அடையாளத்தை வடிவமைப்பதற்கானது என்றும் காணலாம்,

அல்லது நாம் உலகெங்கும் செல்லலாம். உலகத்தில் அலைந்து திரிவதன் மூலமும், "நாம்" என்பதன் புரிதலை விரிவாக்கிக் கொள்ளலாம். அதன் பண்பாடுகளையும், அதிசயங்களையும் கண்டு

மகிழலாம். உலகத்தில் அகதிமுகாம்களில் வாழும் மக்கள் மற்றும் அயோவாவின் சிறுநகரங்களில் வசிப்போர் ஆகிய இருவிதமான மக்களையும் நமது அண்டை வீட்டார் என்று கருதலாம். அதே சமயம் நமது உள்ளூர் மரபுகள் மற்றும் கடமைகளோடு ஒரு தொடர்பைப் பராமரிக்கலாம்.

ஆனால், காலத்தினூடாகவும், பண்பாடுகளினூடாகவும் தன்னளவில் நகர்வது குறித்த இந்த ஆர்வமூட்டும் பார்வை, அப்பட்டமான பொருளாதார ஏற்றத்தாழ்வு நிலவும் நிலைமைகளின் கீழ், தீவிரமான விதத்தில் பிரச்சினைக்குரியதாக இருக்கிறது. எல்லா வகையான வேறுபாடுகளையும் கொண்ட முனைப்பான அனுபவங்கள் அதற்கு அவசியப்படுகிறது. தாராளமனப்பான்மை கொண்ட, விவேகமான, மதச்சார்பற்ற அறிவியலுக்கும் கவித்துவ உண்மைக்கும் அர்ப்பணித்துக் கொண்ட ஒரு கல்வியை அது வேண்டுவதாக இருக்கலாம். ஒரு குழந்தை நல்ல பல்கலைக் கழகம் ஒன்றில் கல்வி பெறுவதற்கு ஓராண்டுக்கு முழுக் குடும்பம் ஒன்றின் மொத்த வருமானமும் செலுத்தப்படவேண்டியிருக்கும்பேது, அப்படிப்பட்ட வெற்றிகரமானதும், தாராளமனம் கொண்டதுமான குடிமக்கள் தொகுதியின் உறுப்பினர்களாக மாறுவதற்கு நம்மில் யார் உடன்படுவார்கள் என்று நாம் கேட்க வேண்டியிருக்கிறது. அமெரிக்காவில் உள்ளதுபோல் பல்கலைக் கழகங்கள் பெருஞ்செலவு பிடிப்பதாக இருக்கும்போது, அவற்றின் பரந்த மனப்பான்மைகொண்ட தாராளவாதப் பார்வைகள் ஃபாசிச அரசியல் தந்திரத்துக்கு எளிதான இலக்குகளாக ஆகிவிடுகின்றன. அப்பட்டமான பொருளாதார ஏற்றத்தாழ்வு நிலவும் நிலைமைகளின்கீழ், தாராளவாதக் கல்வியின் பயன்களும், வேறுபட்ட பண்பாடுகள் மற்றும் நடைமுறைகளின் அனுபவங்களைப் பெறுவதற்கான வாய்ப்பும், செல்வச்செழிப்புடைய ஒரு சிலருக்கு மட்டுமே கிடைக்கும்போது, தாராளவாத சகிப்புத்தன்மை என்பது மேட்டுக் குடிமக்களின் சிறப்புரிமை என்பதாக மென்மையாகப் பிரதிநிதித்துவம் செய்யப்படுவதாக இருக்கக்கூடும். அப்பட்டமான பொருளாதார ஏற்றத்தாழ்வு ஃபாசிச அரசியல் தந்திரங்கள் மேம்படுவதற்கு உகந்த நிலைமைகளை உருவாக்குகிறது. அத்தகைய நிலைமைகளின்கீழ் தாராளவாத ஜனநாயக நடைமுறைகள் செழித்து வளர முடியும் என்ற நினைப்பது முற்றிலும் கற்பனையானதாகவே இருக்கும். ●

பின்னுரை

ஃபாசிச அரசியலின் பொறியமைவுகள் அனைத்தும் ஒன்றின் மீது ஒன்றாகக் கட்டியமைக்கப்பட்டு, ஒன்றையொன்று தாங்கி நிற்கின்றன. "அவர்களை" அல்லாமல் "நம்மை" முக்கியமாகக் கொண்ட, கிளர்ச்சியூட்டும் கற்பனையான கடந்தகாலத்தின் அடிப்படையில், கடின உழைப்பால் முயன்றுபெற்ற பணத்தை எடுத்துக் கொள்பவர்களும், நமது மரபுகளை அச்சுறுத்துபவர்களுமான நேர்மையற்ற தாராளவாத மேட்டுக்குடி ஒன்றின் மீதான வெறுப்பின் மூலமாக ஆதரிக்கப்படுகின்ற "நாம்" மற்றும் "அவர்க"ளுக்கிடையிலான தனித்துவமான வேறுபாடு குறித்து கட்டுக்கதை ஒன்றை அவை நெய்கின்றன. "அவர்கள்" சோம்பேறிக் குற்றவாளிகள். அவர்களுக்கான சுதந்திரம் வீணானதாகவே இருக்கும் (எப்படியும் அவர்கள் அதற்குத் தகுதியானவர்களாக இருக்கப்போவதில்லை). அழிவை விளைவிக்கும் அவர்களது குறிக்கோள்களை தாராள வாதம் அல்லது "சமூகநீதி"யின் மொழியால் "அவர்கள்" மூடி மறைக்கிறார்கள். நமது பண்பாட்டையும் மரபுகளையும் அழிப்பதற்குக் கடுமையாக முயன்று "நம்மை" பலவீனப்படுத்துகிறார்கள். "நாம்" கடின உழைப்பாளிகளாக இருக்கிறோம். நமது சுதந்திரங்களை வேலை செய்வதன் மூலமாக முயன்றுபெற்றவர்களாக இருக்கிறோம்; "அவர்கள்" சோம்பேறிகளாக, வக்கிரமானவர்களாக, நேர்மையற்றவர்களாக, ஒழுக்கங்கெட்டவர்களாக இருக்கிறார்கள். வெளிப்படையான யதார்த்தங்களைப் பொருட்படுத்தாமல், "நமக்கும்" "அவர்களுக்கும்" இடையில் பொய்யான தனித்துவமான வேறுபாடுகளை உருவாக்கக்கூடிய போலியான நம்பிக்கைகளை ஃபாசிச அரசியல் உள்ளே கடத்திவருகிறது.

நான் முன்வைக்கும் வாதங்களில் மட்டுமீறிய எதிர்வினை இருப்பதாகச் சிலர் புகார் செய்யக்கூடும். அல்லது வரலாற்றின்

குற்றங்களுக்கு எதிராக அக்கம்பக்கமாக வைத்துப் பார்ப்பதற்குத் தற்கால உதாரணங்கள் போதுமான அளவுக்குத் தீவிரமான மானவையாக இருக்கவில்லை என்று சிலர் ஆட்சேபணை தெரிவிக்கக்கூடும். ஆனால் ஃபாசிசக் கட்டுக்கதை இயல்பானதாக ஆக்கப்படுவது குறித்து அச்சுறுத்தல் உண்மையானது. "இயல்பானது", ஆபத்தில்லாதது என்று நினைக்கும்படியான தூண்டுதலை ஏற்படுத்தக் கூடியது; விசயங்கள் இயல்பானவையாக இருக்கும்போது, எச்சரிக்கை அடையவேண்டிய அவசியமில்லை. இருப்பினும், இயல்பு நிலை குறித்த நமது மதிப்பீடுகள் எப்போதும் நம்பிக்கைக்குரியவையாக இருக்க முடியாது என்று வரலாறு மற்றும் உளவியல் ஆகிய இரண்டுமே காட்டுகின்றன. 2017இல் காக்னிசன் பத்திரிகையில் வெளியான "ஓரளவு புள்ளி விவரம் சார்ந்து, ஓரளவு மதிப்பீடு சார்ந்து" என்னும் ஆய்வுக் கட்டுரையில், யேல் பல்கலைக்கழக மெய்யியலாளர் யோசுவா நோப்பும், அவருடன் பணிபுரியும் யேல் உளவியலாளர் ஆடம் பியரும் இணைந்து, மக்களது சிந்தனையில் புள்ளிவிவர அளவில் இயல்பானதாக இருப்பது மற்றும் அவர்களது சிந்தனையில் குறிக்கோள் அளவில் இயல்பானதாக இருப்பது, அதாவது, ஆரோக்கியமானது மற்றும் சரியானது (உதாரணமாக, ஒரு நாளைக்கு எவ்வளவு நேரம் தொலைக்காட்சி பார்ப்பது) ஆகிய இரண்டாலும் பாதிக்கப்படுபவையாக இருக்கின்றன என்று எடுத்துக்காட்டுகிறார்கள்.[1] நியூயார்க் டைம்ஸ் ஞாயிற்றுக்கிழமை மீள்பார்வை இணைப்பிழில் அவர்களது முடிவுகளை நமது சமூக உலகம் பற்றிய மதிப்பீடுகளோடு பொருத்திப் பார்த்து, அதிபர் டிரம்பின் தொடர்ச்சியான நடத்தை - குறிப்பிடத்தக்கவை என்று கருதப்பட்ட நடவடிக்கைகளும் பேச்சுகளும் - உண்மையானதும், தொல்லைதருவதுமான பின்விளைவுகளைக் கொண்டிருந்தன என்று கண்டறிந்தார்கள்: "இந்த நடவடிக்கைகள் சாதாரணமாக நல்லமுறையில் முடியும் வகையைச் சேர்ந்தவை என்று கருதத்தக்கவையாக இருக்கவில்லை. மிகவும் இயல்பானவை என்று தோற்றமளிக்கத் தக்கவையாக இருக்கின்றன. அதன் காரணமாக, அவை அதிக அளவு மோசமானவையல்ல என்பது போலவும், அதனால் அதுகுறித்து அதிகம் சினம்கொள்ளத் தேவையில்லை என்பது போலவும் தோற்றமளிக்கின்றன.[2]

ஜனநாயகத்திலிருந்து ஃபாசிசத்துக்குச் செல்லும் மாற்றங்களி னூடாக வாழ்ந்தவர்கள் தங்கள் சொந்த அனுபவத்தை மகத்தான எச்சரிக்கையோடு அழுத்தமாகச் சொல்லும் நிகழ்வுக்கு நோப் மற்றும் பியரின் படைப்பு ஓர் அடிப்படையை வழங்குகிறது: ஒரு காலத்தில் நினைத்துப்பாரக்க முடியாததாக இருந்ததை இயல்பானதாக ஆக்கும் மக்கள் கூட்டங்களின் மனப்பாங்கு. 1957இல் வெளியான எனது பாட்டி இல்ஸே ஸ்டான்லியின் நினைவுக்குறிப்பான த அன்ஃபர் காட்டன் நூலின் மையமான பேசுபொருள் இதுதான். 1939 ஜூலையில் சாத்தியமான கடைசித்தருணம்வரை என் பாட்டி பெர்லினில் தங்கியிருந்தார். அதன்மூலம் அவரால் தலைமறை வாக வேலைசெய்ய முடிந்தது. ஒரு நாஜி சமூகப் பணியாளராக உடை உடுத்திக்கொண்டு, சாச்ஸன்ஹாஸென் சித்திரவதை முகா முக்குள் நுழைந்து, அங்கு அடைத்துவைக்கப்பட்டிருந்த நூற்றுக் கணக்கான யூதர்களை ஒருவர் பின் ஒருவராக 1936இலிருந்து கிரிஸ்டல்நாக்ட் சம்பவம்வரை மீட்டார். சித்திரவதை முகாமில் அவர் நேரில் பார்த்தது மற்றும் பெர்லினில் இருந்த யூத சமூகத்தால் அந்தச் சூழ்நிலையின் தீவிரத்தன்மை குறித்துத் தெளிவிக்கப்பட்ட மறுப்புகள், அது இயல்பான நிலை என்பதாக ஆக்கப்பட்டது ஆகிய இரண்டுக்கும் இடையிலான வேற்றுமையைத் தனது நூலில் அவர் விவரிக்கிறார். இந்த உண்மையைத் தனது அண்டை வீட்டாரை ஏற்றுக்கொள்ளச் செய்வதற்காக அவர் போராடினார்:

> ஒரு சித்திரவதை முகாம் என்பது வெளியிலிருப்பவர்களைப் பொறுத்தவரையில் ஒருவகையான உழைப்பு முகாமாக இருந்தது. அங்கு மக்கள் அடித்து நொறுக்கப்படுவதாகவும், கொல்லப்படுவதாகவும்கூட கிசுகிசுப்பான வதந்திகள் நிலவின. துன்பகரமான அந்த யதார்த்தம் குறித்து எந்தப் புரிதலும் இருக்கவில்லை. இன்னும் நாங்கள் நாட்டை விட்டு வெளியேற முடிந்தவர்களாக இருந்தோம்; எங்கள் கோயில்களில் இன்னும் வழிபட முடிந்தவர்களாக நாங்கள் இருந்தோம். எங்களுக்கான ஒரு குடியிருப்பில் நாங்கள் இருந்தோம். தவிரவும் எங்கள் மக்களில் பெரும்பாலான வர்கள் இன்னும் உயிரோடிருந்தார்கள்.

சராசரி யூதரைப் பொறுத்தவரையில், இதுவே போதும் எனத் தோன்றுவதாக இருந்தது. நாங்கள் அனைவரும் முடிவுக்காகக்

காத்துக்கொண்டிருந்தோம் என்பதை அவரால் புரிந்துகொள்ள முடியவில்லை.

- இது 1937ஆம் ஆண்டு நடந்தது.

அமெரிக்காவில் தீவிரக்கொள்கைகள் இயல்பானவையாக ஆக்கப்பட்டதுடன் சேர்ந்து, மக்கள் பெரும் எண்ணிக்கையில் இனவாதம் சார்ந்து சிறையிலடைக்கப்படும் வேகமான வளர்ச்சிப் போக்கையும் நாம் கண்டோம். இது நான் வாழும் காலத்தில் நடந்தது. அமெரிக்காவில் மிகச்சமீபத்தில் மக்கள் அதிக எண்ணிக்கையில் சுட்டுக் கொல்லப்படுவது இயல்பானதாக ஆக்கப்படுகிறது. தாராளவாத ஜனநாயக நாடுகளாக மிகச் சமீபத்தில் செழித்தோங்கிவரும் ஹங்கேரியிலும், போலந்திலும் ஃபாசிசம் மிக வேகமாக இயல்பானதாக ஆக்கப்படுவதற்கான தெளிவான உதாரணங்கள் நம்மிடம் உள்ளன. மேலும், உலகெங்கும் அகதிகளும், ஆவணப்படுத்தப்படாத தொழிலாளர்களும் காட்டுமிராண்டித்தனமாக நடத்தப்படுவதை நாம் பார்த்துக்கொண்டிருக்கிறோம். அமெரிக்காவில் குடியேற்றத்துக்கு எதிரான டொனால்ட் டிரம்பின் பரப்புரை தீவிரமடைந்தபோது, சொல்ல முடியாத அளவுக்குப் பரந்துபட்ட எண்ணிக்கையிலான, அனைத்துப் பின்னணிகளையும் சேர்ந்த, ஆவணப்படுத்தப்படாத தொழிலாளர்கள் தனியாரால் நடத்தப்படும் பெயர்தெரியாத தடுப்புமுகாம்களில் அடைக்கப்பட்டனர். அங்கு அவர்கள் பொதுமக்களின் பார்வையிலிருந்தும், அக்கறையிலிருந்தும் மறைத்துவைக்கப்பட்டனர்.

அறநெறிமுறை சார்ந்து அசாதாரணமானதை சாதாரணமானதாக மாற்றுவதையே இயல்பானதாக்குதல் செய்கிறது. விசயங்கள் எப்போதும் இப்படித்தான் இருந்தன என்று தோன்றச் செய்வதன்மூலம் ஒரு காலத்தில் சகித்துக்கொள்ள முடியாததாக இருந்தவற்றை நம்மால் சகித்துக்கொள்ள முடிபவையாக அது ஆக்குகிறது. இதற்கு மாறாக, "ஃபாசிசம்" என்னும் வார்த்தை ஊளையிடும் ஓநாய் போல ஒரு தீவிர உணர்வைப் பெற்றிருக்கிறது. இந்தக் கவலைதரும் வழிமுறைகளையொட்டி தமது நடைமுறைகளை மாற்றிக்கொண்டிருக்கும் சமூகங்களிலும்கூட, விளக்கத்தின் மூலம் ஃபாசிசக் கருத்தியல் இயல்பானதாக ஆக்கப்படுவது "ஃபாசிச"த்தின்

தாக்குதல்களை மிகையான எதிர்வினையாகத் தோற்றமளிக்கச் செய்துவிடுகிறது. இயல்பானதாக ஆக்குதல் என்பதன் பொருள், கருத்தியல்ரீதியாகத் தீவிரமான நிலைமைகளை ஆக்கிரமித்துக் கொள்வதும், அப்படி ஆக்கிரமித்துக்கொள்வதை அடையாளம் காணப்படக் கூடாதபடி செய்துவிடுவதுமாகும். ஏனெனில், அவை இயல்பாகத் தோற்றமளிக்கும் நிலைக்கு வந்துவிட்டன. ஃபாசிசத்தின் தாக்குதல் எப்போதும் தீவிரமானதாகத் தோற்றமளிப்பதாகவே இருக்கும்; இயல்பாக ஆக்குதல் என்பதன் பொருள், "தீவிரமான" சொல்லாட்சியைப் பயன்படுத்துவதற்கான குறியிலக்குக் கம்பங்கள் தொடர்ந்து நகர்ந்துகொண்டேயிருக்கின்றன என்பதாகும்.

இயல்பானது என்பது குறித்த நமது உணர்வும், அதை மதிப்பிடுவதற்கான நமது ஆற்றலும், மாறிக்கொண்டே இருப்பதன் பொருள், ஃபாசிசம் இப்போது நம்மீது இயங்கிக்கொண்டிருக்கிறது என்பதல்ல. அதன் பொருள் என்னவாக இருக்கிறது என்றால், "ஃபாசிச"த்தின் தாக்குதல்கள் மிகைப்படுத்தப்படுபவையாக இருக்கின்றன என்னும் உள்ளார்ந்த உணர்வு, அந்த வார்த்தையின் பயன்பாட்டுக்கு எதிரான, போதுமான அளவிலான, சரியான வாதம் அல்ல. ஃபாசிச அரசியலின் ஆக்கிரமிப்பு குறித்த வாதங்களுக்கு, அதன் குடையின்கீழ் வரும் அதன் பொருள் மற்றும் உத்திகள் குறித்த, தனிப்பட்ட வகையிலான புரிதல் தேவைப்படுகிறது.

அரசியல் ஆதாயத்துக்காக ஃபாசிச உத்திகளைப் பயன்படுத்துபவர்களுக்கு வெவ்வேறு இலக்குகள் இருக்கின்றன. உதாரணமாக, ஹிட்லர் திட்டமிட்டதுபோல், உலகத்தை ஆதிக்கம் செலுத்துவதற்காக அவர்கள் மக்களைத் திரட்டவில்லை என்று இப்போதைக் கேனும் தோன்றுகிறது. மாறாக, இலக்குகள் வேறுபட்டதாக இருந்தபோதிலும், ஃபாசிச சிந்தனையும், அரசியலும் கூட்டாகச் செயல்படுவதற்கான பொதுவான அம்சங்கள் இருக்கத்தான் செய்கின்றன. நான் ஓர் அமெரிக்கனாக இருப்பதால், ஃபாசிச உத்திகளை போலித்தனமாகப் பயன்படுத்துவதற்கு ஒரு இலக்கு இருப்பதாகத் தோன்றுகிறது. அரசிடமிருந்து பெற்ற ஆதாயங்கள் ஆட்சியிலிருக்கும் சிறுகுழுவின் கைகளில் கொட்டும் பொருட்டு, வெள்ளையினத்தைச் சேர்ந்த நடுத்தர மற்றும் உழைக்கும் வர்க்க மக்களின் முன்னால் தேசியத்தின் பதாகையை உயர்த்திப்பிடித்து ஆட்டுவது என்பதுதான் அது. அதேசமயம், அமெரிக்காவில்

ஜிம்குரோ காலப்பகுதியில், பல்வேறு விதங்களில் வரையறுக்கப் பட்ட தேசிய அடையாளம் வழங்கும் அந்தஸ்தும் கண்ணியமும் "விலைமதிப்பற்றவை" என்று அரசியல்வாதிகள் தங்கள் ஆதர வாளர்களிடம் தொடர்ந்து உறுதியளித்துவந்தார்கள்.

ஜனநாயகக் குறிக்கோள்களின் கட்டுப்பாடுகளிலிருந்து விலகி, சுதந்திரமாக இருக்கும்படியான சபல உணர்வைத் தனது பார்வை யாளர்களிடம் ஃபாசிச அரசியல் தூண்டுகிறது. அதேசமயம் அதற்காக முன்வைக்கப்படும் மாற்றானது தேசிய அரசு ஒன்றை நீடித்திருக்கச் செய்வதற்கான சுதந்திரமான வடிவம் ஒன்றைக் கொண்டிருக்கவில்லை என்பதையும், அது, மிக அரிதாகவே சுதந்திரத்துக்கு உத்தரவாதம் அளிப்பதாக இருக்கிறது என்பதையும் குறித்த உண்மையை மூடிமறைத்து விடுகிறது. "நமக்கும்" "அவர் களுக்கும்" இடையிலான, அரசு ஒன்றை அடிப்படையாகக்கொண்ட, இன, மத, இனக்குழுரீதியான அல்லது தேசியரீதியான முரண் பாடு நீண்டகாலம் நிலையாக நீடித்திருக்க முடியாது. ஃபாசிசமே கூட நிலையான, நீடித்த ஓர் அரசாக இருக்க முடியுமானால், ஆமாம், நல்லதொரு அரசியல் சமுதாயமாக, பரிவுணர்ச்சிகொண்ட மனித உயிரிகளாக மாறக்கூடிய வகையில், தனக்குள் இருக்கும் குழந்தைகளை சமூகமயமாக்கக்கூடிய கண்ணியமான ஒரு நாடாக இருக்க முடியாதா? குழந்தைகளுக்கு நிச்சயமாக வெறுப்பைக் கற்றுக்கொடுக்க முடியும். ஆனால் வெறுப்பை சமூகமயமாதலின் ஒரு பரிமாணமாக உறுதிப்படுத்துவது விரும்பத்தகாத பின் விளைவுகளைக்கொண்டதாக இருக்கும். தங்கள் குழந்தைகளின் அடையாள உணர்வு, மற்றவர்களால் விளிம்புநிலைப்படுத்தப்படு தலின் மரபான பின்னணியை அடிப்படையாகக் கொண்டிருப் பதை யாரேனும் விரும்புவார்களா?

காலநிலை மாற்றங்களும், அதன் பாதிப்புகளும் அதிகரித்து வரு வதையும், தவிர்க்கமுடியாததாக இருப்பதையும், மேலே விவா திக்கப்பட்ட நமது காலத்தின் அரசியல் மற்றும் சமூகத்தின் நிலை யற்ற தன்மையையும் வளர்ந்துவரும் உலகளாவிய பொருளாதார ஏற்றத்தாழ்வின் உள்ளார்ந்த முரண்பாடுகளையும், பதற்றங்களை யும் கவனத்தில் எடுத்துக்கொள்ளும்போது, இரண்டாம் உலகப் போரின் போதான அகதிகளின் நகர்வை சேர்க்காமல் விட முடியாத அளவுக்கு, அதற்கு முந்தைய காலப்பகுதிகளை மிகச் சிறியதாக ஆக்கும் விதத்தில், நலிவுற்ற மக்களின் எல்லைகளைக்

கடக்கும் நகர்வுகளை எதிர்கொண்டிருப்பவர்களாக நம்மை நாமே விரைவில் காணப்போகிறோம்.

அதிகாரப்படி நிலை அமைப்புரீதியாக, குழுவின் சிறப்புரிமைகளைப் பேணிக்காப்பதற்கும், ஃபாசிச அரசியலைப் பயன்படுத்துவதற்கும், தங்களை அர்ப்பணித்துக்கொண்ட அரசியல் தலைவர்கள் மற்றும் இயக்கங்களால் காயப்படுத்தப்பட்டவர்களாக, வறுமை நிலைக்குத் தள்ளப்பட்டவர்களாக, உதவிதேவைப்படுபவர்களாக இருக்கும் சட்டபூர்வமாகப் புலம்பெயர்ந்தவர்கள் உள்ளிட்ட அகதிகள், இனவாதத்தின் மாறாக் கருத்துருக்களுக்குப் பொருந்தும்படியாக மறுவார்ப்பு செய்யப்படுவார்கள். உலகெங்கும் உள்ள ஆழ்ந்த சிந்தனை கொண்ட குடிமக்கள் பலர் இந்த நடைமுறை ஏற்கனவே செயல்பட்டுவருவதாக நம்புகிறார்கள். ஒரு ஃபாசிச செயல் திட்டத்தின்கீழ் அகதிகள் கதையாடல் - அகதி முகாம்களில் அச்சத்தோடும், முரண்பாட்டோடும் அந்த முகாம்களுக்குச் செல்லும் பயணம், அந்த இடங்களில் கூடுதலான காலம் இருக்கும்போது அதனோடு சேர்ந்திருக்கும் அவநம்பிக்கை - பரிவுணர்ச்சியைத் தோற்றுவிப்பதற்குப் பதிலாக, தீவிரவாதம் மற்றும் ஆபத்தின் பிறப்பிடக் கதையாகத் வடிவமைக்கப்படுகிறது. இந்த மக்கள் கூட்டத்தினர் பேரச்சங்களோடு போராடுகிறார்கள். இப்படிப்பட்ட மக்களையேகூட, அடிப்படை அச்சுறுத்தல்கள் என்று சாயம்பூச முடிவது ஃபாசிசக் கட்டுக்கதையின் மயக்காற்றலுக்கு ஓர் உறுதியான சான்றாகும். அது அடையாளம் காணப்படுவதற்கும், எதிர்க்கப்படுவதற்கும் வாய்ப்பாக அதன் கட்டமைப்பைத் தெளிவுபடுத்த, இந் நூலின் பக்கங்களில் நான் முயன்றுள்ளேன்.

நாம் முகம் கொடுக்க இருக்கும் சவால்கள் மிகப் பெரியவை. கண்ணிய உணர்வுக்கான வீணான தேடலில், கட்டுக்கதையான உயர்வு மனப்பான்மையின் சுகம் தரும் கரங்களுக்குள், அச்சமும், பாதுகாப்பின்மையும் நம்மை இட்டுச்செல்லும்போது, பொதுவான மனிதகுல உணர்வை நாம் எப்படிப் பேணிக்காப்போம்? விரக்தி தரும் பிரச்சினைகள் நமது காலச் சூழலை வரையறுக்கின்றன. இருப்பினும், முற்போக்கான சமூக இயக்கங்களின் வரலாறுகளில் நாம் ஆறுதல் கொள்ள முடியும். அவை நீண்டகாலத் தடைகளைத்தாண்டி கடுமையான போராட்டத்தின் மூலம், கடந்த காலத்தில் பரிவுணர்ச்சியைத் தூண்டும் செயல்திட்டத்தில் வெற்றியடைந்தன.

ஃபாசிச அரசியலின் நேரடி இலக்குகளில் - அகதிகள், பெண்ணியம், தொழிற்சங்கங்கள், இன,மத, பாலியல் சிறுபான்மையினர் - நம்மைப் பிரிப்பதற்கான வழிமுறைகளை நாம் காணமுடியும். ஆனால், ஃபாசிச அரசியலின் தலையாய இலக்கு அதன் திட்டமிட்ட பார்வையாளர்கள்தான் என்பதை நாம் ஒரு போதும் மறந்துவிடக் கூடாது. அவர்களை அது தனது பொறியமைவின் மயக்கப்பிடியில் வைத்திருப்பதும், ஒவ்வொருவரும் மனித அந்தஸ்துக்குத் தகுதியானவர் என்று கருதும் இடமான ஓர் அரசில் உறுப்பினராகச் சேர்த்துக்கொள்வதும், அவர்களை மாபெரும் போலி நம்பிக்கையின் மூலம் மேன்மேலும் கீழ்ப்படியச் செய்வதாக இருக்கிறது. அந்தப் பார்வையாளர்களிலும், அந்தஸ்திலும் சேர்க்கப்படாதவர்கள் உலகெங்கும் முகாம்களில் காத்திருக்கிறார்கள். வாழ்க்கை வளமற்ற ஆண்களும் பெண்களுமான அவர்கள் வன்புணர்ச்சியாளர்கள், கொலைகாரர்கள், தீவிரவாதிகள் ஆகிய பாத்திரங்களில் வார்க்கப்படுவதற்குத் தயாராகக் காத்திருக்கிறார்கள். ஃபாசிசக் கட்டுக்கதைகளால் தன்வசப்படுத்தப்பட்டிருப்பதற்கு மறுப்புத் தெரிவிப்பதன்மூலம், நாம் ஒருவரிடம் ஒருவர் ஈடுபாடு காட்டுவதற்கு இன்னும் சுதந்திரம் உடையவர்களாக இருக்கிறோம். நாம் எல்லோருமே குறைபாடு உடையவர்கள், நாம் எல்லோருமே நமது சிந்தனையில், அனுபவத்தில் மற்றும் புரிந்துகொள்ளலில் அரைகுறையானவர்களாக இருக்கிறோம் ஆனால் நம்மில் யாரும் பிசாசுகளல்ல. ●

குறிப்புகள்

நன்றி

1. Brian Leiter and Samuel Leiter, " Not Your Grandfather's Propaganda , " The New Rambler Review, October 2015 .

முன்னுரை

1. Charles Lindbergh, "Aviation, Geography, and Race," Reader's Digest, Nov.1939, 64-67.
2. *காண்க*, Richard Steigmann- Gall, "Star-spangled Fascism: American Interwar Political Extremism in Comparative Perspective, " Social History 42:1 (2017): 94-119.
3. *காண்க*, Nour Kteily and Emile Bruneau, "Backlash: The Politics and Real-World Consequences of Minority Group Dehumanization," Personality and Social Psychology Bulletin 43:1 (2017): 87-104.

1. கட்டுக்கதை சார்ந்த கடந்தகாலம்

1. "Fascism's Myth: The Nation," in Roger Griffin, ed., Fascism (Oxford: Oxford University Press, 1995), 43-44.
2. Alfred Rosenberg,"The Folkish Idea of State," in Nazi Ideology Before 1933: A Documentation, ed . Barbara Miller Lane and Leila J. Rupp (Austin: University of Texas Press,1978) , 60-74, 67.

3. "Motherhood and Warriorhood as the Key to National Socialism," in Griffin, Fascism, 123.

4. "The New German Woman," in Griffin, Fascism, 137.

5. Richard Grunberger, The 12-Year Reich: A Social History of Nazi Germany 1933-45 (New York: Da Capo Press, 1971), 252-53.

6. Charu Gupta,"Politics of Gender: Women in Nazi Germany," Economic and Political Weekly 26:17 (April 1991).

7. weev, " Just What Are Traditonal Gender Roles?" The Daily Stormer, May 2017. https://dailystormer.name/just-what-are-traditional-gender-roles/.

8. Bernard Mees, The Science of the Swastika (Budapest: Central European University Press, 2008), 115.

9. Hannah Beech, "There Is No Such Thing as Rohingya': Myanmar Erases a History, "New York Times, December 2, 2017.

10. https://www.tagesspiegel.de/politik/hoecke-rede-im-wortlaut gemuetszustand-eines-total-besiegten-volkes/ 19273518.html.

11. H.Himmler, "Zum Gleit, "Germanien 8 (1936): 193, after Bernard Mees, The Science of the Swastika (Budapest, Central European University Press, 2008), 124.

12. Katie N. Rotella and Jennifer A. Richeson, "Motivated to ' Forget": The Effects of In-Group Wrongdoing on Memory and Collective Guilt, "Social Psychological and Personality Science 4:6 (2013): 730-37.

13. B. Sahdra and M. Ross, "Group Identification and Historical Memory," Personality and Social Psychology Bulletin 33 (2017): 384-95.

14. காண்க, உதாரணம், Ishaan Tharoor, "Hungary's Orbán Invokes Ottoman Invasion to Justify Keeping Refugees Out," Washington Post, September 4, 2015.

2. பரப்புரை

1. Elizabeth Hinton, From the War on Poverty to the War on Crime: The Making of Mass Incarceration in America (Cambridge, MA: Harvard University Press, 2016), 142.

2. Richard Grunberger, The 12-Year Reich: A Social History of Nazi Germany 1933-1945 (New York: Da Capo Press, 1995), 90.

3. W.E.B. Du Bois, Black Reconstruction, (New York : Oxford University Press, 2014), 419.

4. மேற்கண்ட நூல்., 583.

5. Kate Manne, in Down Girl: The Logic of Misogyny (New York: Oxford University Press, 2018), has argued that a similar dialectic was in play in Clinton's 2016 loss to Trump (see 256-63 and 271).

6. Peter Pomerantsev, Nothing Is True and Everything Is Possible: The Sur real Heart of the New Russia (New York: Public Affairs, 2014), 65.

7. காண்க, Ozan O. Varol, "Stealth Authoritarianism," Iowa Law Review, vol. 100 (2015): 1673-1742, 1677.

8. Frederick Douglass, " What to the Slave Is the Fourth of July?." July 5, 1852. Available at https://www.thenation.com/article/what-slave-fourth- july-frederick-douglass.

9. Ibid.

10. Bernard Mees, The Science of the Swastika (Budapest : Central European University Press, 2008), 112-13.

11. https://www.youtube.com/watch?v=TTZJOCWuhXE.

3. எதிர் –அறிவார்த்தவாதம்

1. *உதாரணமாக, டிரம்பின் பரப்புரை உத்தி குறித்து இவ்வாறு கிரிஸ் சீஸர் விவரிக்கிறார்*: "Trump Ran Against Political Correctness. Now His Team Is Begging for Politeness, "Washington Post, May 16, 2017.
2. Robert O'Harrow Jr. and Shawn Boburg, "How a 'Shadow' Universe of Charities Joined with Political Warriors to Fuel Trump's Rise, "Washington Post, June 3, 2017.
3. Fernanda Zamudio-Suarez, " Missouri Lawmaker Who Wants to Eliminate Tenure Says It's 'Un - American, " Chronicle of Higher Education, January 12, 2017.
4. Charu Gupta, " Politics of Gender: Women in Nazi Germany," Economic and Political Weekly 26:17 (1991): 40-48.
5. Masha Gessen, The Future Is History: How Totalitarianism Reclaimed Russia (New York: Riverhead Books, 2017) Quotes are from 264-67).
6. Fred Weir, " Why Is Someone Trying to Shutter One of Russia's Top Private Universities ? " Christian Science Monitor, March 28, 2017.
7. *காண்க*, Jedidiah Purdy's excellent New Yorker article from March 19, 2015, "Ayn Rand Comes to UNC, "from which I obtained the information about North Carolina in the previous two paragraphs.
8. *காண்க*, Annie Linskey, "With Patience, and a Lot of Money, Kochs Sow Conservatism on Campuses," Boston Globe, February 2, 2018.
9. "In Turkey, Crackdown on Academics Heats Up, "Voice of America, February 14, 2017.

10. Cited in "Science Scorned" (editorial), Nature 467.133, September 2010.

11. Pierre Drieu la Rochelle, "The Rebirth of European Man," in Roger Griffin, ed., Fascism, (Oxford: Oxford University Press, 2010), 202-203.

12. Adolf Hitler, Mein Kampf (My Battle) (Boston and New York: Houghton Mifflin Company, The Riverside Press Cambridge, 1933, Abridged and Translated by E. T. S. Dugdale, 76-77.

13. Victor Klemperer, The Language of the Third Reich (New York: Continuum, 1947), 20-21.

14. "Fascist Mysticism,"in Griffin, Fascism, 55.

15. Michael Lewis, "Has Anyone Seen the President?" Bloomberg View, February 9, 2018.

4. யதார்த்தமற்ற நிலை

1. Hannah Arendt, The Origins of Totalitarianism (New York: Harcourt, Brace, 1973), 351.

2. Ernst Cassirer, "The Technique of the Modern Political Myths," chapter 18 of The Myth of the State (New Haven: Yale University Press, 1946).

3. *காண்க,* Brian Tashman's October 30, 2014, article "Tony Perkins: Gay Rights Part of Population Control Agenda" in Right Wing Watch.

4. *காண்க,* Oliver Hahl, Minjae Kim, and Ezra Zuckerman, "The Authentic Appeal of the Lying Demagogue," American Sociological Review, February 2018.

5. https://www.thenation.com/article/exclusive-lee-atwaters-infamous-1981-interview-southern-strategy/.

5. படிநிலை அமைப்பு

1. *காண்க*, Jim Sidanius and Felicia Pratto, Social Dominance: An Intergroup Theory of Social Hierarchy and Oppression (New York:Cambridge University Press, 1999)."
2. Felicia Pratto, Jim Sidanius, and Shana Levin , "Social Dominance -Theory and the Dynamics of Intergroup Relations: Taking Stock and Looking Forward," European Review of Social Psychology 17:1, 271-320, at 271-72.
3. http://teachingamericanhistory.org/library/document/cornerstone-speech/.
4. W.E.B. Du Bois, "Of the Ruling of Men," in W.E.B. Du Bois, Dark water (Dover, 1999).
5. Alfred Rosenberg, " The Protocols of the Elders of Zion and Jewish World Policy," 44-59 of Nazi Ideology Before 1933 : A Documentation, ed. Barbara Miller Lane and Leila J. Rupp (Austin:University of Texas Press, 1978), 55.

6. படிநிலை அமைப்பு

1. W.E.B. Du Bois, Black Reconstruction in America: 1860-80 (New York: Free Press, 1935), 283.
2. Michael Kraus, Julian Rucker, and Jennifer Richeson, "Americans Misperceive Racial Economic Equality," Proceedings of the National Academy of Sciences of the United States of America 114:39, 10324-31.
3. A classic early paper is Herbert Blumer's "Race Prejudice as a Sense of Group Position," Pacific Sociological Review 1:1 (Spring 1958):3-7.

4. Maureen Craig and Jennifer Richeson, "On the Precipice of a 'Majority-Minority' America:Perceived Status Threat from the Racial Demographic Shift Affects White Americans' Political Ideology," Psychological Science 25:6 (2014): 1189-97.

5. M. A. Craig, J. M. Rucker, and J. A. Richeson, "Racial and Political Dynamics of an Approaching 'Majority-Minority' United States," Annals of the American Academy of Political and Social Science (in press, April 2018).

6. Michael Kimmel, Angry White Men American Masculinity at the End of an Era (New York Nation Books 2013), 110-11.

7. மேற்கண்ட நூல்., 112.

8. காண்க, Kate Manne, Down Girl The Logic of Misogyny (New York Oxford Press 2018), 156-57.

7. சட்டம் – ஒழுங்கு

1. Shanette C. Porter, Michelle Rheinschmidt-Same, and Jennifer Richeson, "Inferring Identity from Language : Linguistic Intergroup Bias Informs Social Categorization," Psychological Science 27:1 (2016): 94-102.

2. James Baldwin, "Negroes Are Anti-Semitic Because They Are Anti White," New York Times, April 9, 1967.

3. Nic Subtirelu, " Covering Baltimore: Protest or Riot?" Linguistic Pulse: Analyzing the Circulation of Discourse in Society, April 29, 2015.

4. David Roodman, "The Impacts of Incarceration on Crime Open Philanthropy Project," September 2017.

5. காண்க, Amy Lerman and Vesla Weaver, The Democratic Consequences of American Crime Control (Chicago: University of Chicago Press, 2014).

6. W. E. Burghardt Du Bois, The Annals of the American Academy of Political and Social Science, 11-23, January 1898.
7. Aneeta Rattan, Cynthia Levine, Carol Dweck, and Jennifer Eber hardt, "Race and the Fragility of the Legal Distinction Between Juveniles and Adults, "PLoS ONE 7:5, May 23, 2012.
8. Rebecca C. Hetey and Jennifer L. Eberhardt, "Racial Disparities in Incarceration Increase Acceptance of Punitive Policies," Psychological Science 25:10 (2014): 1949-54.

8. பாலியல் கவலை

1. Keith Nelson, "The 'Black Horror on the Rhine':Race as a Factor in Post-World War I Diplomacy," Journal of Modern History 42.4 (December 1970): 606-27.
2. "Rape, Racism, and the Myth of the Black Rapist," in Angela Davis, Women, Race and Class (New York:Random House, 1981), 173.
3. Crystal Nicole Feimster, Southern Horrors:Women and the Politics of Rape and Lynching (Cambridge, MA: Harvard University Press, 2009), 78-79.
4. காண்க, உதாரணம், மேற்கண்ட நூல்., 90.
5. Charu Gupta , "The Myth of Love Jihad," Indian Express, August 28, 2014. Gupta also has an academic article on the லவ் ஜிகாத் கட்டுக்கதை குறித்து குப்தா கல்வித்துறை சார்ந்த இன்னொரு கட்டுரையையும் எழுதியிருக்கிறார், "Allegories of 'Love Jihad ' and Ghar Vapasi: Interlocking the Socio Religious with the Political," Archiv Orientální 84 (2016):291-316.

6. Julia Serano, Whipping Girl: A Transsexual Woman on Sexism and the Scapegoating of Femininity (Berkeley:Seal Press, 2007, 15.
7. Johanna Laakso, "Friends and Foes of 'Freedom," Hungarian Spectrum (online), December 28, 2017.

9. சோடோமும் கொமோராவும்

1. Mein Kampf, 52.
2. Adolf Hitler, Gerhard Weinberg, and Krista Smith, Hitler's Second Book: The Unpublished Sequel to Mein Kampf (Enigma Books, 2006), 26.
3. Alfred Rosenberg, "German Freedom as a Prerequisite for Folk Culture," in Nazi Ideology Before 1933: A Documentation, ed. Barbara Miller Lane and Leila J. Rupp (Austin: University of Texas Press, 1978), 124-26.
4. "Official Party Statement on Its Attitude Toward the Farmers and Agriculture," in Lane and Rupp, Nazi Ideology Before 1933, 118-23.
5. காண்க., 122.
6. Maria Sacchetti and Emily Guskin, "In Rural America, Fewer Immigrants and Less Tolerance," Washington Post, June 17, 2017.
7. Lucy Pasha- Robinson, "French Election:Marine Le Pen Wins Just 5% of Paris Vote While FN Rural Support Surges," Independent, April 24, 2017.
8. https://www.bbc.com/news/world-europe-39870460.
9. Nico Passchier, "The Electoral Geography of the Nazi Land slide: The Need for Community Studies," in Who Were the

Fascists, ed. Stein Ugelvik Larsen, Bernt Hagtvet, and Jan Petter Myklebust (Oslo: Universitatsforlaget, 1980), 283-300.

10. Elliot Ackerman, "Atatürk Versus Erdogan: Turkey's Long Struggle," New Yorker, July 16, 2016.

11. From the chapter "The Jews" in Richard Grunberger, The 12-Year Reich: A Social History of Nazi Germany 1933-1945 (New York:Da Capo Press, 1995), 458.

12. Mein Kampf, 9.

13. R. W. Darré, "The Peasantry as the Key to Understanding the Nor dic Race, " in Lane and Rupp, Nazi Ideology Before 1933, 103-106.

14. காண்க, Masha Gessen The Future Is History How Totalitarianism Re claimed Russia (New York: Riverhead Books, 2017), 374-75, for Putin's obsession with birthrates.

15. Benito Mussolini, "The Strength in Numbers," in Roger Griffin, ed., Fascism (Oxford:Oxford University Press), 58-59.

16. Mein Kampf, 127.

17. Gregory Paul Wegner, Anti-Semitism and Schooling Under the Third Reich (New York: Routledge/Studies in the History of Education, 2002), 59.

10. அர்பெய்த் மாக்ட் ஃப்ரெய்

1. "Guidelines of the German Workers' Party, " Nazi Ideology Before 1933: A Documentation, ed., Barbara Miller Lane and Leila J. Rupp (Austin:University of Texas Press,1978), 10.

2. Martin Gilens, "Race Coding' and White Opposition to Welfare," American Political Science Review 90.3 (September 1996):593-604.

3. Hannah Arendt, "The Seeds of a Fascist International," Jewish Frontier 1945, 12-16. Passage appears on p.147 of Hannah Arendt, Essays in Understanding, ed. Jerome Kohn (New York:Random House, 1994).
4. Timothy Snyder, Black Earth: The Holocaust as History and Warning (New York: Crown, 2015), 228.
5. "Situation of Human Rights of Rohingya Muslims and Other Mi norities in Myanmar, " Report of the United Nations High Commissioner for Human Rights, Annual Report of the United Nations High Commissioner for Human Rights and Reports of the High Commissioner and the Secretary-General, June 28, 2016.
6. Frantz Fanon, Black Skin, White Masks (New York, Grove Press, 2008), 73.
7. Devah Pager, " The Mark of a Criminal Record," American Journal of Sociology 108:5 (March 2003): 937-75.
8. Douglas Blackmon, Slavery by Another Name: The Reenslavement of Black Americans from the Civil War to World War II (New York: Doubleday, 2008).
9. Elizabeth Hinton , From the War on Poverty the War on Crime: The Making of Mass Incarceration in America, (Cambridge, MA: Harvard University Press, 2016), 163.
10. Lewis Gordon Bad Faith and Anti-Black Racism (Humanity Books, 1995). è£‡è, Charles Mills, "White Ignorance," in Shannon Sullivan and Nancy Tuana, Race and Epistemologies of Ignorance (SUNY Press, 2007), 13-38, and Gaile Pohlhaus, "Relational Knowing and Epistemic Injustice: Toward a Theory of Willful Hermeneutical Ignorance," Hypatia : A Journal of Feminist Philosophy 27:4 (2012): 715-35.
11. Mein Kampf, 258.

12. Archon Fung "t's the Gap Stupid" oston Review September 1, 2017.

13. W.E.B. Du Bois , Black Reconstruction in America: 1860-1880 (New York: Free Press, 1935), 580.

14. Marc Dixon,"Limiting Labor: Business Political Mobilization and Union Setback, "States Journal of Policy History 19.2 (2007): 313-44.

15. Michael Pierce, "The Origins of Right to Work: Vance Muse, Anti Semitism, and the Maintenance of Jim Crow Labor Relations, "Labor and Working Class History Organization, January 12, 2017.

16. பொருளாதார விடுதலைவாதம் தொடர்பான எதிர்தாராள வாதத்தின் பின்விளைவுகள் மற்றும் இந்தப் பத்திகளில் உள்ள கருப்பொருள் குறித்து மேலும் அறிந்து கொள்வதற்கு, காண்க, Elizabeth Anderson's 2017 book Private Government : How Employers Rule Our Lives (And Why We Don't Talk About It), (Princeton University Press, 2017).

17. Hitler's Speech to the Industry Club in Düsseldorf, in Max Domarus, ed., Hitler: Speeches and Proclamations 1932-1945, The Chronicle of a Dictatorship (London : I. B. Tauris, 1990), vol.1, 94-95.

பின்னுரை

1. Adam Bear and Joshua Knobe, "Normality: Part Statistical, Part Evaluative," Cognition, vol.167 (October 2017): 25-37.

2. Adam Bear and Joshua Knobe, " The Normalization Trap," New York Times Sunday Review, January 28, 2017.